தொட்டால்

தொடரும்

முதற்பதிப்பு: 2023

First Edition: 2023

Thottal Thodarum

தொட்டால் தொடரும்

Pattukottai Prabakar

பட்டுக்கோட்டை பிரபாகர்

ISBN: 978-93-95166-07-2

Pustaka Digital Media Pvt. Ltd.
#7-002, Mantri Residency,
Bannerghatta Main Road, Bengaluru - 560 076
Karnataka, India
+91 7418555884

தொட்டால் தொடரும்

பட்டுக்கோட்டை பிரபாகர்

காதல் என்பது...

வாயில் பிரஷ்ஷுடன்

குளியல் அறையில்

கனவு காண்பது

வானம் மழையின் மாநாட்டை நடத்துவதற்கு மைக் டெஸ்ட்டிங் செய்து கொண்டிருந்தது. சூரியனுக்கு அவசரமாக 144 உத்தரவு. அலுவலகங்களில் இருந்து காலி டிபன் பாக்ஸ்களோடு வெளிப்பட்டவர்களில் குடை வைத்திருந்தவர்கள் விரித்துக்கொள்ள... மொட்டை மாடிகளில் கிளிப்களிருந்து துணிகளை அவசரமாக உருவிக்கொண்டார்கள் பெண்கள்.

நீளமான மேஜைக்கும், கை வைத்த நாற்காலிக்கும் 'பேட்' மூலம் தொடர்பு ஏற்படுத்தி, ஆஷ் ட்ரேயின் பள்ளத்தில் புகையும் சிகரெட் காத்திருக்க எழுதிக்கொண்டிருந்த வெங்கடேஷ் மணியடித்து அழைத்து, "சாரல் அடிக்கும். ஜன்னலை சாத்துப்பா. அப்படியே டியூப் லைட்டைப் போடு" என்றான்.

சொல்லப்பட்டவன் செய்து முடித்துவிட்டு நகர இருந்தபோது நிமிராமல் கேட்டான், "எடிட்டர் வீட்டுக்குப் போயிட்டாரா வேலு?"

"கார் நிக்கிறது... இன்னும் போகலை சார்."

"இன்னும் போகலையா?" என்று, மேஜைமீது தான் சுழற்றி வைத்திருந்த வாட்ச்சைட் பார்த்துவிட்டு, பேனாவை மூடி வைத்து எழுந்தான்.

கதவைத் தள்ளிக் கொண்டு தனியறையிலிருந்து வெளிப்பட்டு நீளமான ஹாலில் பிரவேசித்தான்.

டைப்ரைட்டரை மூடிக்கொண்டிருந்தாள் புவனா. காபியை சிப் செய்து கொண்டே லெட்டரிங் செய்து கொண்டிருந்தான் சுந்தர். மொத்தமாகக் கோந்து தடவி ஒவ்வொரு ஸ்டாம்ப்பாகப் பிய்த்து கவர்களில் ஒட்டிக் கொண்டிருந்தான் கணேசன். மேஜையைப் பூட்டிக்கொண்டு எழுந்து புவனாவுக்கு முதுகு காட்டி நின்று வேஷ்டியை இறுக்கிக் கட்டிக் கொண்டார் ராமமூர்த்தி.

"போஸ்டர் ஆயிடுச்சா சுந்தர்?" என்றான் வெங்கடேஸ்.

"வந்துடுச்சு சார். பார்க்கறீங்களா?"

"எடு."

சுந்தர் பிரஷ்ஷைச் செருகிவிட்டு டிராயரை இழுத்து, எட்டாக மடிக்கப்பட்டிருந்த போஸ்டரை எடுத்துத் தந்தான். வெங்கடேஷ் அதை விரித்து சுவர் ஓரமாகப் பிடித்துவைத்துப் பார்த்தான். "பரவாயில்லை, நல்லா வந்திருக்கு. படம்தான் கஸ்டமா இருக்கு. பாரு, இந்தப் பொண்ணுக்கு என்ன கஸ்டமோ... சேலை வாங்க முடியாம பிரா, ஜட்டியோட நிக்கிறா" என்று சிரித்தான் வெங்கடேஷ்.

"ஆர்ட்டிஸ்ட் மாடர்ன் டிரெஸ் போடட்டுமான்னு கேட்டார் சார். எடிட்டர்தான் இப்படிப் போடச் சொல்லி வற்புறுத்தினார். போன்ல பேசினப்போ நான் பக்கத்தலே இருந்தேன்."

"படம் கவர்ச்சியா இருந்தாத்தான் கதையைப் படிப்பாங்கங்கிறது அவர் வாதம். இதிலே எனக்கு உடன்பாடே கிடையாது. கவர்ச்சி, படத்திலே கிடையாது. கதையிலேயும், எழுதற விதத்திலேயும்தான் இருக்கணும். பார்த்துட்டு வந்துடறேன். போயிடப் போறார்." வெங்கடேஷ் போஸ்டரை மடித்துக் கொடுத்துவிட்டு நடந்து மாடிப்படிகளில் ஏறினான்.

அறைவாசலில் ஸ்டூலில் அமர்ந்து பல்குத்திக் கொண்டிருந்த பையன் எழுந்துக் கொண்டான்.

"உள்ளே யாரும் இருக்காங்களா மணி?"

"இல்லை சார்."

சிங்கிள் டோரின் கைப்பிடியைக் கீழே அழுத்தித் தள்ளி, குளிர்காற்றின் வரவேற்புடன் உள்ளே நுழைந்து நின்று, "சார்!" என்றான்.

ரிஸீவரை கையில் வைத்துக்கொண்டு டயல் செய்து கொண்டிருந்த, தங்க ஃபிரேமில் கண்ணாடி அணிந்து, பட்டு ஜிப்பா அணிந்திருந்த எடிட்டர் மார்பில் கனத்த செயின் முடிவில் ஆலிலை கிருஷ்ணன் டாலர்.

"வாங்க வெங்கடேஷ்" என்று கூறிவிட்டு போனில், "பார்த்தசாரதி இருக்காரா...? பேசச் சொல்லும்மா... முரளிதரன்னு சொல்லு" என்று

காத்திருக்கையில், பேப்பர வெயிட்டை எடுத்து அடியில் இருந்த மெமோ காகிதத்தை நீட்டினார்.

அதில் ‘8000’ என்று எண்கள் இருந்தன.

“என்ன சார் எட்டாபிரம்?”

“ஹலோ, சாரதியா? இன்னும் ஒரு மணிநேரத்துக்கு வீட்ல இருப்பியா? டென்னிஸா? மழை தூறிக்கிட்டிருக்கு. எப்படிய்யா விளையாடுவே? வீட்ல டென்னிஸ்னு சொல்லிட்டு ரம்மியா? ஒரு லீகல் அட்வைஸ் வேணும் சாரதி. அரைமணி நேரத்திலே வர்றேன், இருக்கியா? ரைட்டு” என்று வைத்துவிட்டு, “பிரச்சனை பெரிசாகும் போல இருக்கு வெங்கடேஷ்” என்றார்.

“எவ்வளவு பெரிய பிரச்சனையானாலும் சரி, நூறு வழிகள் யோசிப்போம். என்னை மறுப்பு மட்டும் எழுதச் சொல்லிடாதீங்க சார்.”

“உங்களுக்கு ஈகோ முக்கியம். எனக்குப் பத்திரிக்கை முக்கியம். ஏஜென்ட் போன் செய்தார். வழிப்பறி செய்து எரிக்கப்பட்ட காப்பிகள் எட்டாயிரமாம். அதுக்கு ஃபுல் காம்பன்சேஷன் கேக்கறார். மறுத்தா கோர்ட்டுக்குப் போவேன்றார். அந்தக் கட்டுரை கொஞ்சம் ப்ரவோக் பண்ணும்னு நான் அச்சுக்கு முன்னாடியே நினைச்சேன்.”

“வாக்கியங்கள் கடுமையா இருந்திச்சுங்கிறதை ஒப்புக்கறேன். ஆனா, ஜாதி எதையும் நான் குறிப்பிட்டு எழுதலை.”

“குறிப்பிட்டு எழுதலையே ஒழிய யூகம் பண்ற மாதிரிதான் எழுதியிருந்தீங்க வெங்கடேஸ்.”

“வந்த கடிதங்களிலே மெஜாரிட்டி பாரட்டித்தான் எழுதியிருக்காங்க சார்.”

“சார், அவங்க மாஸ். நாம சின்ன தீவு. ஒப்புக்கறேன். ஆனா, அவங்க புரியாம செயல்படறாங்க. புரிஞ்சு நாம பணிஞ்சு போறது கோழைத்தனம். பத்திரிகை நடத்தறது ஒருவகையிலே ஒரு

அட்வெஞ்சர். நேரடியா நம்மோட தொடர்பு கொள்றப்போ நான் பேசறேன்..."

"நீங்க ஒரு வேகத்திலே பேசறீங்க. யோசனை செய்யுங்க. காலைல முடிவு செய்யலாம். ஒரு சின்ன மறுப்பு அடுத்த இதழ்ல வச்சிடலாம்னுதான் எனக்குப் படுது" என்று மணியடித்து, உள்ளே வந்த பையனிடம், "ஏ. சி-யை அணைச்சிடு. பிளாஸ்க்கை கார்ல கொண்டாந்து வை" என்று சொல்லிவிட்டு, "வர்றீங்களா டிராப் பண்ணிட்டுப் போறேன்" என்றார்.

"கொஞ்சம் வேலை இருக்கு சார். ரெண்டாவது ஃபாரத்தை முடிச்சு வச்சுட்டுப் போறேன். அத்தோடு நான் ஸ்கூட்டர் எடுத்துட்டு வந்திருக்கேன்."

எடிட்டர், அறையோடு ஒட்டிய பாத்ரூமுக்குள் நுழைய, வெங்கடேஷ் வெளியே வந்து தன் அறைக்கு நடந்தான்.

"உங்க ரூம்ல தபால் எதுவும் இருக்கா சார் போஸ்ட்டுக்கு?" என்றான் கணேசன்.

"இல்லேப்பா. ராமமூர்த்தி சார், ரூமுக்கு வந்துட்டுப் போங்க" என்று நடந்து அறைக்குள் நுழைந்தான். மேஜை மேல் புரூஃப் பார்க்கவேண்டிய காகிதங்கள் வைக்கப்பட்டிருந்தன.

நாற்காலியில் அமர்ந்தான். எதிரே சாத்தப்பட்ட ஜன்னலின் கண்ணாடிக் கதவுகளுக்கு வெளிப்பக்கம் மழை தீவிரமாக வரிவரியாய் வழிந்ததில் ஒரு நாட்டியம் இருந்தது.

வாயில் வெற்றிலையைக் குதப்பிக் கொண்டே வந்த ராமமூர்த்தி, "என்ன வெங்கடேஷ்?" என்று மேஜைமேல் இருந்த ஆங்கிலப் புத்தகத்தை ஆராய்ந்தார்.

"சுதாகரோட சீரியல் சாப்டர் எப்போ வரும் சார்?"

"வந்துரும். அனுப்பிச்சிடுவான்."

"இப்படி மேம்போக்கா சொல்லாதீங்க. சுதாகரோட நீங்கதான் கம்யூனிகேட் பண்ணக்கிட்டிருக்கீங்க. எத்தனாம் தேதி ஸ்கிரிப்ட்

கிடைக்கும்னு போன் பண்ணித் தெரிஞ்சு என்கிட்டே சொல்லிட்டு வீட்டுக்குப் போங்க" என்று புரூஃப் திருத்த ஆரம்பித்தான்.

ராமமூர்த்தி எதிர் நாற்காலியில் அமர்ந்து டெலிபோன் எடுத்து, "சுதாகருக்கு போன் போடும்மா" என்றார். "கட்டுரை கான்ட்ரவர்ஸி ஆயிடுச்சா?"

"ஆமாம், மறுப்பு வைக்கணுமாம்."

"ஒப்புக்காதே. ஹலோ! சுதாகரா, 'கனவுகள்'லேர்ந்து ராமமூர்த்தி பேசறேன்ப்பா. சாப்டர் எப்போ அனுப்பறே? நாளைக்கா? அப்போ எழுதிட்டியா? நான் காலையிலே ஆள் அனுப்பி வாங்கிக்கறேன். வச்சிடட்டுமா?" வைத்து, "அப்போ நான் புறப்படறேன்."

"அந்த பாலர் இல்லம் மேட்டர் என்ன சார் ஆச்சு?"

"நேரம் ஒழியலை. செஞ்சு தர்றேன் வெங்கடேஷ்"

ராமமூர்த்தி போனதும், வேலையைத் தொடர்ந்தான் வெங்கடேஷ். டெலிபோன் ஒலிக்க... எழுவதை நிறுத்தாமல் எடுத்தான்.

"சார், 'சுதந்திர பறவை' பட விமரிசனம் எழுதினது நீங்களா?"

"ஆமாம். ஏன்?"

டைரக்டர் சிவராமன் போன்ல கூப்பிடறார். விமரிசனம் எழுதினவரோட பேசணுமாம். கனெக்ஷன் தரவா?"

"கொடும்மா... ஹலோ! வெங்கடேஷ் கியர்."

"ஏண்டா, நீதான் என் படத்துக்கு விமரிசனம் எழுதினதா?"

"சார், மரியாதையா பேசத் தெரிஞ்சா பேசுங்க."

"என்னடா மரியாதை? பல்லு அத்தனையும் கழட்டி எடுத்துடுவேன். காதலுக்குத் தீர்வாகக் காதலர்களை ஊரைவிட்டே ஓடச்செய்வது கேனத்தனமான முடிவுன்னு எழுதியிருக்கியே... திமிரா? என்னடா கேனத்தனம்? க்ளைமாக்ஸ்ல ஒரு கவிதையா

அதை செஞ்சிருக்கேன்; ஒரு பத்திரிக்கைலகூடத் தப்பா ஒரு வார்த்தை வரலை. பேனாவைக் கையில் எடுத்துட்டா தலைகால் புரியறதில்லையா? விமரிசனம் எழுதறப்போ நிதானத்திலே இருந்தியா?"

"மிஸ்டர் சிவராமன், ஒரு பிரபல டைரக்டர் பேசற பேச்சா இது? உங்க வசதிக்கு, உங்க எதிர்பார்ப்புக்கு நான் விமரிசனம் எழுத முடியாது. என் கருத்தைத்தான் நான் எழுத முடியும். விமரிசனத்துக்காக ஆத்திரப்படறது அநாகரிகம். அதை ஸ்போர்ட்டிவா எடுத்துக்கறதுதான் புத்திசாலித்தனம்."

"பழமொழி தெரியுமாய்யா? விமரிசகன்கிறவன் எப்படி ஓடறதுன்னு சொல்ற ஒரு நொண்டி. டைரக்ஸனுக்கு ஸ்பெல்லிங் தெரியுமா உனக்கு? ஒரு முன்னணிப் பத்திரிக்கையிலே எழுதறப்போ பார்த்து எழுதணும். உன் விமரிசனம் என் படத்தோட ஓட்டத்தையே பாதிக்கும், தெரியுமா?"

"படம் பாதிக்கக்கூடாதுன்னு பார்த்தா ரிலீஸாகிற அத்தனை படங்களையும் ஓகோன்னு தூக்கி எழுத வேண்டியிருக்கும். சூட்கேஸீம், டிபன்கேரியரும் உங்ககிட்டே வாங்கிக்கிட்ட விமரிசகரிகள்தான் அப்படி எழுதுவாங்க."

"திமிர் பேச்சா பேசறே? உன்னை உண்டு இல்லைன்னு பண்ணிடுவேன், ஜாக்கிரதை!"

"இந்த மிரட்டல் எல்லாம் என்கிட்டே வச்சிக்காதீங்க. போனை வைங்க" என்று வெங்கடேஷ் கத்தலாகச் சொல்ல, அந்தக் கத்தலில் சுந்தர் எழுந்து வந்து, "என்ன சார், யாரு?" என்றான்.

"டைரக்டர் சிவராமன்... 'சுதந்திர பறவை'யை கிழிகிழின்னு கிழிச்சிருந்தேன். அதுக்குக் குதிக்கறார். ஸ்கூல் பிள்ளைங்க காதலிக்கிறாங்களாம். வீட்ல எதிர்ப்பு. எக்ஸ்கர்சன் வந்த இடத்திலே ரெண்டுபேரும் தனியா பிரிஞ்சு ஏதோ ஊருக்கு ரயில் ஏறிடறாங்க. கதாநாயகனுக்கு இன்னும் மீசையே முளைச்சிருக்காது. கதாநாயகி இப்பதான் பிரா போட்டு சட்டை

போடறவ. மைனர் கேர்ள். போலீஸ்ல புகார் கொடுத்தா அந்தப் பையன் ஜெயிலுக்குப் போகணும்! இந்தக் காதல் அமர காதல்னு நான் எழுதணுமாம். அவங்க ஓடிப்போனது கவிதையாம். அதை நான் கேனத்தனம்னு எழுதினது தப்பாம். எதையாச்சும் படம் எடுத்துட வேண்டியது. எடுத்ததையெல்லாம் கண்ணை மூடிக்கிட்டு பாராட்டிட முடியுமா? மழை குறைஞ்சிருக்கா சுந்தர்?"

வெங்கடேஷ் எழுந்து ஜன்னல் கதவைத் தள்ளி வெளியே பார்த்தான். வேகம் குறைந்து லேசான தூறல் மட்டும் இருந்தது.

"மூடு அவுட் பண்ணிட்டான். இனி ஒரு எழுத்து ஓடாது. வீட்டுக்குப் புறப்படறேன். காலைல பார்க்கலாம் சுந்தர்" ஆணியில் மாட்டியிருந்த ஹெல்மெட்டை எடுத்துக் கொண்டான்.

கட்டடத்துக்கு வெளியே வந்து ஸ்டெப்னி கவருக்குள் செருகி வைத்திருந்த வேஸ்ட் துணி எடுத்து ஸ்கூட்டரின் ஸீட்டை, ரியர்வியூ மிர்ரரைத் துடைத்தான்.

மேகம் இன்னும் மிரட்டிக் கொண்டிருந்தது. சாலையில் நீர் இரண்டு பக்கங்களிலும் வடிந்து கொண்டிருந்தது. வீசன காற்றில் அருகாமைக் கடலின் உப்பு கலந்திருந்தது.

வெங்கடேஷ் சாலைலில் நிதானமாக ஸ்கூட்டரைச் செலுத்தினான்.

சாலைலில் ஏதோ வாகனம் சிந்திச் சென்ற எண்ணெய் தேங்கிருந்த தண்ணீர் திட்டுகளில் வண்ண ஜாலம் செய்திருந்தது. கடந்த பஸ்களில், கார்களில் வைப்பர்கள் எக்ஸர்சைஸ் செய்து கொண்டிருந்தன. நடைபாதை முழுக்க குடைகள் நகர்ந்தன.

நுங்கம்பாக்கம் வந்து ஸௌராஸ்டிரா நகர் வந்தான். நான்காவது குறுக்குத் தெருவில் நுழைந்து எலெக்ட்ரிக் டிரெயினுக்கான ரயில்வே லைன் நோக்கிச் செலுத்தி, வேப்பமரம் நின்ற அந்தச் சிறிய வீட்டின்முன் வண்டியை நிறுத்தினான்.

விக்கெட் கேட்டைத் திறந்து வைத்துவிட்டு, ஸ்கூட்டரைத் தள்ளி உள்ளே போர்ட்டிகோ அடியில் நிறுத்தினபோது, மாடி

போர்ஸனில் பால்கனியில் மூங்கில் நாற்காலியில் அமர்ந்திருந்த ஸ்வெட்டர் அணிந்த சாளராம், "ஹலோ வெங்கடேஷ், சூடா கடலை சாப்பிடறீங்களா?" என்றான்.

"அகோரப் பசி. குடலை எல்லாம் தாங்காது. மழைக்கு முன்னாடியே ஆபிஸ்லேர்ந்து வந்தாச்சா?"

"மத்தியானமே வந்தாச்சு."

"கொடுத்து வச்ச ஆளுப்பா. எனக்கு அப்படி ஒரு பாஸ் அமையலையே...!"

வெங்கடேஷ் சாவி எடுத்துக் கதவைத் திறந்து, கீழே கிடந்த இரண்டு கடிதங்களையும் எடுத்துக்கொண்டு உள்ளே வந்து விளக்கைப் போட்டான். ஹெல்மெட்டைக் கழற்றி மாட்டிவிட்டு, சிக்களை உதறிவிட்டு சின்ன ஹாலை ஒட்டின பெட்ரூமுக்கு சட்டையைக் கழற்றிக்கொண்டே நடந்தான்.

படுக்கையில் அமர்ந்து, தலைமாட்டில் இருந்த ரேடியோவை ஆன் செய்துவிட்டு 'ஜான்கி, கும்பகோணம்' என்று ஃப்ரம் அட்ரஸ் இருந்த கடிதத்தை முதலில் படித்தான்.

அன்புள்ள அத்தான்,

நானும் அண்ணனும் இங்கு சுகமாக வந்து சேர்ந்தோம். இந்த முறை எனக்கு ஏக வரவேற்பு. எல்லோரும் விழுந்து விழுந்து கவனிக்கிறார்கள். டில்லியிருந்து அக்கா பார்ஸலில் குங்குமப்பூ அனுப்பியிருக்கிறாள். வாண்டுகள் அதற்குள் பெயரே வைத்து விட்டார்கள். பெண் என்றால் ரம்யாவாம். ஆண் என்றால் விஜய்யாம். வளைகாப்பு நிகழ்ச்சியை எப்போது நடத்தினால் சௌகரியம் என்று அம்மா கேட்டு எழுதச் சொன்னார்கள். ஓட்டல் சாப்பாடு உங்கள் உடம்புக்கு ஒத்துக் கொள்ளாது. முடிந்தவரை வீட்டில் சமையல் செய்துக்கொள்ளுங்கள். காஸ் இருக்கிறது. குக்கர் இருக்கிறது. பத்து நிமிட வேலைதான். திருமணத்துக்கு

முன்பு சமைத்துக் கொண்டிருந்தவர்தானே! வாரா வாரம் எனக்குக் கடிதம் எழுதுங்கள். நானும் எழுதுகிறேன்.

இப்படிக்கு,
ஜானகி.

உதடுக்குள் சிரித்துக் கொண்டான். வெங்கடேஷ் நண்பன் ஒருவன் எழுதியிருந்த மற்றொரு கடிதத்தையும் படித்துவிட்டு எழுந்து முகம் கழுவி தலைச்சீவிக் கொண்டான். ஃப்ரிஜ்ஜிலிருந்து பிரெட்டும், சாஸீம் எடுத்துக்கொண்டு சமையல் மேடைக்கு வந்தான் டோஸ்ட் செய்து நின்றுகொண்டே சாப்பிட்டுத் தண்ணீர் குடித்தான்.

முன் ஹாலுக்கு வந்து டெலிவிஷனைப் போட்டுக்கொண்டு, அடையாளம் வைத்திருந்த அந்த சரித்திர நாவலைக் கையில் எடுத்துக்கொண்டு சோபாவில் அமர்ந்தபோது... மறுபடி மழை இரைச்சலாய் பெய்யத் துவங்கியது.

அடித்துக்கொண்ட ஜன்னலின் கதவுகளைக் கொக்கி போட்டுவிட்டு, 'வீரசிம்மன் சடுதியில் தன் புரவியில் இருந்து குதித்து தன் வாளை விரைவில் எடுத்து எதிரியின் புஜத்தில் வைத்தபோது என்ன நடந்தது...' என்று படிக்க ஆரம்பித்தான்.

"ஹா! மாற்றான் வலிமையை கணிக்கத் தவறிவிட்டார் வீரசிம்மர். உம் கரத்தில் இருப்பது வாள். ஆனால் போர் பல கண்டது என் தோள். வாளை உறையில் போடுவதே விவேகம்..." கொட்டிலின் காவலர் உரைத்தபோது...

அழைப்புமணி டிங்-டாங் என்றது. தொடர்ந்து ஒரு ஆட்டோ நீரைக் கிழித்துக்கொண்டு ஓடி, சத்தம் தேய்ந்தது.

வெங்கடேஷ் வாசல் கதவைத் திறந்தான்.

ஆளுக்கு ஒரு சூட்கேஸீடன் முற்றிலுமாக மழையில் நனைந்துவிட்ட நிலையில் அவளும் அவனும் நின்றுக் கொண்டிருந்தார்கள்.

காதல் என்பது...

ஒரு ஐஸ்கிரீம் வாங்கிக் கொண்டு

இரண்டு ஸ்பூன்கள் கேட்பது!

வெங்கடேஷ் சமையலறையின் கண்ணாடி அலமாரியின் கதவைத் தள்ளி உயரமாய் நின்ற வரிசையான பிளாஸ்டிக் டப்பாக்களில் பெயர் படித்தான். 'ரவா' என்று எழுதி ஒட்டியிருந்ததை எடுத்து, மூடி திறந்து பாத்திரத்தில் சரித்தான்.

தலையைத் துவட்டிக்கொண்டே வந்த பாஸ்கர், "ஏய் என்ன இது? பொம்பளை வேலையெல்லாம் செஞ்சிக்கிட்டு? பக்கத்திலே எதாச்சும் ஓட்டலுக்குப் போயிட்டு வந்துடலாம் வெங்கடேஷ்" என்றான்.

"இங்கே பக்கத்திலே ஓட்டல் எதுவும் இல்லை. ரொம்ப தூரம் போகணும். மழை இல்லைன்னா நானே ஆட்டோல அழைச்சுட்டுப் போவேன். நான் நல்லா சமைப்பேன் பாஸ்கர். அது சரி... சமைக்கிறது பொம்பளைங்களுக்கு மட்டுமா உரிமை? கல்யாண வீட்டுக்கும் ஸ்வீட் ஸ்டால்களுக்கும் சரக்கு மாஸ்டர் பொம்பளையா, ஆம்பளையா?"

"அட, விடுடா! ஒரு பேச்சுக்கு சொன்னதுக்கு முழு நீளத்துக்கு வாதம் பண்றியே... இப்ப என்ன செய்யப்போறே?"

"ரவா கிச்சடி" என்ற வெங்கடேஷ், கூடையிலிருந்து பெரிய வெங்காயம் எடுத்து, கத்திக் கொண்டு வெட்டத் தொடங்கினான்.

"ஒகே! கேரி ஆன். உன் கையால நாங்க அவதிப்படணும்னு இருக்கிறப்போ மாத்த முடியுமா? தலை சீவிட்டு வந்துடறேன்" என்ற பாஸ்கர் ஹாலுக்கு வந்து, படுக்கை அறையின் கதவைத் தட்டி, "வசந்தி, சேலை கட்டிக்கிட்டாச்சா?" என்றான்.

"ஒரு நிமிடம் ப்ளீஸ்...!"

அந்த ஒரு நிமிடத்தில் பாஸ்கர் டி.வி-யில் செய்தி பார்த்தான்.

கதவு திறந்து, "வரலாம் பாஸ்கர்" என்ற வசந்தி கைத்தறிப் புடவை அணிந்திருந்தாள். கூந்தலை மார்பில் போட்டுக் கண்ணாடி பார்த்துக் கொண்டு பின்னிக் கொண்டிருந்தாள். கழற்றிப் போட்ட ஈரமான உடைகள் தரையில் தனியாய்க் கிடந்தன.

“என் சட்டையோட கை எதைத் தொட்டுக்கிட்டிருக்கு பார் வசந்தி” என்று சீப்பு எடுத்தான் பாஸ்கர்.

குனிந்து பார்த்து, “சீ!” என்று தான் கழற்றிப்போட்ட உள்ளாடையை தனியாய் விலக்கி வைத்து, “இந்த ஆம்பளைங்க ரசனையே மோசம்ப்பா” என்றாள்.

“அதெல்லாம் ஒண்ணுமில்லை. நாங்க வெளியில சொல்லி மனசைக் காலி பண்ணிடறோம். நீங்க உள்ளுக்குள்ள புதைச்சு மேலமேல வளர்த்துக்குவீங்க”

“நல்லா இருக்கு பேச்சு, தலை சீவியாச்சுன்னா வெளியில போங்க. உங்க ஃப்ரெண்டை வெளில விட்டுட்டு ரெண்டுபேரும் அவர் பெட்ரூமுக்குள்ளே இருக்கிறது நல்லால்லை. இதுதான் அவர் வொய்ஃபா? அழகா இருக்காங்க இல்லே?” என்று கட்டில் அருகே இருந்த போட்டோவை எடுத்துப் பார்த்தாள் வசந்தி.

“ஆமாம். இவங்களைத்தான் நான் முதல்ல காதலிக்கிறதா இருந்துச்சு. அப்புறம் ஃப்ரெண்டுக்காக விட்டுக்கொடுத்துட்டு இன்னும் அழகா பார்த்துப் பொறுக்கி உன்னைப் பிடிச்சேன்” என்று பெட்டியிலிருந்து காலர் இல்லாத ஒரு பனியனை எடுத்து அணிந்துக் கொண்டான்.

“இந்தத் துணியெல்லாம் எங்கே காயப்போடறதுன்னு கேட்டுட்டு வாங்க. என்ன செய்றார் உங்க ஃப்ரண்டு, சத்தத்தையே காணோம்?”

“ரவா கிச்சடி செஞ்சிக்கிட்டிருக்கான்.”

“என்னது!” என்று பாஸ்கரை முறைத்த வசந்தி, என்னங்க இது, ஏன் அவரைப் போட்டுத் தொல்லை பண்றீங்க?”

“நானா செய்யச் சொன்னேன்?”

“வொய்ஃப் எங்கேயாம், சினிமாவா?”

“ஊர்ல இல்லை. பிரசவத்துக்காக அம்மா வீட்டுக்குப் போயிருக்காங்க.”

வசந்தியும், பாஸ்கரும் அறையைவிட்டு வெளியே வந்து சமையலறையை நெருங்க, வெங்கடேஷ் ரவாவைக் கிளறி விட்டுவிட்டு, மிக்ஸியின் ஒயரை ப்ளக் பாயின்டில் செருகினான்.

"சார், நீங்க போங்க. ஹால்ல பேசிக்கிட்டிருங்க. பொட்டுக்கடலை, மிளகாய் எல்லாம் சட்னிக்குத்தானே எடுத்து வச்சிருக்கீங்க? நான் செய்றேன், நகருங்க" என்று வசந்தி, முந்தானையை இடுப்பில் செருகிக் கொண்டாள்.

"ஓகே!" என்று வெங்கடேஷ் வாஷ் பேசினில் கை கழுவி, துடைத்துக் கொண்டு ஹாலுக்கு வர... தொடர்ந்து வந்து பாஸ்கர் அவன் அருகில் அமர்ந்தான்.

வெங்கடேஷ் கையில் நகம் பார்த்துக்கொண்டு, "வந்த உடனே கேக்க விருப்பம் இல்லை. இப்ப சொல்லு பாஸ்கர், இந்தப் பொண்ணு...?" என்றான்.

பாஸ்கர் சரித்திர நாவலைக் கையில் எடுத்துக்கொண்டு, "நீ புரிஞ்சுக்கிட்டிருப்பேன்னு நினைச்சேன்."

"கழுத்திலே தாலி இல்லை. கால்ல மெட்டி இல்லை. உங்க பேச்சுகளிலே அந்நியம் இல்லை. அதனால புரிஞ்சுக்க முடியலை."

"எங்களைப் பொறுத்தவரைக்கும் எப்போ முதன்முதலா சந்திச்சோமோ அப்பவே கல்யாணம் முடிஞ்சிடுச்சு. இனிமே நடக்க வேண்டிய சடங்குகளும் சம்பிரதாயங்களும் ஊருக்காகத்தான்."

"அது எப்போ பாஸ்கர்?"

"ஒரு நிரந்தர வருமானத்தை அமைச்சுக்கிட்டு, என்னை நிலைப்படுத்திக்கிட்ட அடுத்த நிமிடமே."

"மை காட் ரெண்டுபேருமே ஓடி வந்திருக்கீங்களா?"

"இல்லை, ரயில்லதான் வந்தோம்."

"பாஸ்கர், சீரியஸாப் பேசு. என்ன இது?"

“எப்படிச் சொல்றது வெங்கடேஷ்? வாழணுங்கற துடிப்போட வந்திருக்கோம். அதுக்கு உன்னோட உதவி கிடைக்குங்கிற நம்பிக்கையிலே வந்திருக்கோம்.”

“பாஸ்கர், இதை நான் எதிர்பார்க்கலை.”

“பிக்னிக் வந்திருக்கோம்னு நினைச்சியா? இனி நிரந்தரமாய் சென்னைதான். ஊர் எல்லையிலே அதுவே வருக, வருகன்னு அன்போடு அழைச்சிடுச்சிப்பா. நீ ஏன் உம்முனு இருக்கே. ஒரு நல்ல நண்பனா எனக்கு உதவி செய்யமாட்டியா?”

“அது வேற... நீ செஞ்சிருக்கிற காரியம் ரொம்ப தப்பு பாஸ்கர்.”

“இது பொதுவான அபிப்பிராயம். எங்க சூழ்நிலை உனக்குத் தெரியாதுப்பா. எவ்வளவோ யோசிச்சு வேற வழியில்லாமதான் இந்த முடிவுக்கு வந்தோம். ஊரைவிட்டு, உறவைவிட்டு நாங்க விலகலைன்னா, நிரந்தரமாவே ரெண்டு பேரும் விலகிட வேண்டிய நிர்ப்பந்தம்!”

“இவ்வளவு பெரிய முடிவு எடுக்க வேண்டிய அளவுக்கு, காதலை உசத்தி என்னால நினைக்க முடியலை பாஸ்கர்.”

“உனக்கு காதல் அனுபவம் உண்டா வெங்கடேஸ்?”

“என் மனைவியைக் காதலிச்சுக்கிட்டுதான் இருக்கேன்.”

“அதுக்குப் பேர் காதல் இல்லை. மனைவிங்கிற உறவுமேல இயல்பா ஏற்படற பிரியம் கல்யாணத்துக்கு முன்னால ஒரு பெண்மேல அந்த அளவு பிரியம் வச்சிருக்கியா?”

“இல்லை.”

“அதான் காதல். அதை உணராமலேயே அது உசத்தி இல்லைன்னு எப்படி முடிவுக்கு வந்தே? வசந்தியை நான் இந்த அளவுக்கு நேசிக்கிறேன்னு அளவு குறிப்பிட்டுச் சொல்ல முடியாது என்னால. அதே மாதிரிதான் அவளும். இது விடலைப் பருவக் கோளாறு இல்லை. அந்த வயசைக் கடந்தாச்சு. இது வெறும் காமச் சலனம் இல்லை. அவளை அடைய எத்தனையோ சந்தர்ப்பங்கள்

அமைஞ்சது எனக்கு. ஸோ, இன்னும் எப்படிச் சொல்றது? உணர்வுபூர்வமான ஒரு விஷயத்தை வார்த்தைகள் மூலமா விளக்கம் சொல்ல முயற்சிக்கிறதே முட்டாள்தனம் வெங்கடேஸ்."

"பாஸ்கர், நீ சொல்ற இந்தத் தீவிரமான நேசிப்பையோ, உன் சின்ஸியாரிட்டியையோ நான் சந்தேகப்படலை. ஆனா, இப்படி அப்பா, அம்மா, தம்பி, தங்கைன்னு எத்தனை உறவுகளை அறுத்துக்கிட்டு நீங்க ரெண்டுபேரும் வந்திருக்கீங்க?"

"எத்தனையோ குடும்பங்களில் கல்யாணத்துக்கப்புறம் தனிக்குடித்தனம் அமைக்கிறதில்லையா? எல்லாரும் அம்மா அப்பாவோட சேர்ந்தே இருக்காங்களா? இன்னிக்குத் தம்பி நாளைக்குப் பங்காளி. தங்கச்சி இன்னொரு வீட்டுக்குப் போறவ. என்னோடு கடைசி வரைக்கும் கூட வர்ற ஒரே உறவு என் மனைவிதான் வெங்கடேஸ். நீ சொல்ற மாதிரி நான் உறவுகளை அறுத்துட்டு வந்துடலை. எங்க கல்யாணம் நடக்கணும்ங்கிறதுக்காக தற்காலிகமா பிரிஞ்சு வந்திருக்கோம்."

கொஞ்சநேரம் அமைதியாக இருந்த வெங்கடேஷ், "நீ சொல்ற வாதங்கள் என்னைப் பொறுத்தவரைக்கும் நியாயப்படுத்தலை பாஸ்கர். ஆனா, எவ்வளவு பேசியும் இனி உன் முடிவிலே மாற்றம் ஏற்படுத்த முடியாதுன்னு நினைக்கிறேன். நடந்து முடிஞ்ச ஒரு செயல் பத்தி மேலே மேலே விவாதிக்கறதிலேயும் அர்த்தம் இல்லை. நான் உனக்கு எந்த விதத்திலே உதவணும்னு எதிர்பார்க்கிறே?" என்றான்.

"அடைக்கலம் தா... எனக்கு ஒரு வேலை கிடைக்கிற வரைக்கும்."

"பொருத்தமில்லாத வார்த்தை எல்லாம் சொல்லாதே, இப்படி ஓடி..." என்று ஆரம்பித்தவன், பின்னால் கொலுசு சப்தம் கேட்க, "அப்புறம் பேசலாம்" என்று டி.வி. திரையைப் பார்த்தான்.

இரண்டு கைகளிலும் இரண்டு பிளேட்களில் ரவாகிச்சடி ஏந்தி வந்த வசந்தி, "ஸ்பூன்ஸ் இருக்கிற இடம் கண்டுப்பிடிக்க முடியலை" என்றாள். கிச்சடியை ட்ரே மேல் வைத்தாள்.

“நான் எடுத்துட்டு வர்றேங்க” என்று வெங்கடேஷ் போய் எடுத்துக்கொண்டு வந்து, “நீங்களும் உங்க தட்டை இங்கே எடுத்துட்டு வந்துடுங்க. சேர்ந்தே சாப்பிடலாம்” என்று கிச்சடியில் ஸ்பூன் செருகினான்.

அப்புறம் அவர்கள் பேசிக் கொண்டிருந்தார்கள்.

சேப்பாக்கில் ஒரு ரன்னில் இந்தியா வெற்றி வாய்ப்பை நழுவ விட்டதற்காக வருத்தப்பட்டார்கள். ‘சிப்பிக்குள் முத்து’ படத்தில் கமலஹாசனின் நடிப்பைப் பாராட்டிப் பகிர்ந்து கொண்டார்கள். டில்லி டெலிவிஷனில் செய்தி வாசித்த புதிய பெண்மணியின் அழகை அதிசயித்தார்கள்.

“நீங்க ரூமுக்குள்ளே படுத்துக்கங்க. நானும் பாஸ்கரும் ஹால்ல படுத்துக்கறோம்” என்றான் வெங்கடேஷ்.

ஹாலில் ஜீரோ வாட்ஸ் பல்ப் வெளிச்சத்தில் மார்பின்மேல் கைகளைக் கட்டிக்கொண்டு படுத்திருந்த வெங்கடேஷ் சைடில் திரும்பிப் புரண்டு படுத்துக்கொண்டிருந்த பாஸ்கரைக் கேட்டான், “தூக்கம் வரலையா பாஸ்கர்?”

“புது இடமில்லையா... அதான்.”

“அவ்வளவுதானா! வேற பயம் எதுவும் இல்லையா?”

“என்ன பயம்?”

“உன்னையே முழுக்க முழுக்க நம்பி ஒரு பொண்ணு உன்கூட வந்திருக்கா உனக்கு பயமா இல்லையா பாஸ்கர்?”

“இதிலே பயப்பட என்ன இருக்குடா? தீர்மானிக்கிற வரைக்கும்தான் தயக்கம், பயம் எல்லாம். தீர்மானிச்சு செயலும் படுத்தியாச்சு. இனி என்ன பயம்?”

“இனிமேதான் பயம்னு எனக்குத் தோணுது.”

“என்ன சொல்றே?”

“வாழ்க்கை பூரா வச்சிக் காப்பாத்துவே, எந்த சந்தர்ப்பத்திலேயும் கைவிட்டுட மாட்டேன்னு பெரிய பெரிய நம்பிக்கைகளோட அந்தப் பொண்ணு வந்திருக்கு.”

“யெஸ். நான் ஒண்ணும் அந்த நம்பிக்கைக்கு மோசம் பண்ணப் போறதில்லையே!”

“ஒரு ஆண் வீட்டைவிட்டுப் போறதுக்கும், ஒரு பெண் வீட்டைவிட்டுப் போறதுக்கும் நிறைய வித்தியாசம் இருக்கு. நாளைக்கே நீ உன் குடும்பத்தோட சேர்ந்து சமாதானம் ஆகிடலாம்... அவளால அப்படிச் செய்ய முடியாது. அந்தக் குடும்பம் ஏத்துக்கிட்டாலும் ஊர் ஏத்துக்காது. பேசும்... வீடு வீடா பேசும். ஊர் ஊரா பேசும். இந்த நிமிடம் அந்தப் பொண்ணுக்கு உன்னை விட்டா வேற போக்கிடமே கிடையாது பாஸ்கர்.”

“இதையெல்லாம் ஏன் சொல்றேன்னு புரியலை!”

“நான் சொல்றதோட முழு அர்த்தமும் உனக்கு இன்னும் புரியலைன்னுதான் நினைக்கிறேன். கல்யாணம் பண்ணிக்கணும்னு எண்ணம் இருக்கு... சரி. ஆனா, எந்த உத்தரவாதத்துலே அவளை அழைச்சுக்கிட்டுப் புறப்பட்டே?”

“அதான் சொன்னேனேடா. ரெண்டுபேர் சுமாரான வசதிகளோட வாழறதுக்குத் தேவையான அளவுக்கு சம்பாரிக்கிற வகையிலே ஒரு வேலை தேடிக்கிட்டாப் போதும். ஆடம்பரமான கற்பனை இல்லை.”

“ஆடம்பரத்தை விடு. அடிப்படையைப் பூர்த்தி செய்ற அந்த வேலை கிடைக்கிறது. அவ்வளவு சுலபமா?”

“பி.காம்., ஃபர்ஸ்ட் கிளாஸ் வெங்கடேஷ்.”

“எம்.காம்., ஃபர்ஸ்ட் கிளாஸ், ‘ரெண்டு மசால் தோசேய்’னு கத்தற காட்சியைக் காட்டட்டுமா உனக்கு?”

“ஏய், என்னைப் பயமுறுத்தாதே. டிஸ்கரேஜ் பண்ணாதே.”

"இல்லை. உண்மை நிலையோட தீவிரம் எனக்குப் புரியறதால கவலைப்படறேன்."

"நான் மதுரையிலேர்ந்து வேலைக்கு முயற்சி பண்ணிக்கிட்டுதான் இருந்தேன் வெங்கடேஷ். பாங்க் பரீட்சைகள் எழுதியிருக்கேன். பிரைவேட் கம்பெனிக்கும் அப்ளை செஞ்சிருக்கேன் நாளன்னிக்குக்கூட இதே மெட்ராஸ்ல எனக்கு ஒரு இண்டர்வியூ இருக்கு. சீக்கிரம் எனக்கு வேலை கிடைச்சு, வாழ்க்கை என் எண்ணப்படியே அமைஞ்சுடும்னு நான் நம்பறேன். நம்பிக்கைகளால ஆனதுதானே வாழ்க்கை?"

"சரி, தூங்கு. காலைல பேசிக்கலாம். குட் நைட்" என்று திரும்பிப் படுத்த வெங்கடேஷ், தூங்காமல் நெடுநேரம் சிந்தித்துக் கொண்டிருந்தான்.

கையிலிருந்த பொட்டலத்தில் கடலை தீரும்வரை, சன்னமாகப் பெய்து கொண்டிருந்த மழையை ரசித்துக் கொண்டிருந்த ஸ்ரீராம், எழுந்து மூங்கில் சேரை உள்ளே எடுத்துப்போய் பால்கனிக்கு வரும் வாசலின் கதவை மூடினான்.

அந்த நீள செவ்வக ஹால் முழுக்க பொருட்கள் விபத்துக்குள்ளான பஸ்போல அலங்கோலமாகக் கிடந்தன. கட்டில் மேல் பிசகின விரிப்பு. கழற்றிப் போட்ட நிலையில் பாண்ட், சட்டை, தரையெங்கும் அணைந்த தீக்குச்சிகள், ஜன்னல் இல்லாத மூன்று பக்கச்சுவர்களிலும் மாட்டப்பட்ட ஓவியங்கள்.

எல்லாமே சர்ரியலிச ஓவியங்கள். ஆர்ட் பை ஸ்ரீராம் என்று இடது மூலையில் பொடி எழுத்துக்கள் தாங்கியது.

ஒன்றில் சின்னப் பெண் ஒருத்தி கான்வாசின் பால பாகத்தில் அவுட் ஆஃப்ஃபோகஸில் உடம்பை நெளிக்க பொருத்தமில்லாத அவளின் பெரிதான மார்புகள் ஒன்றிலிருந்து ஒரு பிரும்மாண்ட கைமுளைத்து, விரல்கள் விரித்து எதற்கோ காத்திருந்தது.

சதுரமான மேஜை மேல் கிரேக்கத் தனமாய் ஒருத்தி உடையெல்லாம் உருவிப் போட்டுவிட்டு உடம்பை நெளித்து பல்பு சுமந்திருக்க...

அதன் வெளிச்ச எல்லைக்குள் கான்வாஸ்கள், ஆர்ட் காகிதங்கள், வர்ணக் குப்பிகள், பிரஷ்கள், வாக்ஸ் பென்சில்கள், எல்லா சைஸ்களிலும் ஸ்கேல்கள் என்று சகலமும் சங்கமித்திருந்தன.

ஸ்ரீராம் உள்ளே வந்து மேஜையின் டிராயரை இழுத்தான். சின்ன டப்பா எடுத்தான். அதிலிருந்து சிகரெட் எடுத்தான்.

நாற்காலியில் சாய்ந்துக்கொண்டு, கால்களைத் தூக்கி மேஜைமேல் போட்டு, லைட்டர் எடுத்துப் பற்றவைத்து நிதானமாகப் புகையை உள்ளே பரவவிட்டால் ஜன்னலுக்கு வெளியே மின்னல் வெட்டி சீராகப் பெய்யும் மழையை அடையாளம் காட்டியது.

கண்மூடி உட்கார்ந்தபடி கனவு காணத் தொடங்கினான். குதிரையின் குளம்பொலிகளைக் கேட்டான். டக்டக் டக்டக் என்று விரைவாய் சமீபித்துக் கொண்டிருந்தது. ஜன்னலுக்கு வெளியே தூரத்தில் அந்த வெள்ளைக் குதிரை முன்னங்கால்களை உயரமாய்த் தூக்கி வைத்துக் கொண்டிருக்க, அது வருகிற பாதையில் மட்டும் மழை இல்லை. அதனை மட்டும் ஒரு போகஸ் விளக்கு தொடர... அது வந்து கொண்டிருந்தது. கிட்டே நெருங்க, அதன்மேல் அந்த இளவரசி புலப்பட்டாள். கம்பீரமான இளவரசி. தலையில் வைர, வைடூரியங்கள் பதித்த சின்ன கிரீடம், கழுத்திலும், உடம்பெங்கும் உம்மிடியார்ஸ். நிமிர்ந்த மார்புகளைத் தங்கச் செதில்கள் போர்த்தியிருக்க, நீண்ட கண் இமைகளின்மேல் வெளிர்நீல பளபளா... உதடுகளில் ரத்தச் சிவப்பு. கன்னங்களில் ஐஸ்கிரீமின் குழைவு. அந்த ராஜா உடையெங்கும் நூலுக்குப் பதிலாக வரிவரிவாய் வைரங்கள். குதிரை மிகச் சமீபித்துவிட... ஸ்ரீராமை நேராகப் பார்த்துப் பளிச்சென்று புன்னகைத்தாள் இளவரசி. இப்போது குதிரை வந்த அதே வேகத்தில் பின்பக்கமாகப் பாய... இளவரசி அதோ... அதோ...காணாமல் போனாள்.

ஸ்ரீராம் எப்போது தூங்கினானோ, விழித்தபோது மணி ஆறு. நாற்காலியில் அமர்ந்த நிலையிலேயே உறங்கிப் போனதை

உணர்ந்தான். தலையை ஒரு தரம் குறுக்குவாட்டில் உதறிக் கொண்டான்.

கொடியில் களைத்துத் தேடி துண்டு எடுத்துக்கொண்டான். பிரஷில் பேஸ்ட்டைப் பிதுக்கிக்கொண்டு பற்களைத் தேய்த்துக்கொண்டே கீழே கட்டடத்துக்குப் பின்புறமுள்ள பாத்ரூமுக்குப் போவதற்காக வீட்டின் முன்புறத்தில் பக்கப் பகுதியிலிருந்த படிகளில் இறங்கினான்.

வாசலில் குனிந்து கோலம் போட்டுக் கொண்டிருந்தாள் வசந்தி.

மாடிப்படிகளிலிருந்து பின்புறமாக அவளைப் பார்த்த ஸ்ரீராம், சைடில் துப்பிவிட்டு, "என்னங்க இது, மூணு நாள் முன்னாடிதான் கும்பகோணம் போனீங்க, அதுக்குள்ளே வந்துட்டீங்க" என்றவன், திரும்பிப் பார்த்த வசந்தியின் முகத்தைப் பார்த்து உடனே அதிர்ந்து போனான்.

இவள்... இவள்...

படிகளில் இறங்குவதை நிறுத்தி பார்த்துக்கொண்டே இருந்தான்.

காதல் என்பது...
சாப்பிடும் போது
பார்வை கூரையில்
நிலைத்திருப்பது!

மிச்சப் படிகளை விரைவாய் இறங்கி, "ஸாரி, மேடம்! நான் வெங்கடேஷ் ஸாரோட மிஸஸ்னு நினைச்சுக் கேட்டுட்டேன்" என்றான் ஸ்ரீராம்.

"பரவாயில்லைங்க. நான் விருந்தாளி" என்ற வசந்தி, விட்ட இடத்திலிருந்து கோலத்தைத் தொடர்ந்தாள்.

கட்டடத்தின் பக்கப் பகுதியிலிருந்த சிறிய சந்துக்குள் நுழையும் முன்னர் மறுபடி ஒருதரம் திரும்பிப் பார்த்தான் ஸ்ரீராம். தலையைக் குறுக்குவாட்டில் ஒருமுறை உதறிக் கொண்டான். பாத்ரூமுக்குள் நுழைந்து பைப்புக்கு நேராக வாளியை வைத்துத் திறக்க, தண்ணீரின் மேற்பரப்பில் நுரைகளுக்கு மத்தியில் குனிந்து கோலம் வைக்கும் வசந்தி மிதந்து, அசைந்து மேலே வந்தாள்.

குளித்துவிட்டு, கைலியும் ஒரு காட்டன் சட்டையும் அணிந்த வெங்கடேஷ் தலை சீவிக்கொண்டு, பால் குக்கரின் விசில் சப்தம் கேட்டுச் சமையலறைக்கு வந்தான்.

புரூ பாட்டில் இந்த கப்போர்டிலே இருக்குங்க" என்று எடுத்துத் தந்து, "எனக்கு ரெண்டு ஸ்பூன் சர்க்கரை!" என்றான்.

தயாராய்க் கழுவி வைத்திருந்த இரண்டு பீங்கான் கப்புகளில் பாலை ஊற்றின வசந்திக்கு, பின்னால் மார்பின் குறுக்கே கைகளைக் கட்டிக்கொண்டு நின்ற வெங்கடேஷ், "உங்க பேர் வசந்திங்கிறதைத் தவிர வேற தகவல்கள் எதையும் பாஸ்கர் சொல்லலை. ஐ மீன்... உங்க குடும்பத்தைப் பற்றி... என்ன செய்றாங்க உங்க அப்பா, அம்மா?" என்றான்.

ஜன்னலுக்கு வெளியில், பக்கத்து வீட்டின் காம்பவுண்டுக்குள் நின்ற மரங்களின் இலைகளிலிருந்து ராத்திரி மழையின் ஈரம் நிதானத் துளிகளாய்ச் சொட்டிக் கொண்டிருக்க... ஒரு காக்கா தொண்டையைத் தீட்டிக் கொண்டது.

அவனிடம் ஒரு கப்பை நீட்டிவிட்டு, "அப்பா இல்லீங்க. சின்ன வயசிலேயே இறந்துட்டாங்க... அம்மாதான். மதுரையிலே பாப்புலர் டாக்டர், கைனகாலஜிஸ்ட், ஜெயலட்சுமின்னு பேரு.

அண்ணா நகர்ல வீடு. ஒரு தங்கை ப்ளஸ் டூ படிக்கிறா. ஒரு தம்பி எட்டாவது படிக்கிறான். நான் பி.எஸ்ஸி., ஹோம் சயன்ஸ் படிச்சேன். வீடு பூரா தொட்டி தொட்டியா வாங்கி நிரப்பிடுவேன். தொட்டி பூரா விதம் விதமா பூச்செடிகள் வளர்ப்பேன். வீட்ல வி. சி. ஆர். இருந்ததாலே சினிமாவுக்காக வெளில போறதில்லை. கொஞ்சம் படிப்பேன். நத்திங் ஸ்பெஷல்" என்றாள் வசந்தி, தன் கப்பை இடையிடையே சிப் செய்துகொண்டு.

"யு ஆர் ராங். பாஸ்கருக்கு நீங்க ஸ்பெஷல்தானே...?"

பளீரென்று ஓசை வராமல் சிரித்தாள்.

"கொஞ்சம் ஃப்ரீயா நீங்க பேசறதால கேக்கறேன். தப்பா எடுத்துக்காதீங்க. நீங்க எடுத்திருக்கிற முடிவு உங்களுக்கு நூறு சதவீதம் நியாயமானதாப் படுதா?"

முகம் பார்த்துப் பேசிக் கொண்டிருந்தவள் சட்டென்று பார்வையை விலக்கி, தரை பார்த்தாள். "பாஸ்கரை நான் சந்திக்காம இருந்திருந்தா எல்லாரையும் போல சிக்கல் இல்லாம என் வாழ்க்கையும் அமைஞ்சிருக்கும். அம்மா பார்க்கிற மாப்பிள்ளைக்கு வீணை வாசிச்சுக் காட்டி, பாட்டுப் பாடி, குனிஞ்ச தலை நிமிராம மணமேடையிலே உக்காந்திருப்பேன். நீங்க ஒரு ஜர்னலிஸ்ட். உங்களால புரிஞ்சுக்க முடியும். திட்டம் போட்டு நடத்தற செயல் இல்லை காதல். அது, தோட்டக்காரன் இல்லாம இயற்கையா வளர்ற செடி. பாஸ்கரைப் பல சந்திப்புகளுக்கு அப்புறம்தான் முழுசா புரிஞ்சுக்கிட்டேன். புரிஞ்சுக்கிட்ட பிறகு நட்புங்கிற வேஷம் பிடிக்கலை. மியூச்சுவலா உணர்வைப் பகிர்ந்துக்கிட்டோம். எங்கம்மா ரொம்ப கண்டிப்பு. இதிலெல்லாம் அவங்களுக்கு நம்பிக்கை கிடையாது. பாஸ்கர் குடும்பத்தைப் பத்திதான் உங்களுக்குத் தெரியும். முறையா குடும்பத்திலே தெரிவிச்சு சாதிச்சுக்கிற சந்தர்ப்பம் இல்லைன்னு முடிவானதும், நாங்க தாமதிக்க விரும்பலை. எங்களுக்கு வேறவழியும் தெரியலை" என்றபோது விழிகளில் லேசாகக் கலக்கம்.

"ஸாரிங்க! நான் உங்களைப் புண் படுத்திட்டதா நினைச்சா மன்னிச்சுடுங்க" என்று கப்பை வைத்துவிட்டு ஹாலுக்கு வந்தான் வெங்கடேஷ். கதவின் இடுக்கு வழியாக வந்து கிடந்த தினசரிகளை எடுத்துக்கொண்டு சோபாவில் அமர்ந்தான்.

வசந்தி ஹாலுக்கு வந்து, தூங்கிக் கொண்டிருக்கும். பாஸ்கரின் தலையணையைப் பிடுங்கினாள்.

"எந்திரிங்க பாஸ்கர்... மணி ஏழாகப் போகுது."

பெரிய கொட்டாவியுடன் எழுந்து, "குட் மார்னிங் டார்லிங்!" என்றவனுக்கு, உதட்டின் குறுக்கே விரல் வைத்து வெங்கடேஷைக் காட்டினாள்.

பாஸ்கர் சோபாவுக்கு வந்து, "எனி ஹாட் நியூஸ்?" என்றான், தினசரியைக் கையில் எடுத்தபடி.

"ஹீட்டர்ல் தண்ணி சூடா இருக்கு. அதான் ஹாட் நியூஸ். எழுந்ததே லேட் போய் முதல்ல குளிச்சுட்டு வாங்க. அப்புறம் பேப்பர் படிக்கலாம்" என்றாள் வசந்தி.

"என்ன நீ, அதுக்குள்ளே அசல் பொண்டாட்டி மாதிரி வெரட்றே?"

"ஒத்திகை பார்த்துக்கறேன், போய் குளிங்க பாஸ்கர்"

"பிரஷ், டவல் எல்லாம் எடுத்து வச்சாச்சா?"

"என்னது?"

அதுக்கு ஒத்திகை பார்க்கலையா?" என்று சிரித்துவிட்டு அவன் நகர்ந்ததும்,

"ஏன் சார், உங்க வீட்டின் சமையல் அறையை நான் உபயோகிக்கிறதுலே உங்களுக்குச் சங்கடம் எதுவும் இல்லையே?" என்றாள் வெங்கடேஷிடம்.

அதெல்லாம் ஒண்ணுமில்லை. இந்த சந்தர்ப்பத்திலே என் வொய்ஃப் இங்கே இல்லையேன்னு தோணுது. வந்த விருந்தாளியை வேலை வாங்கறதுதான் கஷ்டமா இருக்கு."

"விருந்தாளின்னு நினைச்சாத்தான் சங்கடமா இருக்கும். உறவுன்னு நினைச்சுக்குங்க, சரியாப் போயிடும். உங்க சிஸ்டரா நினைச்சுக்குங்களேன்."

சட்டென்று திரும்பி அவள் முகத்தைப் பார்த்தான் வெங்கடேஷ். ஒரு பெருமூச்சுடன் பார்வையைத் திருப்பிக்கொண்டு, "ஓகே, நான் சங்கடப்படலை. உங்க இஷ்டத்துக்கு இந்த வீட்ல எது வேணும்னாலும் செய்யுங்க மேடம்" என்றான்.

"இவ்வளவு சுதந்திரம் கொடுக்கிறதும் தப்பு. அப்புறம் நான் வீட்டோட பொருள்களின் அரேஞ்மென்ட்டையே தலைகீழா மாத்திடுவேன். ஊர்லேர்ந்து திரும்பி உங்க வொய்ஃப் அடையாளம் தெரியாம திணறிடுவாங்க. அப்புறம்... உங்க சிஸ்டரை நீங்க மேடம்னுதான் கூப்பிடுவீங்களா? உங்களுக்கு எனக்கும் குறைச்சலா பத்து வயசு வித்தியாசம் இருக்கும். வசந்தின்னே கூப்பிடுங்க..."

வெங்கடேஷ் முழுக்கைச் சட்டையை பாண்ட்டுக்குள் டக் செய்து கொண்டான். ஸ்டாண்டிலிருந்து நேற்றைய பாண்ட் எடுத்து அதிலிருந்து பெல்ட்டை உருவி லூப்களில் நுழைத்துக் கொண்டான்.

வாட்ச் கட்டிக்கொண்டு, மணிபர்ஸ் எடுத்துக்கொண்டு அறையைவிட்டு வெளியே வந்தான்.

ட்ரே மேல் இரண்டு கால்களையும் நீட்டிக்கொண்டு வார இதழ் படித்துக் கொண்டிருந்த பாஸ்கரின் தலையை லேசாகக் கலைத்து, "நான் ஆபீஸுக்குப் புறப்படறேன். உன் புரோக்ராம் என்ன?" என்றான்.

"பாரீஸ் கார்னர் வரைக்கும் போகணும். மதுரைக்காரர் ஒருத்தர் அங்கே டிராவல் ஏஜென்ஸி வச்சிருக்கார் அவரைப் பார்த்துப் பேசணும்."

"அப்போ ஒண்ணு செய். நான் பஸ்ல போய்க்கிறேன் நீ ஸ்கூட்டர்ல போயிட்டு வந்துடு. டைம் இருந்த என் ஆபீஸுக்கு

வா. ஒரு பத்திரிக்கை எப்படி உருவாகிறதுன்னு காட்டறேன்" என்று நகர்ந்தவன்,

மொட்டை மாடிக்குச் செல்லும் படிகளில், பக்கெட் நிறைய ஈரத் துணிகளோடு ஏறிக்கொண்டிருந்த வசந்தியைப் பார்த்து நின்றான்.

"மறக்காம எல்லா துணிக்கும் க்ளிப் வச்சிடுங்க. இல்லேன்னா காத்து அடிச்சுக்கிட்டுப் போயிடும். நீங்க இதுக்கு முன்னாடி மெட்ராஸ் வந்திருக்கீங்களா?"

"இல்லை, இதான் முதல் தடைவ."

"பாஸ்கர், அப்போ ஒண்ணு செய். பாரீஸ் போய்ட்டு வந்து முக்கியமான இடங்களுக்கு அழைச்சுட்டுப் போ, பக்கத்திலேதான் வள்ளுவர்கோட்டம். அடையாறு ஆலமரம், பாம்புப் பண்ணைன்னு போய்ட்டு வாங்க. மத்தியானம் லஞ்ச் நான் ஓட்டல்ல சாப்பிட்டுடுவேன். ஈவ்னிங் எப்போ திரும்புவேன்னு சொல்ல முடியாது. வெளியில எங்காவது போறதா இருந்தா, பூட்டி சாவியை மாடி ரூம்ல ஸ்ரீராம்னு தங்கியிருக்கார். அவர்கிட்டே கொடுத்துட்டுப் போங்க வரட்டுமா?" என்று ஷூ அணிந்து கொண்டான் வெங்கடேஷ்.

"நாங்க வேணும்னா பஸ்ல போய்க்கிறோமே" என்றான் பாஸ்கர்.

"பரவாயில்லை. விசாரிக்கிறதிலேயே பாதி நேரம் போயிடும். அங்கே வண்டி சும்மாதான் நிக்கும் பாஸ்கர். இதோ, தொங்குது ஹெல்மெட் இதுதான் சாவி" என்று ஆணியைக் காட்டிவிட்டு வெளியே வந்தபோது...

ஸ்ரீராம் மாடிப்படிகளில் இறங்கி வந்து போர்ட்டிகோ ஓரத்தில் நிறுத்தியிருந்த தன் இண்ட் - சுசுகியை நெருங்கினான்.

"நல்லதாப் போச்சு. ஸ்ரீராம், ஆபீஸ்ல டிராப் பண்ணிடுப்பா" என்ற வெங்கடேஷ், வீட்டினுள் திரும்பி, "பாஸ்கர், ஒரு நிமிஷம் வா" என்றான்.

பாஸ்கரிடம் அறிமுகப்படுத்தினான். “ஸ்ரீராம்...மாடி ரூம்ல தங்கியிருக்கார். இப்ப உன்னைப் பாத்துட்டாரா, சாயங்காலம் உன்னை அப்படியே வரைஞ்சு தந்துடுவார்.”

“வரைஞ்சதுக்குக் காசும் கேப்பார்” என்றான் ஸ்ரீராம்.

“ஜெய்கோன்னு ஒரு இண்டீரியர் டெக்கரேட்டர்ஸ் கம்பெனியில இவர்தான் ஆஸ்தான ஆர்ட்டிஸ்ட்.”

“சம்பளம் என்னவோ நாலு வருஷமா அதே தொள்ளாயிரம் ரூபாதான்” என்றான் ஸ்ரீராம். “இன்னும் விரிவா அறிமுகமாகணும்னா சாயங்காலம் மாடிக்கு வாங்க.”

“பாவம்ப்பா! அவனை விட்டுடு. என் கெஸ்ட்டா வந்திருக்கான். பாஸ்கர் பி.காம்,, ஊரு மதுரை.”

“ஹலோ!” என்று கைகுலுக்கிய ஸ்ரீராம், “காலைல கோலம் வச்சிட்டிருந்தவங்க இவரோட மிஸஸ்ஸா?”

“மிஸஸ் ஆகப் போறவங்க.”

“கங்கிராஜீலேன்ஸ்! வெங்கடேஷ் சார், நான் பின்னாலிருந்து பார்த்துவிட்டு உங்க வொய்ஃபுன்னு நினைச்சு, என்னங்க அதுக்குள்ளே ஊர்லேர்ந்து வந்துட்டீங்களான்னு கேட்டேன். அவங்கபாவம், திருதிருன்னு முழிக்கிறாங்க. ஓகே... டைம் ஆச்சு. ஈவினிங் பார்ப்போம்” என்று ஸ்டார்ட் செய்தான்.

நேற்றைய மழையின் அடையாளங்கள் பாதை பூரா இருந்தது. தெறித்தது. நேற்றைய மேகங்களின் அழுகைக்கு எதிர்ப்பு தெரிவிக்கும் விதத்தில் வானம் முகத்தை உம்மென்று வைத்துக்கொண்டிருக்க, காற்று மட்டும் குஷியாய்க் காதுக்குள் பாய்ந்து சிலிர்க்க வைத்தது.

காலர்கள் படபடக்க நிதானமாக வண்டியைச் செலுத்திய ஸ்ரீராம், “நான் ஒண்ணு சொன்ன ஆச்சரியப்படுவீங்க வெங்கடேஷ்” என்றான்.

“என்ன?”

“குதிரையிலே ஒரு இளவரசி வந்து என்னைப் புன்னகைச்சுட்டுப் போறதைப் பத்தி உங்ககிட்டே சொல்லியிருக்கேனில்லே?”

“ஆமாம். நேத்தும் குதிரை வந்திச்சா? இதே வேலைப்பா உனக்கு. பகல்லயே கனவு காண வேண்டியது... குதிரை வருது, பொண்ணு வருதுன்னு”

அதுல ஆச்சரியம் என்னன்னா... உங்க வீட்டுக்கு வந்திருக்காங்களே, அவங்க பேரென்ன?”

“வசந்தி...”

“அவங்க முகம், அச்சு அசலா அந்த இளவரசி முகமாட்டமே இருக்கு. காலைல பார்த்துட்டு நான் திகைச்சுப் போய் நின்னுட்டேன். அதே கண்கள். அதே மூக்கு. அதே உதடுகள்! ஒரே வித்தியாசம்... குதிரைக்காரி ராஜ உடை போட்டிருப்பா. ஜிலுஜிலுன்னு. இவங்க சாதா உடை போட்டிருக்காங்க. ஒரே வரியிலே சொன்னா, இவங்க மஃப்டில இருக்கிற இளவரசி!”

“வரவர உன்னோட பினாத்தல் அதிகமாயிடுச்சு ஸ்ரீராம். யாராவது சைக்கியாட்ரிஸ்ட்கிட்டே கன்சல்ட் பண்றது நல்லது... இந்த மாதிரி இல்யூஷன்ஸ் குறையும். நாளைக்கு ரோட்ல போற எவளையாச்சும் ‘மை டியர் குதிரை இளவரசி’ன்னு கையைப் பிடிச்சு இழுத்து வம்புல மாட்டிக்கப் போறே...”

“நான் சொல்றது உங்களுக்கு விளையாட்டாப் படுதா?”

“ஏய், ஏய்... லெஃப்ட்ல கட் பண்ணுப்பா. என் ஆபீஸ்ல என்னை டிராப் பண்ணணும், மறந்துட்டியா?”

அலுவலக வாசலில் வெங்கடேஷை இறக்கி விட்டுவிட்டு, வண்டியை அரை வட்டமடித்துத் திருப்பி, சாலையில் சீறினான் ஸ்ரீராம்.

வெங்கடேஷ் உள்ளே நுழைந்து சக ஊழியர்களுக்கு விஷ் செய்துவிட்டு, தனது அறைக்கு வந்து மேஜையின் கண்ணாடிக்கு அடியில் வேலுடன் நின்ற முருகனைத் தொட்டு

வணங்கி, டிராயரிலிருந்து ஊதுவத்தி கொளுத்தி வைத்துவிட்டு, மேஜையின் காகிதங்களை ஒழுங்குபடுத்தினான்.

மணியடித்து வேலுவை அழைத்து, "பிரஸ்ல கொடுத்துடு. நேத்து நாலு பக்கம் வேதாகிட்டே கொடுத்துட்டு வந்தேன். மத்தியானத்துக்குள்ளே அதை முதல்ல கம்போஸ் பண்ணி அனுப்பச் சொல்லு" என்று புரூஃப் திருத்தின காகிதங்களைக் கொடுத்தான்.

வெற்றிலையில் சுண்ணாம்பு தடவிக் கொண்டே உள்ளே வந்த ராமமூர்த்தி, "இந்தா, சுதாகர் எழுதற தொடர் கதைக்கு முதல் சாப்டர். படம் யாரு போடறாங்க?"

"அரஸ் சினிமா மேட்டர் கொடுத்துட்டுப் போயிட்டாரா ராஜீ?"

"எதிர்பார்த்துக்கிட்டிருக்கேன். இந்தா, டம்மியைப் பார்த்திட்டேன்னா, எடிட்டர் ரூமுக்கு அனுப்பிடுவேன்"

"வையுங்க. பார்த்து அனுப்பறேன்."

டெலிபோனை எடுத்து, "ஜே.ஆர். பிராசஸ் கொடும்மா. எங்கேஜ்டா? என்னைக்குத்தான் ஃப்ரீயா இருந்திச்சு அந்த போன்? தொடர்ந்து முயற்சி பண்ணு. கிடைச்சதும் கனெக்ஷன் கொடு" என்று வைத்துவிட்டு, டம்மியைப் புரட்டினான்.

பதினொரு மணிவரை பிஸியாய் இருந்தான். பிரஸ்ஸீக்குப் போய் வந்து சற்று ரிலாக்ஸ்டாக, இண்டர்காம் ஒலித்தது...

"சார், பாஸ்கர்னு ஒருத்தர் உங்களைப் பார்க்க வந்திருக்கார்."

"உள்ளே என் ரூமுக்கு வழி சொல்லி அனுப்பி வைம்மா."

வந்த பாஸ்கருக்கு கூல் ட்ரிங்க் வரவழைத்துக் கொடுத்தான்.

"நீ பார்க்கப்போன ஆளைப் பார்த்தியா?"

"அந்த ஆளு ஏஜென்ஸியை குளோஸ் பண்ணி ஆறு மாசமாச்சாம்."

"சரி, வா... ஆபீஸை சுத்திப் பார்க்கலாம்."

அக்கௌன்ஸ், எடிட்டோரியல், கம்போசிங், பிரின்டிங் என்று ஒவ்வொரு செக்ஷனுக்கும் அழைத்துச் சென்றான். மாடிக்கு அழைத்து வந்தான்.

"ஃப்ரீயாதான் இருக்கார். வா, எடிட்டரை இன்ட்ரட்யூஸ் பண்றேன்" என்று கதவைத் தள்ளி, "எக்ஸ்கியூஸ் மீ சார்!" சொல்லி, உள்ளே அழைத்து வந்து அறிமுகப்படுத்தினான்.

அப்போது...

ஒரு பக்க ஜன்னல் கதவின் கண்ணாடியை சிலீர் என்று உடைத்துக்கொண்டு, மேஜையின்மேல் வந்து விழுந்தது அந்தக் கருங்கல்.

வெங்கடேஷ் பதட்டமாக ஜன்னல் அருகே போய் எட்டிப் பார்க்க...

காம்பவுண்டுக்கு வெளியே கைகளில் தடிகளுடனும் கற்களுடனும் அந்தக் கூட்டம் ஆவேசமாய் முன்னேறிக் கொண்டிருந்தது.

காதல் என்பது...

நடந்து போகும் தூரத்துக்கு
டாக்ஸி அமர்த்திக் கொள்வது!

எடிட்டர் முரளிதரன் வேகமாக எழுந்து வந்து எட்டிப் பார்த்து, "முருகா! இவ்வளவு தூரத்துக்கு எதிர்பார்க்கலை நான். வெங்கடேஷ், இந்த ரூம்ல இருக்கிறது பாதுகாப்பு இல்லை. மொதல்ல கீழே போயிடலாம்" என்றார்.

"எவண்டா அவன் ஆசிரியரு? இறங்கி வாடா டேய்..!" என்று ஒரு குரல் கூட்டத்திலிருந்து பாய்ந்தது.

"பிரஸ்ஸை மூடச் சொல்லிடுங்க. ஆளுங்களை வெளில வரச்சொல்லிடுங்க. போலீஸீக்கு உடனே சொல்லிடலாம்" என்று முரளிதரன் வெளியேற...

வெங்கடேஷ், "பாஸ்கர், நீ என் ரூமில் இரு" என்று சொல்லிவிட்டு, படிகளில் வேகமாக இறங்கினான்.

இறங்கிக் கொண்டே, 'சம்பந்தப்பட்டவங்க யாருமே இல்லை சார். எல்லாம் கூலிக்கு அமர்த்தப்பட்ட பேட்டை ரௌடிங்க" என்றான் எடிட்டரிடம்.

கேட்டைப் பூட்டிவிட்டு வாட்ச்மேன் கட்டடத்துக்கு உள்ளே ஓடிவந்து மூச்சு வாங்கினான். நெற்றியோரம் லேசாக ரத்தம் வழிய சுவரோரமாக அப்படியே உட்கார்ந்தான்.

"அடிச்சிருக்காங்க. அவனுக்கு முதலுதவி கொடுக்க ஏற்பாடு பண்ணுங்க" என்ற முரளிதரன், ஹாலில் இருந்த போனைக் கையில் எடுத்தார்.

அலுவலகம் முழுவதும் பதற்றம் தொற்றிக் கொண்டது. ஜன்னலின் கதவுகள் பளார் பளார் என்று மூடப்பட்டன. பெண்கள் பத்திரமான ஓர் அறைக்குள் அனுப்பப்பட்டார்கள்.

விசுவாசம் பீரிட, கையில் கிடைத்ததைப் பொறுக்கிக் கொண்டு வாசலுக்கு வர முயன்ற தொழிலாளர்களை முரளிதரன் தடுத்தார்.

"இப்ப போலீஸ் வந்திடும். நாம திருப்பித் தாக்கினா பிரச்னை பெரிசாப் போயிடும். கொஞ்சம் அமைதியா இருங்க. கேட்டைத் தாண்டி அவங்க உள்ளே வரமாட்டாங்க. அது அவங்க

நோக்கமில்லை. மொத்தம் பத்துப் பதினைஞ்சு பேர்தான். கலாட்டா பண்ணனும்... சேதம் பண்ணனும் அவ்வளவுதான். போலீஸ் வந்ததும் சுவடு தெரியாம பறந்துடுவாங்க. பொறுமையா இருங்க அதுவரைக்கும்."

மாடியில் தெரிந்த ஒவ்வொரு கண்ணாடி ஜன்னலாகக் குறி வைத்து 'வீர்ர், வீர்ர்' என்று கற்கள் வீசப்பட்டன.

சாலையில் போக்குவரத்து ஸ்தம்பித்து நின்று, மக்கள் விழிகள் விரிய வேடிக்கை பார்த்தனர்.

அலுவலகத்தின் போர்ட்டிகோவில் நின்ற எடிட்டரின் ஃபியட் கார் அடுத்த குறியாக அமைந்தது.

ஒவ்வொரு கல்லடிக்கும் 'டொங்' 'டொங்' என்று சப்பையாகி, கண்ணாடிகள் சில்லுச் சில்லாய் சிதற... இரண்டு சோடா பாட்டில்கள் உயரே பறந்து தங்களுக்குள் மோதிக் கொண்டு தரையெல்லாம் துண்டு துண்டாக நொறுங்கிப் பரவின.

கிர்ர்ரீச் என்று வந்து நின்ற போலீஸ் வேனிலிருந்து, இரும்புத் தொப்பி, இரும்புக் கவசங்களுமாக திமுதிமுவென்று பத்து போலீஸ்காரர்கள் இறங்க... இறங்கின நான்காவது விநாடி, அந்தப் பிரதேசத்தில் கலாட்டா செய்தவர்களில் ஒருவனைக் கூடக் காணோம்.

"அப்புறம்?" என்றவள் வசந்தி. கை கன்னத்தைத் தாங்கியிருந்தது.

"இன்ஸ்பெக்டர் உள்ளே வந்து கம்ப்ளெயின்ட் எழுதி வாங்கிக்கிட்டு, 'சேதத்தை போட்டோ எடுத்து அனுப்புங்க. அவனுங்களைப் பிடிச்சி, ஏவினது யாருன்னு விசாரிச்சு வழக்குப் போட்டுடலாம்'னு சொல்லிட்டுப் போனாரு. ஆபீஸ் பூரா 'உன்னால தானேடா பாவி'னு என்னைப் பார்க்குது" என்றான் வெங்கடேஷ், ஷூவின் லேசை அவிழ்த்தபடி.

"அப்படி என்னதான் எழுதினே நீ...?" என்றான் பாஸ்கர், தட்டில் இருந்து சிப்ஸ் எடுத்து வாயில் போட்டுக்கொண்டு.

“ஒரு குறிப்பிட்ட சமூகத்திலே பெண்களுக்கு நிறையக் கொடுமைகள் செய்யப்படுதுன்னு தகவல் வந்தது. சம்பந்தப்பட்ட பெண்கள் சில பேரே லெட்டர்ஸ் எழுதினாங்க. படிச்சு கொதிச்சுப் போயிட்டேன். மூணு மாசம் டயம் எடுத்துக்கிட்டு தகவல்கள் சேகரிச்சேன். விளக்கமா கட்டுரை எழுதினேன். அந்த சமூகத்திலே இப்படிப்பட்ட கொடுமைகள் நடக்குதுன்னு படங்களோட எழுதியிருந்தேன். பத்திரிக்கையை எரிச்சாங்க. இப்போ ஆபீஸ்ல கலாட்டா.”

“இன்னும் என்ன செய்வாங்களோ!”

“இவ்வளவுதான் முடியும். கூலி வச்சு அடிக்கத்தான் தெரியும். அவங்களுக்கு படிப்பு வாசனையே கம்மி. உணர்ச்சிவசப்படத் தெரிஞ்ச அளவுக்கு, உண்மையின் நியாயங்களைப் புரிஞ்சுக்கிற பக்குவம் பத்தாது.”

தன் அறைக்கு நடந்தவன், திரும்பி வந்து, “சொல்ல மறந்துட்டேன். பாஸ்கர், முகம் கழுவிட்டு டிரெஸ் மாத்திக்க. உன் வேலை விசயமா கௌதம்னு ஒரு இண்டஸ்ட்ரியலிஸ்ட்டைப் பார்க்கப் போகலாம். ஏழு மணிக்கு வீட்டுக்கு வரச் சொன்னார். முணி இப்போ ஆறேகால்’ என்றான்.

“இண்டஸ்ட்ரியலிஸ்ட்டா?”

“ஆமாம், ‘மஞ்சு ஃபெர்ட்டிலைசர்ஸ்’னு மணலியில இருக்கு ஃபேக்டரி. வீடு தி.நகர்ல இருக்கு. ஒரு தடைவ பேட்டி எடுக்கப் போனப்போ அறிமுகம். சினிமா கம்பெனிக்கெல்லாம் ஃபைனான்ஸ் பண்ணுவார். பல தடைவ பட பூஜைகளிலே, பரிசளிப்பு விழாக்களிலே நாங்க சந்திச்சிருக்கோம். ஜஸ்ட் ஹலோவோட சரி. பார்ப்போம். என்ன சொல்றார்னு...!”

வெங்கடேஷ் கைலியில் மாறி பாத்ரூமுக்குள் நுழைந்தான்.

“வெங்கடேஷ் வர்றதுக்கு முன்னால என்னமோ பேசிக்கிட்டிருந்தோமே” என்றான் பாஸ்கர்.

“விடமாட்டீங்களே... போங்க. புறப்படறதுக்குப் பாருங்க.”

“அதெல்லாம் முடியாது. ஒரு முடிவுக்கு வந்துடலாம். இரு. என்ன சொல்றே?”

“என்ன சொல்லணும்?”

“பார்க்கவிங்கிற பேரை நீ ஒப்புக்கிறியா இல்லையா?”

“என்னங்க இது, மொதல்ல தாலி வாங்கறதுக்கு வழியைப் பாருங்க. அப்புறம் குழந்தைக்குப் பேர் வைக்கலாம். அதிலேயும் பொண்ணுதான் பிறக்கணும்னு வேற தீர்மானம்!”

“யெஸ்! முதல் குழந்தை பொண்ணுதான்!”

“நோ, ஆண்தான்!”

“நீயே யோசிச்சுப் பாரு வசந்தி. பார்க்கவிங்கிற பேரை ஆம்பளைக் குழந்தைக்கு வச்சா அசிங்கமா இருக்காது?”

“பார்க்கவன்னு வச்சிக்கலாம். போய் முகம் கழுவுங்க முதல்ல” என்று அவன் முதுகில் இரண்டு கைகளையும் பதித்துத் தள்ளினாள் வசந்தி.

அவர்கள் இருவரும் ஸ்கூட்டரில் புறப்பட்டுப் போனார்கள்.

கதவைச் சாத்திக் கொண்டு வெங்கடேஷ் கொடுத்து விட்டுப்போன அவனுடைய கல்யாண போட்டோ ஆல்பத்தைப் புரட்டினாள் வசந்தி.

சடங்குகளின் ஒவ்வொரு கட்டமும் புகைப்படங்களில் தொடர்ந்தது. திருமணத்துக்கு வந்திருந்தவர்களின் முகங்களை வரிசையாகப் பார்த்தாள்.

கடிகாரத்தைப் பார்த்தாள். ஆல்பத்தை மூடி வைத்துவிட்டு எழுந்து டெலிவிஷனை இயக்கினாள்.

‘இப்போது கோயமுத்தூர் வேளாண்மை இயக்குநருடன் பேட்டி’ என்று அறிவிப்புப் பெண்மணி சொன்னதும் அணைத்தாள்.

சோபாவில் அமர்ந்து புத்தகம் படித்தாள். மூன்றாவது பக்கத்தில் தூக்கிப் போட்டுவிட்டு உத்தரத்தைப் பார்த்தாள். சுழல்கிற மின்விசிறியின் மண்டையில் அம்மா தெரிந்தாள்.

'வயசு என்னமோ இருபது ஆச்சு. தலைக்கு சொந்தமா எண்ணெய் தேய்ச்சுக்க சோம்பேறித்தனம். வா, வந்து தொலை சீக்கிரம். கல்யாணமாகி புருஷன் வீட்டுக்குப் போனதும் எண்ணெய் தேய்ச்சு விடுங்கன்னு புருஷனைக் கேப்பியா, இல்லை மாமியாரைக் கேப்பியா?'

வசந்தியின் கண்களில் நீர் படலமிட்டது.

'இடியட்! கொஞ்சமாச்சும் சென்ஸ் வேணாம் உனக்கு? பரீட்சைக்கு ரேகா படிச்சுக்கிட்டிருக்கா. நான் மெடிக்கல் ஜர்னல் படிக்கிறேன். நீ உருப்படியா என்ன செய்யறே? படிச்சு முடிச்சாச்சுன்னா அதுக்காகத் தினம் டேப்ரிக்கார்டரை இப்படி அலற விடறியே... பொறுப்பா நடந்துக்கோ!'

வசந்தி எழுந்து உள்அறையில் சூட்கேஸ் திறந்து, தான் கொண்டு வந்திருந்த போட்டோவை எடுத்துக் கண்ணாடி போட்ட அம்மாவைப் பார்த்தாள்.

'இந்த ரிஸ்ட் வாட்ச் நல்லா இருக்கா வசந்தி? நீ கட்டியிருக்கிறது பழசாயிடுச்சு. அதை ரேகாவுக்குக் கொடுத்துடு. இதை கட்டிக்க. சிவப்புத் தோலுக்கும் அதுக்கும் கறுப்பு வார் எவ்வளவு பளிச்சுனு அழகா இருக்கு பாரு!'

வசந்தியின் கண்களிலிருந்து அமைதியாக உருண்ட நீர் மெள்ள ஊர்ந்து தாடையில் தயங்கி... முதல் சொட்டு, அவள் கையில் கட்டியிருந்த வாட்ச்சின் மைக்கா மீது பட்டுத் தெறித்தது.

'என்ன வசந்தி இது சின்னப் பிள்ளையாட்டம் நடந்துக்கறே? ஊர்லேர்ந்து வந்திருக்கிறதா ஃப்ரெண்டு போன் பண்ணினாங்கிறதுக்காகப் புறப்பட்டுப் போனேன்னு சொல்றது சரி. யார்கிட்டேயாவது சொல்லிட்டுப் போறதில்லையா? வந்து வசந்தி எங்கேனு கேக்கறேன்... தெரியாதுங்கறா ரேகா. பார்க்கலைங்கறான் செந்தில். நான் பதறிப் போயிட்டேன். இனிமே இப்படி என்னைப் பதற வைக்காதே...'

என்னை மன்னிச்சுடும்மா, உன்னைப் பதற வச்சிட்டேன். ரொம்ப ரொம்ப பதற வச்சிட்டேன். தப்புதாம்மா. உன்னைவிட்டு, உறவைவிட்டு இப்படி சடார்னு பிரிஞ்சு வந்திருக்கிறது தப்புதான்.

ஆனா, இந்தத் தப்புக்கு அடியிலே காதல்னு ஒரு சின்ன நியாயம் உட்கார்ந்து என்னை அதிகாரம் செய்யுதேம்மா.

அம்மா, உனக்கு அன்பு தெரியும். அழுகை தெரியும். அதிர்ச்சி தெரியும். அவமானம் தெரியும். ஆனால் காதல் தெரியாதும்மா. சத்தியமா தெரியாது. என் ரத்தத்திலே கலந்துட்ட அந்த உணர்வு என்னை ஆக்கிரமிச்சிருக்கிறதை, ஆட்டி படைக்கிறதை...

நான் உனக்கு புரிய வைக்க முடியாது. நீ புரிஞ்சுக்க முயற்சி பண்ணவும் மாட்டே. அதனால இப்படி சட்டுன்னு புறப்பட்டுட்டேன். கண்டிப்பான உன் வளர்ப்பிலே வளர்ந்த நான் தவறிடலைம்மா. வாழத் துடிச்சு வந்திருக்கேன். மனசு அங்கீகரிச்ச பிரியமான துணையோடதான் வந்திருக்கேன்.

இந்தப் பிரிவு தற்காலிகம்தான். எங்க கல்யாணம் வரைக்கும்தான். அந்தக் கல்யாணத்துக்கு உன்னாலேயோ, அவர் குடும்பத்தாலேயோ தடை வந்திடக் கூடாதேன்னு நினைச்சுத்தான் இந்தத் திடீர் தலைமறைவு.

கல்யாணத்துக்கு அப்புறம் கண்டிப்பா நாங்க ரெண்டுபேரும் உன்னைப் பார்க்க வரத்தான் போறோம். அப்போ...

வான்னு கூப்பிடுவியாம்மா? ஆசிர்வதிப்பியாம்மா?

சொல்லும்மா, நான் எழுதி வச்சிட்டு வந்த விரிவான லெட்டர் உன்னை கன்வின்ஸ் செஞ்சதாம்மா? என்னைப் புரிஞ்சுக்க வச்சதாம்மா?

மனசுக்குள்ளே மௌனமா எங்க காதலை ஜீரணிக்க முடிஞ்சதாம்மா? படிச்சிட்டு அழுதியா, இல்லை ஆத்திரப்பட்டியா?

எது செஞ்சிருந்தாலும் இப்போ இந்த ரெண்டு நாள் இடைவெளியில வேகம் வடிஞ்சு, மனசு சமனப்பட்டிருக்கும்.

என் பொண்ணு படிச்சவ, புத்திசாலி, அவ தப்பான ஒரு தீர்மானத்துக்கு வரமாட்டானு தெம்பு வந்திருக்கும்.

இந்த நிமிஷம் என்னை மாதிரி நீயும் என்னைப் பத்தி நினைக்கிறியாம்மா?'

மதுரையில், டாக்டர் ஜெயலட்சுமி தன் வீட்டில் டெலிபோனில் பேசிக் கொண்டிருந்தார்

"ஆமாம். நிஜம்தான்!"

"என்னம்மா இப்படிச் சொல்றே?"

"பின்னே, என்னை என்ன பண்ணச் சொல்றீங்க சித்தப்பா? 'என் பொண்ணு வீட்டை விட்டு ஓடிப் போய்விட்டாள்'னு நாலு கலர்ல போஸ்டர் அடிச்சி தெருத்தெருவா ஒட்டச் சொல்லட்டுமா?"

"ஏம்மா கோபப்படறே? சரி, ஆயிடுச்சு. அடுத்ததா என்ன பண்றதுன்னுதான் யோசிக்கணும்."

"என்ன பண்ணச் சொல்றீங்க?"

"போலீஸ்ல ஒரு கம்ப்ளெயின்ட் மாதிரி..."

"அதிலே அர்த்தமே இல்லை. இப்போ தெரு பூரா நாறுது. நாளைக்கு ஊர் பூரா நாறும். ரெண்டாவது, அவ மேஜர். போயிருக்கிறது கல்யாண அவசரத்திலே. இந்நேரம் தாலி ஏறி முதலிரவெல்லாம் ஆகியிருக்கும். கண்டுபிடிச்சுக்கிட்டே போனாலும் எதுவும் செய்றதுக்கு இல்லை."

"சும்மா கையைப் பிசைஞ்சிக்கிட்டு உக்காந்திருந்தா எப்படி?"

"சித்தப்பா, அவ எங்கே இருக்கானு இப்போ எதுக்காகக் கண்டுபிடிக்கணும்னு சொல்றீங்க?"

"என்னம்மா இது, புரிஞ்சுதான் பேசறியா? கல்யாணம் கில்யாணம் எதுவும் நடக்கிறதுக்குள்ளே அழைச்சுட்டு வந்து அன்பாவோ, அடிச்சோ புத்தி சொல்லி உடனடியா ஒரு வரன் பார்த்து..."

“இருங்க... அதுக்கெல்லாம் இப்போ அவசியமா எனக்குப் படலை. அடிச்சு மாத்தற விஷயமில்லை இது. நேர்ல வாங்க. லெட்டரைக் காமிக்கிறேன். படிச்சுப் பாருங்க. அப்புறம் பேசுங்க” என்று போனை வைத்தார் ஜெயலட்சுமி.

கண்ணாடியைக் கழற்றி முந்தானையில் துடைத்துப் போட்டுக் கொண்டார்.

ஈசிசேரில் சாய்ந்து கொண்டார். கண்களை மூடிக்கொண்டு கொஞ்சநேரம் கண் கலங்கினார்.

ஹாலில் முகம் வெளிறிப்போய்த் தரையில் அமர்ந்திருந்தாள் இரட்டைப் பின்னலிட்ட ரேகா.

மார்புக்குக் குறுக்கே கைகளைக் கட்டிக்கொண்டு அம்மாவைப் பார்த்துக் கொண்டிருந்தான் செந்தில்.

கண்ணைத் திறந்து இரண்டுபேரையும் பார்த்த ஜெயலெட்சுமி, “சாப்டீங்களா?” என்றார்.

‘இல்லை’ என்பதற்கு மௌனமாகத் தலையாட்டினார்கள்.

“வாங்க சாப்பிடலாம்.”

மௌனமாக அமர்ந்திருந்தனர்.

“இப்ப வரப் போறீங்களா இல்லையா?”

சட்டென்று எழுந்து டைனிங் ஹாலுக்கு வந்தனர்.

அவர்களோடு அமர்ந்து, பரிமாறிவிட்டு, தனக்கும் போட்டுக் கொண்டார்.

சாப்பிட்டுக் கொண்டே, “அவனைப் பத்தி அக்கா எதுவும் உன்கிட்ட சொல்லியிருக்காளா?” என்றார்.

“இல்லேம்மா” என்றாள் ரேகா.

“உனக்கு எதுவும் தெரியுமா? பார்த்திருக்கியா?”

“இல்லேம்மா” என்றான் செந்தில்.

“சரி, சாப்பிடுங்க” என்றார்.

சாப்பிட்டுவிட்டு வெளியே வந்து ஸ்டூல் எடுத்துச் சுவர் அருகே போட்டு ஏறி நின்றார்.

சுவரில் மாட்டிருந்த வசந்தியின் பெரிய சைஸ் போட்டோவைக் கழற்றிக் கொண்டு இறங்கினார்.

“இங்க வாடா செந்தில், இதை எங்கயாச்சும் என் கண்ல படாம கொண்டு போய் வை. நாளைலேர்ந்து இங்க யாரும் உம்முன்னு இருக்கக் கூடாது. அவங்கவங்க வேலையை எப்பவும் போலப் பாருங்க” என்று சொல்லிவிட்டு ஈஸிசேரில் அமர்ந்தார்.

டெலிபோன் ஒலிக்க... எடுத்து, “டாக்டர் ஜெயலட்சுமி” என்றார்.

“வசந்தியை பேசச் சொல்லுங்க டாக்டர். நான் அவ ஃப்ரெண்டு நீலா பேசறேன்.”

“வசந்தியா! அவ செத்துப் போயிட்டாளேம்மா” என்று ரிசீவரை வைத்தார்.

காதல் என்பது...

தெருமுனையில்

தபால்காரரைப் பார்த்ததும்

பதட்டமாக நகம் கடிப்பது!

வாசலில் அழைப்புமணிச் சத்தம் கேட்டு வசந்தி அவசரமாகக் கண்களைத் துடைத்துக் கொண்டாள். அம்மாவின் போட்டோவைப் பெட்டிக்குள் வைத்து மூடிவிட்டு எழுந்து வாசல்கதவுக்கு நடந்தாள்.

கதவைத் திறந்தாள்.

ஸ்ரீராம் நின்று கொண்டிருந்தான்.

"ஹலோ! வெங்கடேஷ் இல்லையா?"

"இல்லை. வெளியில போயிருக்கார்."

"அவர் பேரென்ன, பாஸ்கரா? அவர் இருக்காரா?"

"ரெண்டு பேரும்தான் சேர்ந்து போயிருக்காங்க!"

"பீப் ஹோல் வழியா என்னைப் பார்த்துட்டுதான் கதவைத்திறந்தீங்களா?"

"இல்லையே...!"

"இனிமே இப்படித் திறக்காதீங்க. பெல் அடிக்கிறது யாருன்னு பார்த்துட்டே திறங்க. மெட்ராஸை நம்பறது தப்பு. நாமதான் ஜாக்கிரதையா இருக்கணும். வெங்கடேஷ் ஆபீஸ்ல ஏதோ கலாட்டான்னாங்க. அதான் விவரம் கேக்கலாம்னு கூப்பிட்டேன்."

"உள்ளே வாங்க, நான் விவரம் சொல்றேன்."

"என்னங்க இது, எந்த ஊர் நீங்க?"

"மதுரை."

"கண்ணகி ஊரு. அதான் தைரியம். இவ்வளவு லிபரலா இருக்காதீங்க. நான் வெங்கடேஷ்கிட்ட அப்புறம் விசாரிச்சுக்கறேன். நீங்க எதாச்சும் வேலையா இருந்திருப்பீங்க. எதுக்குத் தொந்தரவு? எனக்கு மத்தவங்க வேலைகள்ல குறுக்கிடறது பிடிக்காது. காரணம், என் வேலைகள்ல மத்தவங்க குறுக்கிடறதை நான் விரும்பறதில்லை."

“எனக்கு ஒண்ணும் தொந்தரவில்லைங்க. நீங்க ஒரு ஆர்ட்டிஸ்ட்டுனு வெங்கடேஷ் சொன்னதிலேர்ந்தே உங்களைச் சந்திக்கறப்போ ஆர்ட் பத்தி ஒரு சந்தேகம் கேக்கணும்னு நினைச்சிக்கிட்டிருந்தேன்.”

“போச்சுடா, செமையா மாட்டினீங்க இன்னிக்கு. நகருங்க, வழி விடுங்க...” என்று உள்ளே சுதந்திரமாக நுழைந்து, சோபாவில் அமர்ந்துக்கொண்டு, “உள்ளே வரலாமா உட்காரலாமா, என் முதுகை நான் சொறிஞ்சுக்கலாமா–இந்த மாதிரி போலிச் சம்பிரதாயம் எனக்குப் படிக்கறதில்லை. நீங்க நின்னுக்கிட்டிருக்கணும்னு அவசியமில்லை. உக்காருங்க. மொதல்ல வெங்கடேஷைப் பத்திச் சொல்லுங்க. அவருக்குக் காயம் எதுவும் இல்லையே?”

“இல்லை...” என்று எதிரே அமர்ந்து விவரங்களைச் சொன்னாள்.

“நீங்க இவ்வளவு ஃப்ரீயா பேசற டைப்புனு நினைக்கலே. குதிரை இளவரசி பத்திகூட உங்ககிட்ட சொல்லலாம்னு தோணுது” என்றான் ஸ்ரீராம் சிகரெட் எடுத்துக் கொண்டு.

“உங்களுக்கு ஸ்மோக் அலர்ஜி இல்லையே...?”

“உங்க நுரையீரலுக்குத்தான் அலர்ஜி...”

“சிகரெட் பிடிப்பது நுரையீரலுக்கு அலர்ஜி! இந்த வாக்கியம்கூட நல்லா இருக்கில்லே? அரசாங்கத்துக்கு சிபாரிசு செய்யலாம்!”

“என்னமோ குதிரைன்னு சொன்னீங்களே...?”

“அதை அப்புறம் சொல்றேன். முதல்ல உங்க சந்தேகத்துக்கு வரலாம்...”

“ஆர்ட்டிஸ்ட்டுனு சொல்றீங்க... நீங்க ஏன் தாடி வச்சுக்கலை..? ஏன் ஜிப்பா போட்டுக்கலை..?”

“பரம்பரை பரம்பரையா அப்படியே ஒரு இமேஜ் உருவாக்கிட்டாங்க இல்லே? டாக்டர்னா கண்ணாடி போட்டிருப்பார். பிராஸ்டியூட்டுன்னா, பொட்டு பெரிசா வச்சிக்குவா... தாத்தாக்களே

கிடையாதா என்ன...? எனக்கு அந்த வேஷம் பிடிக்கலைங்க. திறமை உடையிலே இல்லை, விரல்களிலே இருக்கு. சொல்லுங்க, நிச்சயமா நீங்க நினைச்ச சந்தேகம் இது இல்லைனு தெரியும்."

"அதெப்படி தெரியும்..?"

"எனக்கு கொஞ்சம் மைண்ட் ரீடிங் தெரியுமே! இன்னொண்ணும் சொல்லட்டுமா! நான் வர்றதுக்கு முன்னாடி நீங்க அழுதுக்கிட்டிருந்தீங்க, சரியா?"

திடுக்கிட்டு நிமிர்ந்து, "சேச்சே...!" என்றாள்.

"இந்த வார்த்தைக்கு என்னங்க பொருள்...? இல்லைன்னா..? கிடையாது. உண்மையில் நீங்க அழலைன்னா உதட்டுல வந்திருக்க வேண்டிய வார்த்தை வேறே... 'அழுதேனா. ஏன்..? எதுக்காக அழணும், குட் ஜோக்....' இப்படி எதாச்சும் சொல்லியிருப்பீங்க... சேச்சே மீன்ஸ் வாட்...?"

"இல்லை, மிஸ்டர்..."

"ஸ்ரீராம். எனக்கு மரியாதை பொருத்தமில்லைன்னா, ராம்..."

சிரித்தாள். ஊசிப் பட்டாசாய் வெடிக்கும், உடைத்த சோடாவாய்ப் பொங்கும் அவனது பேச்சை ரசித்தாள்.

"உங்களுக்குக் கவிதை எழுத வருமா...?" என்றான்.

"வராது சார்... ஆனா, ரசிப்பேன்..."

"சார்! இந்த வார்த்தை மூலமா என்னைப் படார்னு தூக்கிப் பரண் மேல வச்சாச்சு... நான் பேங்க் ஆபீஸர் இல்லை, நீங்க கடன் கேக்கற கஸ்டமர் இல்லை. நான் லெக்சரர் இல்லை, நீங்க ஸ்டூடன்ட் இல்லை..."

"ஆனா, நீங்க கிரேட் ஆர்ட்டிஸ்ட்... எனக்கு ஒரு நேர்கோடுகூட ஒழுங்காப் போடத் தெரியாது..."

"அதெப்படிங்க, என் வொர்க் எதையும் பாக்காம கிரேட்டுன்னீங்க...?"

"வெங்கடேஷ் சார் சொன்னா அது சரியா இருக்கும்ங்கிற நம்பிக்கைதான்...!"

"ஓ! அப்படி ஒரு பொய்யைச் சொல்லி இருக்காரா அவரு...? ஆனாங்க, எனக்குத் தாழ்த்திப் பேசிக்கறது பிடிக்கறதில்லைங்க... மனுஷங்களிலே யாரும் உசத்தி இல்லை. யாரும் மட்டம் இல்லை. ஒவ்வொருத்தருக்கும் அறிவு, ஒவ்வொரு துறையில வேலை செய்யுது. உங்களுக்கு வரையத் தெரியாது. கலர் காம்பினேஷன்ஸ் தெரியாது, கியூபிகல் ஆர்ட்டுன்னா அர்த்தம் புரியாது. ஆனா, எனக்கு சாதம் வைக்க தெரியாது, தைக்கத் தெரியாது. பாசி மணியிலே பாஸ் செய்யத் தெரியாது. கண்ணாடி பார்க்காம நடு நெத்தியிலே சரியா பொட்டு வச்சிக்கத் தெரியாது. மனசால கொஞ்சம் மாறுபடறோம்... ஆனாலும், அடிப்படையிலே எல்லாரும் ஒண்ணுதான். ஸ்ரீராம்னா, ஒரு ஆண் அவ்வளவுதான். வசந்தின்னா ஒரு பெண் அவ்வளவுதான். ஏண்டா உள்ளே வரச் சொன்னோம்னு தோணுதா...?"

"சேச்சே! இன்ட்ரஸ்ட்டிங்கா பேசறீங்க..."

"என்கிட்டே பேசிக்கிட்டிருக்கறதிலே, உங்களுக்கு எதுவும் இடைஞ்சல் இல்லையே..?"

"இல்லை."

"ஒரு அந்நிய ஆம்பளைகிட்டே தனியா பேசிக்கிட்டிருக்கோமேன்னு நினைக்கறீங்களா..?"

"இல்லை. மனுங்களோட தராதரம் தெரியும். தவிர, என்னை எனக்குத் தெரியும்."

"உங்க பதில்ல, என்னை எனக்குத் தெரியும்ங்கிற வார்த்தைகள்ல ஒரு அழகு இருக்குங்க... அது எனக்குப் பிடிச்சிருக்கு. அழகைப் பத்தி என்ன நினைக்கறீங்க..?"

"எதோட அழகை..?"

"எதெதிலே அழகிருக்கு..?"

"அது அவங்கவங்க மனசுக்கு மாறுபடும்..."

"உங்க மனசுக்குப் பட்ட அழகுகளைச் சொல்லுங்களேன்..."

"காலை மலர், கண்ணடிக்கிற பட்டாம் பூச்சி, பெண்களின் கண், மழை நாளின் வானவில், தொலைதூரத்தில் ஓடும் ரயில்..."

"இதெல்லாம் மட்டும்தான் அழகா..? கண்கள் நமக்கு உணர்த்தற விஷயங்களா சொன்னீங்க... இதிலேயே இன்னும் விரிவாப் போனா கண்கள் மூளைக்கு உணர்த்தி, மூளை ஒரு அர்த்தம் கொடுக்கறப்போ, புதிய அழகுகள் தென்படும்."

"இப்பத்தான் ஆர்ட்டிஸ்ட்டா லட்சணமா சுத்தமா புரியாத விதத்திலே பேசறீங்க.."

"என்ன புரியலை..? அதோ, நான் கழட்டிப் போட்ட செருப்புகளைப் பாருங்க... ஒண்ணு காதலன்... ஒண்ணு காதலி. ரெண்டும் கிஸ் பண்ணிக்கிட்டிருக்கிற மாதிரி இல்லே..? பார்வையிலே இந்த அர்த்தம் கிடைக்காது. இதை மூளைதான் கற்பிச்சுக்கணும். அப்போ இந்த செருப்புகளோட காட்சியே அழகாத்தான் தெரியும்."

அவனைப் பிரமிப்பாய்ப் பார்த்தாள் வசந்தி.

"காலைல பேப்பர் 'சர்க்'னு கதவுக்கடியிலே ஊர்ந்து வந்து பிரிஞ்சு விழறதிலே ஒரு கவிதையே இருக்கு. எண்ணெய்ப் பேப்பர்ல ஒட்டி இருக்கிற கொசு, ஒரு சோகத்தைச் சொல்லுது. வைக்கோல் சுமந்து பறக்கிற குருவி, முயற்சியைச் சொல்லுதுங்க. சும்மா சொல்லுங்க, என்ன நினைக்கிறீங்க இந்த நிமிஷம், சரியான செமின்னார்..?"

"ஐயையோ! அப்படி எல்லாம் இல்லைங்க. நீங்க சொன்னதைக் கேட்டப்புறம், உங்க ஓவியம் எல்லாம் பார்க்கணும்னு ஆர்வமா இருக்கு."

"வெல்கம், ஆனா, இப்ப வேணாம்... ரூமைக் கொஞ்சம் சுத்தம் பண்ணிட்டு நானே கூப்பிடறேன்" என்று எழுந்த

ஸ்ரீராம், "என்னோட இவ்வளவு நேரம் பொறுமையா யாரும் சமீபகாலத்திலே பேசிக்கிட்டிருந்ததா சரித்திரத்திலே சான்றே கிடையாதுங்க."

"அப்ப, பூகோளத்திலே இருக்கலாம்."

"பாத்தீங்களா, பத்து நிமிஷம் பேசறதுக்குள்ளே நீங்களும் கடிக்க ஆரம்பிச்சிட்டீங்க, பாருங்க அதான் ஸ்ரீராமின் மகிமை..." என்று நடக்க..

"குதிரையைப் பத்திச் சொல்லலையேங்க..."

"குதிரை கிடக்குதுங்க அதுமேல உக்காந்திருக்கிற இளவரசிதான் முக்கியம் இன்னும் அதைச் சொல்ல தைரியம் வரலை. வந்ததும் சொல்றேன். மறுபடி பேச்சுக் கொடுத்துடாதீங்க. அப்புறம் நான் உக்காந்துடுவேன். வேலை கெட்டுடும். எல்லாம் பாதி பாதிலே இருக்கு. குட்நைட்.." என்று அவசரமாக வெளியேறிய ஸ்ரீராமின் முதுகை, புன்னகை உதடுகளுடன் பார்த்துக் கொண்டேயிருந்தாள் வசந்தி.

தி.நகரின் வாலில் இருந்த கௌதமனின் அந்தப் பிரமாண்ட பங்களா முன் ஸ்கூட்டரை நிறுத்தினான் வெங்கடேஷ்.

பாஸ்கர் பின் சீட்டிலிருந்து இறங்கி அந்த பங்களாவை ஊடுருவிப் பார்த்தான்.

போர்ட்டிகோவில் இரண்டு வெளிநாட்டு கார்கள் ஒன்றன்பின் ஒன்றாக நின்று கொண்டிருக்க, பித்தளைத் தொட்டிகளில் தேமலுடன் குரோட்டன்ஸ். பிரதான பெரிய வளைவு வாசலின் இரட்டை மகா கதவுகள் வெளிப்புறமாய்த் திறந்திருக்க... அவற்றில் வேலைப்பாடுகள். பிராஸ்ஸோ போட்டுப் பளபளப்பாக்கப்பட்ட பூண்கள், மணிகள். நான்கு நீளமான மார்பிள் படிகளைக் கடந்தார்கள்.

தான் வந்திருப்பதைச் சொல்லி அனுப்பிவிட்டு, பாஸ்கருடன் உள்ளே நுழைந்தான் வெங்கடேஷ். மெத்தென்று சிவப்புக்

கம்பளம், பதினைந்தடி அகலத்தில் படா படா ஹால் முழுக்க உருண்டு சென்று வளைவான மாடிப்படிகளில் முடிந்திருந்தது.

எந்தப்புறத்தில் இருந்தோ ஒருவன் வந்து, "வெங்கடேஷ்ங்கறது யாரு?" என்றான்.

"நான்தான்!"

"இவரு?"

"என் ஃப்ரெண்டு, இவரை அழைச்சுட்டு வர்றதா போன்ல சொல்லியிருந்தேன்."

"உங்க ரெண்டுபேரையும் பத்து நிமிஷம் இங்கே வெயிட் பண்ணச் சொன்னார் ஐயா. மாடில முக்கியமா பேசிக்கிட்டிருக்காங்க, வந்துடுவாங்க" என்று சொல்லிவிட்டுச் சென்றான்.

இருவரும் சோபாக்களில் அமர்ந்து அந்த ஹாலின் பந்தாக்களை வியந்து கொண்டிருக்க... முதலில் வந்தவன் சக்கரங்கள் பதித்த ஒரு ட்ரேயைத் தள்ளிக்கொண்டு இவர்கள் அருகில் வந்தான்.

அதிலிருந்து இரண்டு உயரமான கிளாஸ்களை எடுத்து ஆரஞ்சு பானம் ஊற்றி, பிளாஸ்டிக் ஸ்ட்ராக்களை மிதக்கவிட்டு "எடுத்துக்குங்க" என்று சொல்லிவிட்டு மறுபடி தள்ளிக்கொண்டு காணாமல் போனான்.

ட்ரேயில் கிடந்த பத்திரிக்கைகளை எடுத்துப் புரட்டிக் கொண்டிருக்க... கால் மணிநேரம் கழித்து மாடிப்படிகளில் கௌதமனும் மற்றொருவரும் பெரிய சத்தத்தில் சிரித்துக்கொண்டே இறங்கி வந்தார்கள்.

"அப்போ ஜலந்தர் போறதுக்கு முன்னாடி எனக்கு ரிங் பண்றே?" என்றார் கௌதமன்.

"ஷ்யூர்!" என்றார் அவர். வாசலில் நின்று அந்த நபர் காரில் ஏறி, கார் கேட்டை நோக்கி நகர்ந்ததும் உள்ளே திரும்பினார் கௌதமன்.

க்ரீம் நிறத்தில் சஃபாரி சூட் அணிந்திருந்தார். தலையில் ஒரு நரை இல்லை. உதடுகள் சிவப்பாய் இருந்தன. காது மடல்களில் ரோமங்கள். நல்ல உயரம். விரலில் நீலக்கல் பதித்த மோதிரம்.

இவர்களை நோக்கி வந்து, எழுந்துகொண்ட இவர்களை உட்காரச் சொல்லி எதிரே தானும் அமர்ந்து, "ட்ரிங்ஸ் சாப்பிட்டீங்களா?" என்றார்.

"சாப்பிட்டோம் சார்!"

"என்ன மிஸ்டர் வெங்கடேஷ், பத்திரிக்கையைக் கொளுத்தற அளவுக்கு என்ன எழுதினீங்க?"

வெங்கடேஷ் சுருக்கமாகச் சொன்னான்.

"அராஜகம் ஜாஸ்தியா இருக்கு... சாரை இன்னும் நீங்க அறிமுகம் செய்யலை!"

"ஸாரி சார்! இவன் பாஸ்கர். என் ஃப்ரெண்டு."

தயக்கமே இல்லாமல் எழுந்து கை குலுக்கினார். வெங்கடேஷ் பக்கம் திரும்பி, "கூடிய சீக்கிரம் உங்க உதவி எல்லாம் தேவைப்படும்" எனறார்.

"என் உதவியா, என்ன சார்?"

"விஷப் பாரீட்சையிலே இறங்கலாம்னு முடிவு."

புரியாமல் இவர்கள் விழிக்க...

"ஃப்ரெண்ட்ஸ் எல்லாம் பயமுறுத்தறாங்க. ஆனாலும் துணிஞ்சு ஒரு ட்ரயல் பார்த்துடலாம்னு தீர்மானம்."

"என்ன சார் சஸ்பென்ஸ் வைக்கிறீங்க?"

"தமிழ்ல ஒரு படம் தயாரிக்கலாம்னு முடிவு பண்ணினேன்."

"சரியான கதையும், சரியான கலைஞர்களும், சரியான டைரக்டரும் அமைஞ்சா நிச்சயமா ஒரு படத்தை சக்ஸஸ்ஃபுல்லா எடுக்கலாம் சார்!"

"நான் இதுவரைக்கும் சொன்னவங்களிலே நீங்க ஒருத்தர்தான் நம்பிக்கை தர்ற மாதிரி சொல்லியிருக்கீங்க. ஐயா, எனக்கு லாபம் பைஸா வேணாம். ரொம்ப கையைக் கடிச்சிடாம இருந்தா போதும். டைனான்ஸிக்குன்னு ஒருத்தனைத் தொங்கப் போறதில்லை. இன்கம்டாக்ஸ்ல நஷ்டம் காட்றதுக்கும் ஒரு வழி வேணுமில்லே? செலவு பண்ணிக் கரைக்க பையனும் கிடையாது. என்ன சொல்றீங்க?"

"நல்ல யோசனைதான் சார்!"

"சந்தர்ப்பம் வர்றப்போ கூப்பிடறேன். விளம்பரப் பொறுப்பை ஏத்துக்குங்க. இஷ்டப்பட்டா டிஸ்ஷஷன்லயும் கலந்துக்குங்க."

"பார்க்கலாம் சார்!"

"ஸாரி! என்னைப் பத்தியே பேசிக்கிட்டிருந்துட்டேன். நீங்க வந்த விஷயம் என்ன?"

"வெங்கடேஷ், பாஸ்கரை ஒருதரம் பார்த்துக்கொண்டான்."

"சும்மா சொல்லுங்க!"

"பாஸ்கர் பி.காம். கிராஜீவேட். பேங்க் பரீட்சை எல்லாம் நிறைய எழுதியிருக்கான். நான்தான் உங்களை அறிமுகப்படுத்தி வைக்கிறேன்னு அழைச்சுட்டு வந்தேன்."

கௌதமன் பாஸ்கரை நேராகப் பார்த்தபோது...

மாடியிலிருந்து ஒரு பெண் அடித் தொண்டையில் கிறீச்சென்று அலறும் சப்தம் கேட்டது ஹாலில் இரண்டு முறை எதிரொலித்தது.

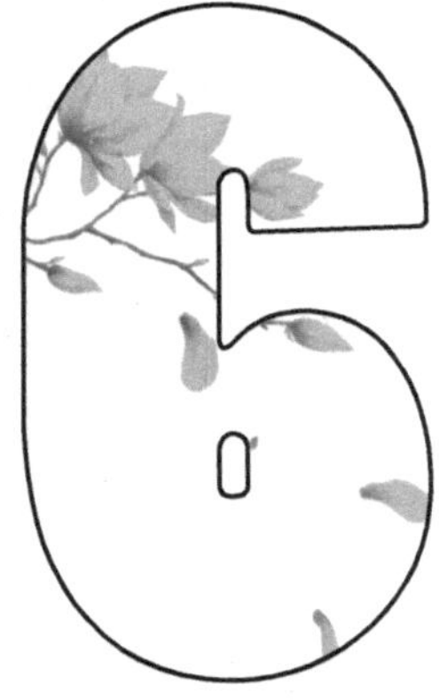

காதல் என்பது...

மொழி தெரியாத

புத்தகத்தை வாங்குவது!

மாடியிலிருந்து வந்த பெண்ணின் அலறலைக் கேட்டுப் பதற்றமாக எழுந்த கௌதமன், "எக்ஸ்கியூஸ் மீ" என்று படிகளில் அவசரமாக ஏறி மறைந்தார்.

பாஸ்கரும், வெங்கடேஷூம் வார்த்தை இல்லாமல் பார்த்துக் கொண்டார்கள்.

மேலே வந்த கௌதமன், இடதுபுறம் இருந்த அறையின் பாதி திறந்திருந்த கதவை மேலும் திறந்துக்கொண்டு உள்ளே நுழைந்தார்.

கட்டில் அருகே வெள்ளை உடையில் இருந்த அந்த நர்ஸ், கையில் சிரிஞ்சுடன் நிற்க... படுத்திருந்த மஞ்சு, "நோ, எனக்கு ஊசி வேணாம். ஐயாம் ஆல்ரைட். இங்கேருந்து போயிடு நீ" என்று கத்திக் கொண்டிருந்தாள்.

கௌதமனைப் பார்த்ததும், படுக்கையிலிருந்து துள்ளலாக எழுந்து, அவரின் முதுகுக்குப் பின்னால் நின்றுக்கொண்டு, "டாடி, அவளைப் போகச் சொல்லுங்க... எனக்கு ஊசி வேணாம்" என்றாள்.

"இந்த ஒரு ஊசி மட்டும் போட்டுக்க மஞ்சு. நாளையிலேர்ந்து வேணாம்."

"ப்ராமிஸ்?"

"இப்ப போட்டுக்க, சொல்றேன். வாம்மா வந்து போடு."

"ப்ராமிஸ் பண்ணுங்க. அப்பதான் போட்டுப்பேன்"

"பிடிவாதம் பிடிக்காதே மஞ்சு. எல்லாம் உன் நன்மைக்குத்தானே?"

"ஊசி போட்டா தூக்கம் வரும்."

"தூங்கு. தூங்கறப்போ டென்ஷன் குறையும். மனசு அமைதியாகும்... தெளிவாகும்."

“தூங்கிட்ட எல்லாம் சரியாப் போயிடுமா?” என்றவள், அவர் தாடையைப் பற்றித் தன் பக்கம் திருப்பி, “என்னைப் பார்த்துச் சொல்லுங்க. நடந்தது பூரா அழிஞ்சு போயிடுமா மனசிலேர்ந்து?”

“நர்ஸ், கொஞ்சம் வெளியில இருங்க” என்றார்.

“சரி சார்!” என்று சிரிஞ்சை வைத்துவிட்டு வெளியே செல்லும்போது, கதவைச் சாத்திவிட்டுச் சென்றாள்.

மஞ்சுவை நேராகப் பார்த்தார் கௌதமன்

கூந்தலின் அலங்காரத்தில் ஒரு அக்கறை இல்லை. நெற்றியில் பொட்டில்லை. காதுகளில் மங்கலாக முத்துக் கம்மல்கள். காய்ந்திருந்த உதடுகள். கழுத்தருகே பளிச்சென்று துருத்தித் தெரியும் எலும்புகள். தூசி படிந்த ஓவியமாக, கழுவாத கண்ணாடி டம்ளராக, துடைக்காத மேஜையாக... அவளின் அழகு சோகத்துக்குள் புதைந்திருந்தது.

“டாடி, எனக்கு என்ன வியாதி? நத்திங். எதுக்காக இந்தச் சித்ரவதை?”

“மஞ்சு. இப்படி உக்காரு” என்றார். அமர்ந்தார்.

கட்டியில் அவர் அருகில் அமர்ந்தாள்.

அவள் கூந்தலை மெதுவாகத் தடவினார். “மஞ்சு நீ பழையபடி மாறணும். மூணுமூணு படியா தாவி இறங்கணும். டாடி, ஸ்விம்மிங் பூல் போயிட்டு வர்றேன்னு காரை எடுத்துக்கிட்டு சீறணும். உன் ஃப்ரெண்ட்ஸ் எல்லாரையும் கூப்பிட்டு பர்த்டே கொண்டாடணும். டிசைன் டிசைனா டிரெஸ் தைச்சுப் போட்டுக்கணும். ஹால் பூரா எதிரொலிக்கிற மாதிரி முன்னப் போலவே சிரிக்கணும். அதுக்காகத்தான் இந்த ட்ரீட்மெண்ட்.”

“இது ஹிஸ்டீரியா பேஷண்ட்ஸீக்கு உள்ள ட்ரீட்மென்ட்பா. டேபிள் பூரா எத்தனை ரக மாத்திரைகள் பாருங்க. நான் சைக்கோ பேஷண்ட் இல்லை.”

“அப்படி ஆயிடக்கூடாதுனு கவலை எனக்கிருக்கு”

“பைத்தியம் பிடிச்சிருந்தா நவம்பர் ரெண்டாம் தேதியே பிடிச்சிருக்கணும்பா.”

“மஞ்சு, அது ஒரு சம்பவம். சின்ன விபத்து. மறக்கச் சொல்லி ஆயிரம் தடைவ சொல்லிட்டேன். மாட்டேங்கறே. சும்மா அதையே நினைச்சு நினைச்சு மனசை வதைச்சுக்கறே. ரூமுக்குள்ளேயே அடைஞ்சு கிடக்கிறே. சுத்தித் திரியற வண்ணத்துப்பூச்சியை ஒட்டவச்ச மாதிரி ஒரே இடத்துல உட்கார்ந்திருந்தா எப்படிம்மா? பெத்தவனுக்கு மனசு எப்படி கேக்கும்?”

“சாதாரணமா சொல்லிட்டீங்க- சம்பவம்னு. எப்பேர்ப்பட்ட சம்பவம்... சரித்திர சம்பவம் இல்லையா டாட்? அவ்வளவு சுலபமா மறந்துடறதா?”

“சிரமம்தான். ஆனா, மறந்தாகணும். அதுக்காகத்தான் ஃபேமிலி டாக்டரோட அட்வைஸ்படி இந்த ட்ரீட்மென்ட்.”

“சபாஷ்! நினைவை நிரந்தரமா மறக்கடிக்கிறதுக்கு மாத்திரைகள் கண்டுபிடிச்சிட்டாங்களா?”

“இல்லைடா... அதோட பாதிப்புகளைக் குறைக்க முடியும்.”

“ச்சு” என்று கூந்தலை மார்புப் பக்கம் எடுத்துப் போட்டுக்கொண்டு படுக்கையில் சாய்ந்து, சுவரிலிருந்த போஸ்ட்டரில் தாவுகிற மான்களைப் பார்த்தாள் மஞ்சு.

அறையில் இருந்த இன்டர்காம் ஒலிக்க கௌதமன் எடுத்தார்.

“டாக்டர் விஸ்வநாதன் வந்திருக்கார் சார்.”

“மேலே மஞ்சு ரூமுக்கு அனுப்பு” என்று வைத்தார். “நீ இப்படிப் பிடிவாதம் பிடிக்கிறேன்னு தெரிஞ்சா டாக்டர் ரொம்ப வருத்தப்படுவார்.”

பதில் சொல்லாமல் புரண்டு படுத்திருந்த மஞ்சு, மேஜையின் மேலிருந்த காலண்டரில் பார்த்து, “டாடி, இன்னிக்குக்கூட தேதி

ரெண்டு இல்லே?" என்றாள். இமைகள் மூடியதில் தேங்கிய கண்ணீரின் ஆரம்பத் துளிகள் வெளிப்பட்டன.

பெங்களூர் விமான நிலையத்தில் மின்சார ஜோடனைகள் வரவேற்கவும், வழியனுப்பவும் கார்கள் வந்திருந்தன. சென்னையிலிருந்து வந்து நின்ற இந்தியன் ஏர்லைன்ஸ் சிந்தின பிரயாணிகளில், ஜீன்ஸ் பான்ட்டும் டைட்டான டாப்ஸீம் அணிந்த மஞ்சு, கௌதமனின் தோளில் தொங்கிக்கொண்டு, "பியூட்டிஃஃபுல் கிளைமேட் டாடி?" என்றாள்.

லவுஞ்ச்சில் வரவேற்ற கௌதமனின் நண்பரின் டையைத் தொட்டு, "மேட்ச் இல்லை அங்கிள்... எங்கே நந்தா, வரலை?" என்றாள்.

"வீட்ல உங்களுக்கு டின்னர் அரேஞ்ச் பண்ணிக்கிட்டிருக்கான். வாங்க போகலாம்."

வெளியே காரை நெருங்க, "ஹே...! நியூ கார் வாங்கினீங்களா?"

"இல்லை. திருடினேன்."

"அங்கிள், போன தடைவ வந்தப்போ நீங்க வச்சிருந்த காரைவிட இது இன்னும் அட்டகாசம். ஐவரி கலர்ல பிரௌன் பட்டை... வா முத்தம் கொடுன்னு சொல்லுது."

"கொடேன்."

"ஷ்யூர்" என்று காரின் உச்சந்தலையில் முத்தமிட்டு, "ஆ! ஜில்லுங்குது அங்கிள்...கார் நல்லாத்தான் செலக்ட் பண்றீங்க. வைஃப் செலக்ஷன்லதான் கோட்டை விட்டுட்டீங்க" என்று ஏறி அமர்ந்தாள்.

"தப்பா எடுத்துக்காதேப்பா. இஸ் இன்னொஸன்ட்" என்றார் கௌதமன்.

"தெரியாதா, மஞ்சுவை இன்னிக்குத்தான் சந்திக்கிறேனோ? இந்தக் குறும்பு எனக்குப் பிடிக்கும். மனசுல எதையும் வச்சிக்கிறதே இல்லை. அவளை இப்படியே விட்டுடு. கண்டிக்காதே."

"கண்டிக்கிறதா, அவ என்னைக் கண்டிக்காம இருந்தா போதாதா?"

காக்ஸ் டவுன்... வீட்டில் கார் நின்றதும் குதித்து இறங்கினாள். உள்ளே உற்சாகமாக ஓடி, "ஆன்ட்டி வாவ்! நான் சொன்ன எக்ஸர்ஸைஸ் செஞ்சு நிஜமாவே மெலிஞ்சிட்டீங்க" என்று கன்னத்தில் முத்தமிட்டு, "எங்கே பாபா?" என்று தேடினாள்.

குதித்து வந்து அவள்மேல் தாவி உட்கார்ந்து கொண்ட பாம்ரேனியனை அணைத்துக் கொண்டு, "மை ஸ்வீட் பாபா. உனக்கு மில்க் பிஸ்கட் வாங்கிட்டு வந்திருக்கேன். ஹாய் நந்தா, என்னப்பா இது புதுசா வெக்கம். கமான் யா!"

ஸ்டோன் வாஷ் பான்ட், ஸ்டோன் வாஷ் ஜெர்கின் அணிந்த நந்தா அருகில் வந்து, "மம்மிக்கு கிஸ். பாபாவுக்கு அணைப்பு. எனக்கு?"

"ஊவ்வ்வ்..." என்று குதித்துத் திரும்பி, "அங்கிள் வாத்தியார் வயசுக்கு வந்துட்டார். இனிமே நந்து ரூம்ல படுத்துக்கறது டேஞ்சரஸ்" என்று கண்ணடித்தாள். ஷிலா குட்டி எங்கே?"

உள்ளறையில் இருந்து வந்த, பாவாடையும் சட்டையும் அணிந்த பன்னிரண்டு வயது ஷிலாவின் வலது கை ஆள்காட்டி விரலில் இங்க்கைப் பார்த்து, "ஹோம் வெர்க்கா? ஆன்ட்டி, நீங்க ரொம்ப மோசம். இதுக்கெல்லாம் ஆள் போடறதில்லையா? ஷிலா, உனக்காக ஸ்பெஷலா ஒரு டீ ஷர்ட் வாங்கி நானே மேட்டர் எம்ப்ராய்டரி பண்ணிக் கொண்டாந்திருக்கேன்" என்று டிரைவர் கொண்டு வந்த சூட்கேஸைத் திறந்து எடுத்தாள்.

"'காட்ச்' என்று அவளுக்கு எறிந்து, உள்ளே போய்ப் போட்டுட்டு வந்து காட்டிட்டுத்தான் அடுத்த வேலை" என்றாள்.

காட்ச் பிடித்த ஷீலா பிரித்துப் பார்த்து, "சீ! போ! இதை நான் போடமாட்டேன்" என்று சோபாவில் எறிய... 'COMING SOON' என்று எம்ப்ராய்டரி செய்திருந்ததைப் பார்த்து அனைவரும் சிரிக்க...

“ஓகே, இப்போ டின்னர். அப்புறம் பேச்சு” என்றார் தயா.

அரட்டையடித்துக் கொண்டே சாப்பிட்டு முடித்து, பெரியவர்கள் உள்ளே பேச, நந்தாவும் மஞ்சுவும் படிகளில் அமர்ந்து கொண்டார்கள். பாபாவும் அடுத்த படியில் உட்கார்ந்து கொண்டது.

“புதுசா சிகரெட் கத்துக்கிட்டிருக்கே போலிருக்கு?”

“தலையணைக்கடியிலே பாத்தியா, பத்த வச்சிட்டுப் போயிடாதே?”

“என்ன மூவி பார்த்தே?”

“நல்ல மூவி கேக்கறியா? ப்ளூ மூவி கேக்கறியா?”

“கெட்டுத்தான்ப்பா போயிட்டே நீ” என்று எதிரே நின்ற காரைப் பார்த்து, “இந்த கார் கலர் ரொம்ப பிடிச்சிருக்கு. டிரைவிங் கத்துக்கிட்டியா?”

“இன்னும் இல்லை. அப்பா விடமாட்டேங்கறார்.”

“நான் கத்துத் தரட்டுமா?”

“அப்பா சத்தம் போடுவார்.”

“சொன்னாத்தானே சத்தம் போடுவார்? இரு வர்றேன்” என்று எழுந்து உள்ளே சென்றாள். “அங்கிள் கார் சாவி கொடுங்க, ஓட்டிப் பார்க்கறேன்.”

“பகல்ல பார்த்துக்கலாம்மா. மணி பார்... ஒம்போதாயிடுச்சி.”

“இப்பதான் டிராஃபிக் இருக்காது. டாடி, கொடுக்கச் சொல்லுங்க டாடி.”

“சீக்கிரம் வந்துடணும். நந்தாவையும் அழைச்சுட்டுப் போ.”

ஓட்டமாக வந்து நந்தா முகத்தின் முன் சாவியை ஆட்டினாள். “கமான் யா” என்று ஏறி அமர்ந்தாள். நந்தா சுற்றிக்கொண்டு வந்து பக்கத்தில் அமர்ந்து கொண்டான்.

தொட்டதும் இயங்கியது இன்ஜின். புஸ்க் என்று சீறி, சாலையில் கலந்தாள். நான்காவது நிமிடம் டாப் கியரில் எண்பதைத் தொட்டாள். குடியிருப்புகள் எல்லாம் பின்னால் ஓட, பெங்களூர் டாட்டா சொல்ல தருணம் பார்த்த வாகனங்களற்ற சோகமான நீண்ட சாலையின் ஓரத்தில் நிறுத்தினாள். இன்ஜினை அணைத்து உள் விளக்கைப் போட்டாள்.

"இங்கே பார் நந்தா. கவனமா கேட்டுக்க" என்று கார் ஓட்டுவதன் ஆரம்ப வழிகளை விளக்கமாகச் சொன்னாள்.

"தைரியமா ஓட்டு. நான் பக்கத்திலே இருக்கேன். மாறி உக்காரு" என்று இறங்கி, சுற்றி வந்து அமர... லேசான நடுக்கத்துடன் நந்தா நகர்ந்து டிரைவிங் சீட்டில் அமர்ந்தான்.

"பயமா இருக்கு மஞ்சு?"

"என்ன பயம்? சும்மா ஓட்டு, நான்தான் பக்கத்திலே இருக்கேனே. இந்த ட்ரிப் வந்ததுக்கு ஒரு புண்ணிய காரியம் செஞ்சதா இருக்கட்டும். கமான், ஸ்டார்ட் பண்ணு."

தயக்கமாகவே ஸ்டார்ட் செய்தான்.

"ஸ்டியரிங்ல நான் கையை வச்சிருக்கேன். கவலைப்படாதே. ம்... கியர் போடு..."

போட்டான்.

"கிளட்ச்சை நான் சொன்னபடி லேசா ரிலீஸ் பண்ணிக்கிட்டே, லேசா ஆக்ஸிலேட்டர் கொடு. நைஸ்...நைஸ்... அப்படித்தான். குட். இதோ, வண்டி மூவ் ஆயிடுச்சி. இப்போ செகண்ட் கியர் போடு."

சாலையில் கார் லேசாக இப்படி, அப்படித் தள்ளாடிக் கொண்டே மெதுவான வேகத்தில் ஓடிக் கொண்டிருக்க...

பதறினான் நந்தா. "மஞ்சு மிரர்ல பாரு, பின்னாடி லைட் தெரியுது. பஸ்ஸோ, லாரியோ வருது."

“மண்டு! சிங்கிள் ஹெட் லைட்தான். பைக், இல்லைன்னா ஸ்கூட்டர்.”

“எனக்கு பயமா இருக்கு.”

“என்னமா இது. நீ பாட்டுக்கு லெஃப்ட்ல போய்க்கிட்டே இரு. அவங்க ஓவர்டேக் பண்ணிட்டுப் போகட்டும்.”

அந்த ஹெட்லைட் வெளிச்சம் சமீபிக்க... பைக்கின் தட், தட் ஒலியையும் இப்போது கேட்க முடிந்தது. அதன் ஓசை நெருங்க, பதற்றமானான் நந்தா. ஸ்டியரிங்கை இப்படியும் அப்படியும் வளைக்க ஆரம்பித்தான்.

“ஏய், நந்தா, எதுக்குப் பதட்டம்? ஸ்டியரிங்கை நான்தான் கண்ட்ரோல் பண்ணிக்கிட்டிருக்கேன்ல? நீ ஏன் வளைக்கிறே... ஏய்... விடு... விடுப்பா...” என்று இவள் கத்துவதற்குள், அது நிகழ்ந்துவிட்டது.

பின்னால் வந்த பைக், கார் லெஃப்டில் விலகும் என்கிற நம்பிக்கையில் நேராக வர... திடீரென்று கார் சாலையின் நடுவில் வர... தடுமாறிப் போய்... வளைந்து, ஸ்கிட் ஆகி, காரின் பின் பிம்பரில் பைக்கின் முன் சக்கரம் இடித்தது...

அதில் வந்த மூன்று பேரும் சாலையோரத்தில் சாய்ந்தனர். பைக் ஒரு புறமும், மூன்று பேரும் தனித்தனியாகவும் பிரிந்து விழ... ஊமைக் காயங்கள். ஒருத்தனின் பாக்கெட்டில் இருந்து குவார்ட்டர் பிராந்தி பாட்டில் வெளியேறி உடைந்தது. மற்றொருவனின் கண்ணாடி சாலையில் சிதறி, ஒரு பக்கம் கண்ணாடியில் விரிசல்.

மூவரும் ஆத்திரமாக எழுந்து நின்றார்கள். போதையிலிருந்த அவர்களின் விழிகள் சிவந்திருக்க...

“யு பாஸ்டர்ட்! வண்டியை நிறுத்துடா!” என்று கத்தினான் ஒருவன்.

“பிரேக் போடு நந்தா” என்றாள் மஞ்சு.

சப்பக் என்று நந்தா பிரேக்கை மிதிக்க... கார் ஒரு குலுங்கலுடன் நின்றதும், மூவரும் ஓட்டத்தில் காரை நெருங்கினார்கள்.

கதவைத் திறந்து நந்தா இறங்கினதுமே, அவன் சட்டையைக் கொத்தாகப் பிடித்து, "என்னடா துரை காரோட்டறே?" என்று முகத்தில் குத்தினார்கள்.

மூக்கின் சில்லு உடைந்து, கொடகொட வென்று ரத்தம் கொட்ட... மஞ்சு பதட்டமாக இறங்கி, "ஐயோ! அவரை அடிக்காதீங்க. அவருக்கு டிரைவிங் தெரியாது" என்று கத்துவதற்குள்...

நந்தாவை தரையில் தள்ளி, உதைத்துப் புரட்டி எடுத்து விட்டார்கள்.

பேச்சுமூச்சில்லாமல் நந்தா கிடக்க...

மஞ்சு பக்கம் திரும்பினார்கள்.

"என்னடி சொன்னே? ஐயா 'டு' போர்டா?" என்று தாடி வைத்தவன் திரும்பி மற்ற இருவரையும் பார்த்து, "பாப்பாக்கூட 'டு' போர்டு மாதிரிதான் தெரியுது. டிரைவிங் கத்துக் கொடுத்திடலாமா?" என்று மஞ்சுவின் கையைப் பிடித்தான்.

காதல் என்பது...

எதற்கும் உதவாத ஒரு பொருளை

அலங்கரிக்கப்பட்ட பார்சலில் பரிசளிப்பது!

"பாருங்க, எவ்வளவு நேரமாச்சு. அவதான் துள்ளுவா. நந்தா பொறுப்பா திரும்பி அழைச்சு வரவேணாம்?" என்றாள், நந்தாவின் அம்மா.

"இரு. ஏன் பதட்டப்படறே? வண்டிதான் ட்ரபிள் கொடுத்திருக்கும். இன்னும் பத்து நிமிஷம் பார்க்கலாம்" என்று தயானந்தன் எழுந்து வாசலுக்கு வந்து வெளிச்சப் புள்ளிகளைத் தேடினார்.

"கார் ரிப்பேருன்னா பக்கத்திலே எங்கிருந்தாவது போன் செய்யலாமில்லே?"

"நீ தொணதொணக்க ஆரம்பிச்சிட்டேன்னா ஓயமாட்டியே! ஏன் சட்டையைக் கொண்டா ஸ்கூட்டர்ல கொஞ்ச தூரம் போய்ப் பார்த்துட்டு வந்துடறேன்."

தயானந்தன் சட்டையைப் போட்டுக் கொண்டு புறப்பட,

"நானும் வர்றேன் தயா" என்று பின்சீட்டில் உட்காந்து கொண்டார் கௌதமன்.

ஐந்து நிமிடம் நிதானமாகச் செலுத்தி, "என்னப்பா இது, இந்த ரோட்லதான் போயிருக்கணும். இவ்வளவு தூரத்துக்குக் காணோமே" என்றார் தயா.

"இன்னும் கொஞ்சதூரம் போ."

இன்னும் கொஞ்சதூரத்தில்... ஸ்கூட்டரின் லைட் வெளிச்சத்தில்...

ரத்தக் காயங்களுடன், உடையெல்லாம் அங்கங்கே கிழிந்திருக்க... தள்ளாட்டத்துடன் ஓடிவந்து கொண்டிருந்த நந்தாவைப் பார்த்தார்கள்.

அதிர்ச்சியுடன் பிரேக் அடித்து நிறுத்தி இறங்கி, "ஆக்ஸிடென்ட்டா?" என்று பதறினார் தயா.

"மஞ்சு எங்கே?" என்று நந்தாவைத் திருப்பினார் கௌதமன்.

"மஞ்சுவை... மஞ்சுவை..." என்று மூச்சு வாங்கினான் நந்தா.

தயானந்தன் வீடு.

அந்த அறையின் கதவைத் திறந்துக்கொண்டு, கோட் அணிந்த லேடி டாக்டர் வெளிப்பட்டு... ஹாலில் காத்திருந்த தயானந்தன், கௌதமன், தயானந்தனின் மனைவி, ஷீலா அனைவரையும் மௌனமாகப் பார்த்தார்.

நாற்காலியில் அமர்ந்துக்கொண்டு, "நீ உள்ளே போய்த் தூங்கும்மா" என்றார் ஷீலாவைப் பார்த்து, அவள் தயங்கிவிட்டு உள்ளே சென்றதும்...

கௌதமன் பதைபதைத்துக் கேட்டார். "டாக்டர், என் பொண்ணுக்கு என்ன ஆச்சு?"

"கொஞ்சம் உட்காருங்க சார். உங்க பொண்ணுக்கு இப்போ மயக்கம்தான். தூங்கி எழுந்தா காலைல சரியாயிடும்." என்று சொல்லிவிட்டு கௌதமனின் முகத்தைப் பார்க்காமல் கீழே பார்த்துக்கொண்டே,

"பட்..." என்று சற்றுத் தயங்கி, "...ஷி ஹேஸ்பீன் ரேப்ட். ரொம்ப மூர்க்கத்தனமா நடந்துக்கிட்டிருக்காங்க" என்றார் டாக்டர்.

பளிச்சென்று நெற்றியில் அறைந்துக்கொண்ட கௌதமனின் தோள்களை ஆறுதலாகப் பற்றி சோபாவில் அமர வைத்தார் தயானந்தன்.

திமிறிக்கொண்டு கத்தினார்.

"எடுடா போனை, உடனே போலீஸீக்கு போன் பண்ணு. அவங்களைக் கண்டுபிடிக்கச் சொல்லு. அவங்க தூக்குல தொங்கறத நான் பார்க்கணும்."

"இருங்க, கொஞ்சம் நிதானமா இருங்க. அதுக்குப் பேசாம உங்கள் பொண்ணணயே சுட்டுப் பொசுக்கிடலாம்."

"டாக்டர் என்ன சொல்றீங்க? அவ என்ன தப்பு செஞ்சா?"

"நான் அந்த அர்த்தத்திலே சொல்லலை. இந்தக் கற்பழிப்பை நீங்க போலீஸீக்கு ரிப்போர்ட் பண்ணினதும் சந்திக்க வேண்டிய கேள்விகளை உங்க மகளால சகிச்சுக்க முடியாது. கோர்ட்ல கேக்கப்படற ஒவ்வொரு கேள்வியும் ஒரு தோட்டா மாதிரி. அவனுங்களைப் பிடிச்சிட முடியும். போலீஸ் அந்தத் திறமை கொண்டதுதான்."

"ஆனா, கூண்டில் ஏறின பிறகு... கேள்வி எப்படியெல்லாம் வரும்னு உங்களுக்குத் தெரியாது. 'ஒருத்தனா, மூணு பேரா? யார் முதல்ல, யார் ரெண்டாவது, யார் கடைசி?' ன்னு கேக்கற ஒவ்வொரு கேள்விக்கும் உங்க பொண்ணு சம்பவத்தை விரிவா வர்ணிச்சாகணும். யோசனை பண்ணுங்க. போலீஸ்ல ரிப்போர்ட் பண்றதாலே ரெண்டே லாபம்தான்."

"முதலாவது, இந்த வருடக் கற்பழிப்புகளின் எண்ணிக்கைங்கிற அரசு புள்ளி விவரக் கணக்குக்கு உண்மையா ஒத்துழைக்கிறதா ஆகும்.

இரண்டாவது, பேப்பர்காரங்களுக்கு அழகி கற்பழிப்புன்னு அல்வா மாதிரி செய்தி. உங்க பொண்ணுக்கு மேலமேல அவமானம்."

"தேவைதானா இதெல்லாம்?"

கௌதமன் ஆத்திரம் பின்வாங்கி அமைதியாக டாக்டரைப் பார்த்தார்.

"ஷி இஸ் எ சைல்ட். இவ்வளவு பெரிய பாதிப்பை அவ வாழ்க்கையில சுமத்திட வேணாம். நாளைக்கு யாரும் இதைப் பத்தி பெரிசா பேசாதீங்க. நான் மறுபடி வந்து அவளுக்கு அட்வைஸ் பண்றேன். இது நத்திங். இது சும்மா ஒரு விபத்துங்கிற மனநிலையை அவளுக்கு உருவாக்கணும். அவளை உடைய விட்டுடாதீங்க... நான் வர்றேன்."

டாக்டர் தன் சிறிய சூட்கேஸீடன் எழுந்து வெளியே நடந்து தனது காரில் ஏறி புறப்பட்டுச் சென்றார்.

ஹாலில் அசாத்திய மௌனம்.

“டாக்டர் சொன்னதுதான் சரின்னு எனக்குப் படுது. இதைப் பெரிசு பண்ண வேணாம். அவளையும் பெரிசு பண்ண விட வேணாம்” என்றார் தயானந்தன்.

“வாங்க டாக்டர்!” என்றார் கௌதமன், அறையின் கதவைத் தட்டிவிட்டு உள்ளே வந்த டாக்டர் விஸ்வநாதனைப் பார்த்து,

“என்னம்மா மஞ்சு, ஊசி போட்டுக்க மாட்டேன்னுட்டியாமே... இந்த நர்ஸ் பிடிக்கலேன்னா சொல்லு. வேற உனக்குப் பிடிச்ச நர்ஸை போட்டுடலாம். என்ன?” என்று ஸ்டூலில் அமர்ந்தார்.

மௌனமாக அவரைப் பார்த்துவிட்டு முகத்தைத் திருப்பிக் கொண்டாள் மஞ்சு.

“என்னம்மா, ஜோக் அடிச்சா சிரிக்கிறதில்லையா? கையை நீட்டு.”

“நீட்ட முடியாது. எனக்கு ஒண்ணும் இல்லை.”

“அதை நான்தானே சொல்லணும்!” என்று பிடிவாதமாக அவளின் கையை எடுத்து பல்ஸ் பார்த்துவிட்டு,

“ஒரு ஜோக் சொல்லட்டுமா? ஒரு பேஷண்ட் டாக்டர்கிட்டே வந்து, ‘என்னோட பல்ஸ் பார்த்துச் சொல்லுங்க’ன்னானாம். அதுக்கு டாக்டர் ‘பரவாயில்லை, வரிசையாத்தான் இருக்கு. என்ன பேஸ்ட் யூஸ் பண்றே’ன்னு கேட்டாராம்.”

“வாட் எ ஜோக்!” என்று கௌதமன் சிரித்து, “மஞ்சு உனக்கு சிரிப்பு வரலை?”

“வாட் எ ஜோக்!” என்று கௌதமன் சொன்னது போலவே பழித்துக் காட்டிவிட்டுத் திரும்பிப் படுத்துக் கொண்டாள் மஞ்சு.

டாக்டர் சிரிஞ்சை எடுத்து, “இன்னிக்கு மட்டும் போட்டுக்கோ மஞ்சு. இதான் கடைசி ஊசி” என்று அவள் புஜத்தில் போட்டுவிட்டுத் தேய்த்தார்.

“இன்னிக்கு பிடிவாதம் அதிகம் டாக்டர்” என்றார் கௌதமன்.

“மஞ்சு நல்ல பொண்ணாச்சே... இன்னொரு ஜோக் சொல்லட்டுமா? மஞ்சு, கேக்கறியா?”

மஞ்சு திரும்பி டாக்டரைக் கோபமாகப் பார்த்து, “எனக்குத் தூங்கணும்” என்றாள்.

“அதுக்காகத்தானே ஊசி. ஓகே! நல்லா தூங்கும்மா. வாங்க கௌதமன்” என்று வெளியே அழைத்து வந்து கதவைச் சாத்தினார் விஸ்வநாதன்.

“டாக்டர் இன்னியோட ரெண்டு மாசம் ஆச்சு. பேயடிச்சவ மாதிரி அப்படியேதான் இருக்கா” என்றார் கௌதமன்.

“நோ, நோ! நான்தான் ரெகுலரா பார்த்துக்கிட்டிருக்கேன்... இம்ப்ரூவ்மென்ட் இருக்கு. மாத்திரை, மருந்து பிடிக்கலை அவளுக்கு நிறுத்திடலாம். நர்ஸை நிறுத்திடலாம். அவ இஷ்டத்துக்கு விட்டுடுங்க. எதையும் வற்புறுத்தாதீங்க. வீட்லயே முதல்ல நடமாடட்டும். அவளுக்குப் பிடிச்ச புக்ஸ், காஸெட்ஸ் அவ கண்ல படற மாதிரி வையுங்க. மனசில் பெரிய அடியா அந்த சம்பவத்தை வாங்கிக்கிட்டிருக்கா. அந்த ரணம், நீங்க நினைக்கிற வேகத்திலே ஆறிடாது.”

“டாக்டர், ஒரு தடைவ விளையாட்டா, ‘இப்படி உம்முனு இருந்தா நாளைக்கு உன்னைக் கட்டிக்கப் போற புருஷன் உதைச்சு அனுப்பிடுவான்’னு சொன்னேன். அதுக்கு அவ, ‘அதெப்படி? எனக்குக் கல்யாணம்னு ஒண்ணு நடந்தாத்தானே? எவன் வருவான் கட்டிக்க’ன்னு கேட்டா டாக்டர்.”

“அப்படியா சொன்னா?”

“ஆமாம் டாக்டர்!”

“இதை ஒரு காம்ப்ளெக்ஸா வளர்த்துக்கிட்டு வர்றது ரொம்ப தப்பு. இப்படியே விட்டா சைக்கோசிஸ்ல கொண்டுப்போய் விட்டுடும்.”

“அதான் டாக்டர் எனக்கு எதுவுமே புரியலை!”

கொஞ்சம் அமைதியாக இருந்த டாக்டர், "கௌதமன்! நீங்க மஞ்சுவுக்கு ஏன் கல்யாண ஏற்பாடுகளில் இறங்கக் கூடாது? இல்லற வாழ்க்கைக்கே தகுதி இல்லாதவளா ஆயிட்டோம்ங்கிற அவளோட மனப்போக்கை மாத்தணும்."

"மஞ்சுவைக் கட்டிக்க எவ்வளவோ பேர் தயாரா இருக்காங்க டாக்டர். ஆனா, அவங்களுக்கு இந்த பெங்களூர் விஷயம் தெரியாது. உண்மையை மறைச்சு கல்யாணம் பண்றது."

"நோ, நோ... அது இன்னும் ஆபத்து. நாளைக்கு அவ வாழ்க்கையையே கொத்தி குதறிடுவான். உண்மையை எடுத்துச் சொல்லி, அதுக்கு ஒப்புக்கிட்டப்புறம்தான் கல்யாணம் நடத்தணும்."

"என்ன டாக்டர்! எந்த ஆம்பளையும் தன் மனைவியைக் கன்னியாத்தானே எதிர்பார்ப்பான்? சீர்திருத்தம் எல்லாம் மேடையிலேயும் பேப்பர்களிலேயும்தானே டாக்டர்?"

"வாஸ்தவம்தான். ஆனா, உண்மையான, நேர்மையான சீர்திருத்தச் சிந்தனையுள்ள இளைஞர்கள் கொஞ்ச பேரைத் தேடுங்களேன். நல்லது நடக்கும். நான் புறப்படறேன்."

டாக்டருடன் கூட இறங்கிவந்த கௌதமன் அவரை அனுப்பிவிட்டு பாஸ்கர், வெங்கடேஷ் எதிரில் வந்து அமர்ந்துக்கொண்டு, "ஸாரி! உங்களைக் காக்க வச்சிட்டேன்" என்றார். ஒண்ணுமில்லை. என் டாட்டருக்கு ரெண்டுநாளா ஜுரம். ஊசி போட்டுக்க மாட்டேன்னு ஒரே அடம். நோ ப்ராப்ளம். என்னவோ பேசிக்கிட்டிருந்தோம்" என்றார்.

"என் ஃபெரண்டு வேலை தேடிக்கிட்டிருக்கான்னு சொல்லிக்கிட்டிருந்தேன்" என்றான் வெங்கடேஷ்.

"யெஸ் யெஸ். போன மாசம்தான் ஆபீஸ்ல நாலு இடத்துக்கு புதுசா ஆள் போட்டோம். என்ன படிச்சிருக்கார்னு சொன்னீங்க?"

"பி.காம்."

கொஞ்சநாள் வெயிட் பண்றீங்களா? உங்களுக்குப் பொருத்தமா ஏதாச்சும் அரேஞ்ச் பண்ண முடியுமான்னு பார்க்கறேன்!"

"சரி சார்!"

"அப்புறம் வெங்கடேஷ், பத்திரிக்கைகள் தினம் தினம் ஒண்ணு புதுசா வருதே... அவ்வளவு லாபமிருக்கா? ஆழமா யோசிக்கலாமா?"

"அட! அது ஏன் சார் உங்களுக்கு? டென்ஷனான தொழில்."

தானும் இந்தப் பேச்சில் இயல்பாகக் கலந்துக் கொள்ள வேண்டும் என்கிற ஆர்வத்தில் பாஸ்கர், "ஆமாம் சார்... போன மாசம் ஹைதராபாத்ல ஒரு டெய்லி பேப்பர் ஆபிஸ் பில்டிங்ல கலாட்டா நடந்திச்சு" என்றான்.

"அப்படியா?" என்றார் கௌதமன்.

"ஒரு அரசியல்வாதியோட பையன், கற்பழிப்புல இன்வால்வ் ஆகியிருந்ததாலே, அந்த மேட்டரை ஃபாலோ அப் கொடுக்காம அமுக்கிட்டாங்க. அந்த கற்பழிப்பு மேட்டரை எழுதின நிருபருக்கு ஒத்தைக் காலையே எடுத்துட்டாங்க. கற்பழிப்புங்கிறது சின்ன விஷயமா சார்? அதைப் பெரிய மனுஷன் வீட்டுப் பையன் செஞ்சதுக்காக விட்டுட முடியுமா?"

பாஸ்கரின் தார்மீக கோபத்தின் வார்த்தைகளைக் கேட்டு நிமிர்ந்த கௌதமன், "கமான் பாஸ்கர், இந்த மாதிரி விஷயங்களைப் பத்திரிக்கையிலே எழுதினா அராஜகம் செஞ்சு நசுக்கறாங்க. பின்னே என்னதான் வழி?" என்றார்.

"பத்திரிக்கையிலே போடறதால என்ன சார் பயன்? பாருங்கள் மகாஜனங்களே, நம் நாட்டில் இப்படிப்பட்ட கொடுமைகள் எல்லாம் நடக்கின்றனன்னு அறிவிச்சிட்டா போதுமா? போன கற்பு திரும்பி வந்துடுமா?"

"யு ஆர் ரைட் காரணங்களைக் களையணும்னு சொல்றீங்க. சரியா?"

"பின்னே என்ன சார்? தடித்தடியா தொள்ளாயிரம் சட்டங்கள் எதுக்கு நமக்கு? ஜவ்வு மாதிரி நீதியை இழுக்கக் கூடாது. ஒரு ஸ்டேஜில் அறுந்து தொடர்பு விட்டுப்போயிடும். அரபு தேசம்

மாதிரி உடனடியா தண்டனை வரணும். அப்போ அவனவனுக்கு அடிவயித்திலே பயம் உட்கார்ந்திருக்கும். தப்பு செய்றதுக்கு முன்னாடி யோசிக்க வைக்கும் அந்த பயம்...”

“அஹிம்சை பேசற நம்ம நாட்டுக்குப் பொருந்தாதே!”

“அஹிம்சையைப் போதிச்சவரோட மரணமே ஹிம்சையிலேதானே நடந்தது. இந்திராகாந்தியோட மரணம் இயற்கையானதா? பஞ்சாப் பலிகள் எல்லாம் அயல் நாட்டிலேயா நடந்துச்சு? காந்தி ஜெயந்தி அன்னிக்கே பிரதமரைக் கொல்ல முயற்சி செஞ்ச இந்த நாட்டை எப்படி சார் அஹிம்சை விரும்பற நாடுன்னு ஒப்புக்கறது?”

“சரியான மூட்ல இருக்கீங்கன்னு நினைக்கிறேன். நல்லா பேசறீங்க பாஸ்கர். சொல்லுங்க... எப்படித் திருத்தலாம் இந்த தேசத்தை?” என்றார் கௌதமன்.

“அதுக்கு ஒவ்வொரு தனி மனிதனுக்கும் அந்த உணர்வு வரணும் சார். இப்போ பேசினமே, இந்தக் கற்பழிப்பு குற்றத்தையே எடுத்துக்குங்க.

ஒரு ரேப் நடந்ததும் போலீஸ் என்ன பண்ணுது? குற்றவாளியைக் கண்டு பிடிக்குது. நீதிதேவதையின் மகன்கள்கிட்டே அவனை ஒப்படைச்சிட்டு நகர்ந்து மசால்வடை சாப்பிட்டு, டீ சாப்பிட்டு ஏப்பம் விடுது. அதோட கடமை கோர்ட் வாசப்படியோட முடிஞ்சிடுது.

நீதிபதி என்ன செய்றார்? விசாரிக்கிறார். எப்படி? ரகசியமா நடந்த அவமானத்தை அம்பலத்திலே, அப்பட்டமா அந்தப் பெண்ணை சொல்ல வச்சு விசாரிக்கிறார். அப்புறம் குற்றவாளிக்குத் தண்டனை விதிச்சு தீர்ப்பு எழுதி, பச்சை இங்க்கிலே கையெழுத்துப் போட்டுட்டு, சினிமா பாக்கப் போயிடறார். அவர் கடமையும் முடிஞ்சு போச்சு.

இந்தப் பத்திரிகைக்காரங்க இருக்காங்களே... வெங்கடேஷ், நீ கோவிச்சுக்கக் கூடாது. கிறுகிறுன்னு செய்தி எழுதி, கன்னிப்

பெண்ணைக் கதறக் கதறக் கற்பழித்தவனுக்குக் கடுங்காவல்னு மோனையிலே தலைப்பு வச்சுப் பிரசுரம் பண்ணிட்டு மறுநாளுக்கு செய்தி சேகரிக்கப் போயிடுவாங்க. அவங்க கடமையும் ஓவர்.

பாதிக்கப்பட்ட அந்தப் பொண்ணோட நிலைமை என்ன சார்? அடுத்து என்ன?

ஒரு விபசாரியைக் கூட இந்தச் சமூகம் இளிச்சிப் பார்க்கும். ஆனா, இந்த மாதிரிப் பெண்களைப் பரிதாபமா, அனுதாபமா, வக்ரமா இன்னும் எப்படி எப்படியோ பார்த்தே கொன்னுடும்.

என்னைக் கேட்டா, ஒரு விதவைக் கல்யாணம் பண்ணிக்கிறவனைவிட, சூழ்நிலைக்கு இரையாகிப் போன இப்படிப்பட்ட பெண்ணைக் கல்யாணம் பண்ணிக்க முன்வர்றவனைத்தான் சுத்தமான சீர்த்திருத்தவாதிம்பேன்" என்று பாஸ்கர் சொன்னதும்...

அதுவரை ஒரு வாதமாக அவன் பேச்சை ரசித்து வந்த கௌதமன், நிமிர்ந்து அவனை அழுத்தமாகப் பார்த்தார்.

காதல் என்பது...

எதுவும் பேசுவதில்லை,

ஆனால்,

நிறைய உளறுவது!

அந்த ஞாயிற்றுக்கிழமை மாலையில் வெளிச்சம் கரைந்து, கறுப்பு பரவிக் கொண்டிருக்க... வீட்டின் வாசலில், போர்டிகோ அருகில் மூங்கில் நாற்காலிகளைப் போட்டு அமர்ந்திருந்தார்கள்.

பாஸ்கர் தட்டின் முந்திரிப் பருப்புகளில் குறியாய் இருந்தான். உயரே எறிந்து தலையை நகர்த்தி வாய்க்குள் விழ வைத்துக் கொண்டிருக்க... வெங்கடேஷ் மார்னிங் ஷோவில் பார்த்த பேய்ப் படத்தின் தந்திரக் காட்சிகளை எப்படி படம் பிடித்திருப்பார்கள் என்று சொல்ல...

சல்வார் கமீஸில் இருந்த வசந்தி, காற்றில் அலையும் தன் கூந்தல் சுருளை அடிக்கடி காதுக்குப் பின்னால் செருகி விட்டுக்கொண்டு ஆர்வமாய்க் கேட்டுக் கொண்டிருந்தாள்.

“தலைகாணியே பேயாக மாறி அவளை ரேப் பண்ற சீன்ல நான் உறைஞ்சு போயிட்டேன். பயத்தை அதிகப்படுத்தற மாதிரி பி.ஜி.எம். வேற...” என்றாள்.

“நீங்க ரேப்புன்ன உடனே ஞாபகம் வருது. பாஸ்கர்கிட்டே பதினொரு ரூபா அட்வான்ஸ் கொடுத்திருக்கேன்...” என்றான் வெங்கடேஷ்.

“எதுக்கு..?”

“கற்பழிக்கப்பட்ட பெண்களுக்கு வாழ்வளிப்பது எப்படிங்கிற தலைப்பிலே ஒரு புத்தகம் எழுதித் தரச் சொல்லித்தான். பையன் நேத்து பூந்து விளையாடிட்டானே... கழுத்து நரம்பெல்லாம் புடைக்குது... ரெண்டு பெக் உள்ளே தள்ளினவன் மாதிரி திருத்தமாப் பேசி அசத்திட்டான்.”

“சும்மாதான் ஆரம்பிச்சேன் வெங்கடேஷ். நான் நல்லா பேசறதா கௌதமன் சர்டிபிகேட் கொடுத்துட்டாரா, சரிதான்னு இறங்கிட்டேன் பயங்கரமா இம்ப்ரெஸ் ஆயிட்டார் இல்லே..? நிச்சயமா அவர் கம்பெனியில வேலை உண்டு.”

“நிச்சயமா கிடையாது.”

"என்னடா இப்படிச் சொல்றே..?"

"வேலை கொடுக்கிறதுக்கு முன்னாடியே இவ்வளவு தர்க்கம் பண்றான். இவனை உள்ளே விட்டா யூனியனைப் பலப்படுத்தி எதிர்ப்பா கோஷம் போட்டா என்ன செய்றதுன்னு யோசிக்க மாட்டாரா..?"

"என்ன வெங்கடேஷ்..?"

"சும்மா தமாஷுக்குச் சொல்றேன். நிச்சயம் உனக்கு வேலை உண்டு. ஏன்னா, அவர் தமிழ்ப்படம் எடுக்கிறப்போ, என் உதவியை எதிர்பார்க்கிறார். அதுக்காகவாவது செய்வார்."

"அதான் வெங்கடேஷ் அவ்வளவு உறுதியா சொல்றானே. அப்போ நாளைக்கு ரெஜிஸ்டிரார் ஆபிஸ் வரைக்கும் போயிட்டு வந்துடலாமா வசந்தி..?" என்றான் பாஸ்கர்.

"மொதல்ல அப்பாயின்ட்மென்ட் ஆர்டரைக் கையிலே வாங்குங்க..."

ஸ்ரீராமின், பைக்கைப் பார்த்து, "வண்டி நிக்குது, வெளியில போயிட்டு ஸ்ரீராம் வந்தாச்சா?" என்று நிமிர்ந்து, மாடியைப் பார்த்தான் வெங்கடேஷ்.

"ஏன் கூப்பிடப் போறியா..? சும்மா இரு..." என்றான் பாஸ்கர்.

"ஏண்டா?"

"சரியான போர்ப்பா... மத்தியானம் சாப்பிட்டுப் படுத்தேன். தூக்கம் வரலை. சரி மேலே நம்ம ஆர்டிஸ்ட் வரைஞ்ச ஓவியங்களைப் பார்க்கலாம்னு போனேன். மாட்டிக்கிட்டேன். ஸ்டார் ஓட்டல்ல மெனு கார்டு மாதிரி, என்னென்னவோ பேர் சொல்றாம்பா. படம் வரைஞ்சிருக்கான். ஒரு பொண்ணு மார்ல செடி முளைச்சிருக்கு. என்னய்யா இதுன்னா, விக்டர் பிரௌனரு, பர்னரு, அடுப்புன்னு புரியாம பேசறான். ஐயா உனக்கொரு கும்பிடுன்னு ஓடிவந்துட்டேன்..."

"அப்படி இல்லை பாஸ்கர். ஓவியத்திலே ஆர்வமுள்ள அர்த்தம் புரிஞ்சுக்கத் துடிப்புள்ள நபர்களுக்கு நிச்சயம் புரியும். இன்ட்ரஸ்டிங்காதான் பேசறார்..." என்றாள் வசந்தி.

"என்ன இன்ட்ரஸ்டிங்! முரண்பாடான, சிந்திக்க வைக்கிற ஒரு வாக்கியம் சொல்றேன்னான். சரி, என்னமோ பிரமாதமா சொல்லப் போறானாக்கும்னு பார்த்தா, நம்ப விசு வசனம் மாதிரி. 'நான் கனவு காண்பதாகக் கனவு காண்கிறேன்'னான். தூக்கம் வரலைன்னு மாடிக்கு வந்தது தப்பு தப்புன்னு மனசுக்குள்ளேயே கன்னத்தில போட்டுக்கிட்டு இறங்கி வந்துட்டேன்."

"எக்ஸ்கியூஸ் மி.." என்று மாடியின் பால்கனியிலிருந்து குரல் வர... திடுக்கிட்டு மேலே பார்த்தார்கள்.

"மிஸ்டர் பாஸ்கர், அதை நான் சொல்லலை. பால் எட்வர்ட்னு ஒரு சர்ரியலிச கவிஞரோட கவிதை வரிகள். கவலைப்படாதீங்க... எனக்கு உங்க மேலே கோபமில்லை. நீங்க ஜாலியா பேசிக்கிட்டிருங்க..." என்று உள்ளே மறைந்து விட்டான் ஸ்ரீராம்.

"சே! பாவம் ஹர்ட் ஆகிட்டார்னு நினைக்கிறேன்" என்றாள் வசந்தி.

"இல்லை. ஸ்ரீராம் அப்படிப்பட்ட டைப் இல்லை.." என்றான் வெங்கடேஷ்.

"அப்படி என்ன சொல்லிட்டேன் நான்..? என் கருத்தைச் சொல்றதுக்கு எனக்கு உரிமை இல்லையா..? என்ன புடலங்காய் சார்யலிசம்..? எந்த ஒரு படைப்பா இருந்தாலும், அந்தப் படைப்பின் செய்தி போய்ச் சேர வேணாமா..? இது மாதிரி புரியாம எதையாச்சும் கிறுக்கிட்டு, எழுதிட்டு, பேசிட்டு, அதுக்கு ஒரு இசம்னு பேர் சொல்லிட்டா பெரிய விஷயமாயிடுமா..? சுந்தர ராமசாமி எழுதியிருந்தார்... 'மேற்கே ரொமாண்டிசிசம், நாச்சுரலிசம், ரியாலிசம், அப்பால் இம்ப்ரெஷனிசம், என் மனைவிக்குத் தக்காளி ரசம்'னு... அது மாதிரி..."

“போதும் பாஸ்கர். இதையே அவருக்கு முன்னாடி பேசினா, பதில் சொல்வார். அவர் இல்லாதப்பொ பேசறது நல்லா இல்லை…” என்றாள் வசந்தி.

“சரி, விஷயத்தை விடு…” என்றான் வெங்கடேஷ்.

ஸ்ரீராம் மறுபடி பால்கனிக்கு வந்து, “மேடம் என்னோட ஓவியங்களை எல்லாம் பார்க்க வரேன்னிங்க… காலையிலிருந்து ரூமைச் சுத்தம் பண்றதுதான் வேலை. ஒத்தை ஷூவை மட்டும் தொலைச்சுட்டு மூணு மாசமா தேடிக்கிட்டிருந்தேன். இன்னிக்குத்தான் கிடைச்சுது. உங்களுக்குத்தான் தாங்க்ஸ் முக்கியமா பேசிக்கிட்டிருந்தா வேணாம்… இல்லேன்னா வெல்கம்…” என்றான்.

வசந்தி எழுந்து, “நான் போய்ப் பார்த்துட்டு வர்றேன். நீங்களும் வாங்க பாஸ்கர். ரெண்டு வார்த்தை ஆறுதலா பேசினா கூலாயிடுவார்…” என்றாள்.

“வேணாம்… நீங்க போங்க. அவன் இங்கே வந்தா வாதம் பண்ண ஆரம்பிச்சுடுவான்…” என்றான் வெங்கடேஷ்.

ஸ்ரீராம் மாடிப்படிகளில் உச்சியில் வந்து நின்றுக்கொண்டு, ஒவ்வொரு படியாய் ஏறிவரும் வசந்தியைப் பார்த்தான். சிகரெட்டை ஒரு இழுப்பு இழுத்துக் கொண்டான்.

டொகடக்… டொகடக்… என்று அந்த வெள்ளைக் குதிரையின் காலடி ஓசைகள். குதிரை காற்றைக் கிழித்து, வாலின் ரோமங்கள் பிரி பிரியாய்ப் பறக்க, பிடரி மயிர்கள் துடிதுடிக்க வந்து, மாடிப் படிகளில் தாவித் தாவி வர… அதில் இளவரசி சல்வார் கமீஸ் போட்டிருப்பதைப் பார்த்ததும் வாய்விட்டுச் சிரித்துவிட்டான்.

“எதுக்கு சிரிச்சீங்க..?” என்றாள், மேலேவந்து.

“நான் சொல்ற மாதிரி ஒரு இளவரசியைக் கற்பனை பண்ணிப் பாருங்க. உங்களுக்கு சிரிப்பு வரும். ஒரு வெள்ளைக்குதிரை. அது மேலே இளவரசி. எப்படி? தலையிலே கிரீடம். கழுத்திலே கொத்துக் கொத்தா நகைகள். ஆனா, டிரெஸ் மட்டும் சல்வார் கமீஸ்…”

மென்மையாகச் சிரித்துவிட்டு, உள்ளே வந்த வசந்தி, அந்த அறையின் சுவர்களில் மாட்டியிருந்த ஓவியங்களை, கைகளை மார்புக்குக் குறுக்காகக் கட்டிக்கொண்டு பார்த்தாள் நிதானமாக.

"நல்லா பாருங்க. விளக்கம் மட்டும் கேக்காதீங்க..."

"ஏன்..?"

"அப்புறம் எனக்குத் தெரிஞ்ச எதையாச்சும் நான் சொல்ல வேண்யிடிருக்கும். அந்தாளு சரியான போர்ப்பானு உங்ககிட்டேர்ந்தும் அந்தப் பட்டத்தை வாங்கிக் கட்டிக்க வேண்யிடிருக்கும்..."

"பாஸ்கருக்குக் கலை விஷயங்களிலே அவ்வளவு ஈடுபாடு கிடையாதுங்க... ப்ளீஸ், அவர் சொன்னதை மனசில வச்சிக்காதீங்க. அவர் அப்படி கொச்சையாகப் பேசினதுக்காக நான் மன்னிப்புக் கேட்டுக்கறேன்."

"ஐயே..! அதை நான் அப்பவே மறந்துட்டேங்க. அவர் பேசினது எனக்குப் புது வார்த்தைகள் கிடையாது. விமரிசனங்களால் காயப்பட்டா, அவன் நல்ல கலைஞனா வர முடியாது. நான் ஆட்டோகிராஃப் போடறப்போ... என்ன அப்படிப் பார்க்கறீங்க..? நான் நாலு தடைவ ஆர்ட் எக்ஸிபிஷன்ஸ் நடத்தியிருக்கேன். அப்போ தப்பித் தவறி என்னை உலக மகா கலைஞனா நினைச்சு ஆட்டோகிராஃப் கேக்கறப்போ, நான் என்ன எழுதுவேன் தெரியுமா..? 'தயவு செய்து என்னைப் பாராட்டாதீர்கள். விமரிசியுங்கள். அது என்னைத் திருத்திக் கொள்ள தீட்டிக் கொள்ள பெரிதும் உதவும்'. ஸோ, நிஜமாவே எனக்கு பாஸ்கர் சொன்னதுல கோபமில்லை..."

"பின்னே ஏன் அப்படிப் பளிச்சுனு சொல்லி அவரை சங்கடப்படுத்தினீங்க..?"

"கோபம்தான் கிடையாதுன்னு சொன்னேன். வேற உணர்ச்சிகளே இருக்கக் கூடாதா..? அப்படிச் சொன்னது நான்

இல்லை. என்னோட ஈகோ... ஈகோ அதிகமா இருந்தாத்தான் தப்பு. ஈகோவே இல்லைன்னா, அவன் படைப்பாளியே இல்லை."

அவனுடைய அந்த விளக்கத்தை ரசித்த வசந்தி, "நான் நிஜமாவே ஆர்வத்தோடதான் கேக்கறேன். இந்த ஓவியத்தோட அர்த்தம் என்ன?" என்று எதிர்ச் சுவரில் சுட்டிக் காட்டினாள்.

"ஒரு நிமிஷம். மொதல்ல விருந்தாளிக்கு டீ. அப்புறம் ரசிகைக்கு விளக்கம்..." என்று அறையின் மூலையில் இருந்த பம்ப் ஸ்டவ்வுக்கு போய், அதை பம்ப் செய்ய ஆரம்பித்தான்.

"பரவாயில்லைங்க... சொந்தச் சமையலா..."

"டீ மட்டும் போட்டுப்பேன். எல்லாம் ஓட்டல்..."

"உங்களுக்கு சொந்த ஊரே மெட்ராஸ்தானா..?"

"இல்லை."

"பின்னே எது...?"

"உங்களுக்கு எந்த ஊர் ரொம்ப பிடிக்கும்..?"

"ஊட்டி..."

"அதான்."

"எனக்கு ஏற்காடுகூடத்தான் பிடிக்கும்..."

"அதுவும்தான்."

"ஓ... யாதும் ஊரே, யாவரும் கேளிரா..?"

"ஆமாம். நான் பிறந்து வளர்ந்த ஊர்ல, நினைவு வச்சிக்கிட்டு சொல்ற மாதிரி சிறப்பான சம்பவங்கள் எதுவுமே இல்லை. ஊரும், உறவும் பிடிக்காம ஓடிவந்துட்டு அப்புறம் சொந்த ஊர்னு எப்படிச் சொல்லிக்கிறது...? இல்லை, மறுபடி ஒரு தடவையாவது போற மாதிரி ஐடியாவாவது இருக்கணும். திண்டுக்கல் என் சொந்த ஊர்னு சொன்ன, அது அபத்தம்."

"அம்மா, அப்பால்லாம்..."

“செத்துட்டாங்க. டீ ப்ளீஸ்...” என்று கோப்பையை நீட்டினான். அதை வாங்கிக்கொண்டு உதட்டில் வைத்து, “நல்லாத்தான் டீ போட்டிருக்கீங்க” என்றாள்.

ஓவியத்தைத் தவிர, மற்ற எல்லாத்தையும் புரியற மாதிரி செஞ்சிடுவேங்க... வாங்க, இப்போ விளக்கத்துக்கு வரலாம். ரொம்ப மேம்போக்கா நீங்க பார்த்ததை, எனக்காக ஒரு முழு நிமிஷம் ஒதுக்கி, இந்த ஓவியத்தைப் பாருங்க. அப்புறம் சொல்றேன்..”

அந்த ஓவியத்தை நிதானமாகப் பார்த்தாள்.

ஒரு, ஜன்னல் ஒழுங்கற்று வரையப்பட்டிருக்க... அதன் ஒரு கதவு மட்டும் சாத்தி, மூன்று கதவு திறந்து... வளைந்து நெளிந்த மூன்று குறுக்குக் கம்பிகள் வழியாக ஒரு புடவையின் தலைப்பு மட்டும் வெளியே காற்றில் அலையும் நிலையில் இருக்க... எதிர்முனையில் இரண்டு கைகள் நீட்டிக் கொண்டிருந்தன. ஒரு கையின் ஒரு விரலுக்கு மட்டும் மீசை முளைத்திருந்தது.

“பார்த்துட்டீங்களா...? இது நான் வரைஞ்சதுதான். என்னடா புடவை பறக்குது, விரல்ல மீசை முளைச்சிருக்கன்னு சடார்னு கேலி பண்ணிடறாங்களே ஒழிய, உள் அர்த்தத்தைப் புரிஞ்சுக்க யாரும் விரும்புறதில்லை”

“நான் விரும்புறேங்க... முயற்சியும் பண்றேன்... சரியானு சொல்றீங்களா..?”

“சொல்லுங்க பார்க்கலாம்...”

“இந்த ரெண்டு கைகளும் ஒரு ஆணுக்குச் சொந்தமானதுன்னு சிம்பாலிக்கா சொல்றதுக்காகத்தான் விரல்ல மீசை, சரியா..?”

விழிகள் விரிய பிரமித்தான் ஸ்ரீராம். “கரெக்ட்டுங்க”

“மிச்சம்தான் புரியலை...”

“இனி சுலபம்ங்க. கட்டுக்காவலை, தடைகளைத் தாண்டி வான்னு காதலன் கூப்பிடறான், காதலியால முடியலை. ஆனா,

அவ மனசு மட்டும் அவனைத் தேடித்தான் அலையுது. தடைதான் ஜன்னல். அவ மனசுதான் புடவைத் தலைப்பு..!"

"சூப்பர்ப்புங்க... ப்ளீஸ்... நீங்க வரைஞ்ச எல்லா ஓவியங்களையுமே காமிங்களேன்..."

ஸ்ரீராம் உற்சாகமாகத்தான் வரைந்த ஓவியங்களையும் எடுத்துக் காட்டினான். நடுவே விளக்கம் சொன்னான். இரண்டுபேரும் தரையில் உட்கார்ந்து ஓவியங்களைப் பரப்பி வைத்துக்கொண்டு பேசினார்கள்.

"வசந்தி..." என்று பாஸ்கர் அழைக்கும் குரல் கேட்க... பால்கனிக்குச் செல்லும் கதவைத் திறந்துக்கொண்டு எட்டிப் பார்த்து, "என்னங்க...?" என்றாள்.

"இந்த சாவியை காட்ச் பிடி.." என்று தூக்கிப் போட்டுவிட்டு, நானும் வெங்கடேஷும் வாக்கிங் போறோம். அப்படியே சாப்பிட்டுட்டு, உனக்கு டிபன் வாங்கிட்டு வந்துடறோம். எதுவும் சமைக்க வேணாம். எங்கே ஆர்ட்டிஸ்ட் சார்..?"

"என்ன...?" என்று எட்டிப் பார்த்தான் ஸ்ரீராம்.

"நான் சும்மா தமாஷுக்குச் சொன்னேன். மனசுல வச்சிக்காதீங்க..." என்றான், பாஸ்கர் அங்கிருந்தே.

"எதை மனசில் வச்சிக்க வேணாம்னு சொல்றீங்க...? ஞாபகமில்லையே..." போலியாய் நெற்றியைத் தடவ...

"தாங்க்ஸ்..!" என்று சிரித்தான் பாஸ்கர்.

"பாஸ்கர் ஒரு ஜென்டில்மேன். மொதல்ல அவசரமா கொட்டிடுவாரு. அப்புறம் நிதானமா பொறுக்குவாரு" என்றாள், மறுபடி அறைக்குள் திரும்பிய வசந்தி.

"அது சரிதான்... காய்கறியைக் கொட்டினா பொறுக்கிடலாம். கண்ணாடியை உடைச்சுட்டுப் பொறுக்க முயற்சி பண்ணா, ரத்தம்தான் வரும்."

"குதிரை இளவரசி பத்தி சொல்லமாட்டீங்களா?"

“ரைட், உங்க போன பிறவி எனக்குத் தெரியும் ராஜஸ்தான்ல ஜெய்ப்பூர், பீஜப்பூர், ஏதோ ஒரு ஊர்ல ராஜ பரம்பரையிலே இளவரசியா பிறந்திருக்கீங்க. நான் அப்ப உங்க பாய் ஃப்ரெண்டு. சிப்பாயோ, இல்லை புலவரின் மகனோ என்னவோ...”

“என்னங்க உளர்றீங்க..?”

“எனக்கு கனவுகளிலே அடிக்கடி ஒரு குதிரை மேலே இளவரசி வருவா... சொன்னா நம்பமாட்டீங்க... அச்சா உங்க முகமாட்டமே இருக்கும் அவளுக்கு... கிட்டே வந்து சைட் அடிப்பா... உடனே குதிரை வந்த வழியில ரிவர்ஸ்ல போயிடும்...”

“நல்லா சிரிக்க வைக்கிறீங்க..” என்று முன்புறம் குனிந்து, நிமிர்ந்து சிரித்தாள் வசந்தி.

“நீங்க நம்பலை இல்லை..? என் கனவை, என் கற்பனையை எப்படி உங்களுக்குக் காட்ட முடியும்...? வெயிட். நாளைக்கு நான் உங்களை நம்ப வைக்கிறேன்.”

“எப்படி..? அவ வர்றப்போ போட்டோ எடுத்துடுவீங்களா..?”

“அது சஸ்பென்ஸ். நாளைக்கு உங்களை ஒப்புக்க வைக்கிறேன். பை த பை, நீங்க ரொம்ப அழகா இருக்கீங்க வசந்தி...” என்றதும்...

சட்டென்று முகம் மாறிப்போன வசந்தி, அவனை முறைத்துவிட்டு, விருட்டென்று எழுந்து படிகளில் இறங்கினாள்.

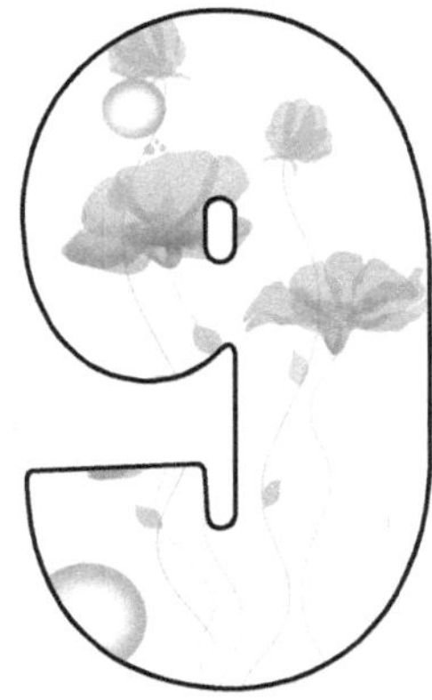

காதல் என்பது...

அலமாரியிலிருந்து ஒரு உடையைத்

தேர்ந்தெடுக்க குழம்புவது!

“ஆட்டம் குளோஸ். இங்க பார், செக்...” என்று ஒரு சிப்பாயை முன்னால் நகர்த்தி, ராணியைக் கொண்டு ராஜாவுக்கு செக் வைத்தான் பாஸ்கர்.

“நோ, சீ! சுத்த ஃப்ராடுப்பா நீங்க. நான் ஒப்புக்க முடியாது” என்று சிணுங்கினாள் வசந்தி.

“ஏன் முடியாது?”

“இந்த சிப்பாய் இந்த இடத்திலே கிடையவே கிடையாது.”

“நிஜமா?”

“நிஜமாத்தான்”

“ப்ராமிஸ்?” என்று உள்ளங்கையைக் காட்டினான்.

“ப்ராமிஸ்” என்று அதில் தன் கையை வைக்க... வைத்த கையைப் பொத்திக் கொண்டான். விடுவிக்காமல் அப்படியே எடுத்துத் தொடைமேல் வைத்துக் கொண்டான்.

“நீ ஜெயிச்சா என்ன, நான் ஜெயிச்சா என்ன... நாம ஜெயிக்கணும், அதான் முக்கியம்” என்று அவளின் புறங்கையில் முத்தமிட்டான்.

“ஓகோ? இதென்ன சார் முன்னுரையா? எந்திரிங்க முதல்ல. உணர்ச்சியை ஜெயிக்கக் கத்துக்கங்க. நான்தான் வீட்டுக்குள்ளே போரடிச்சுக்கிட்டு உக்காந்திருக்கேன். உங்களுக்கென்ன? நாளைக்கு ஒரு பாங்க் எக்ஸாம் இருக்குதில்லே, படிச்சீங்களா?”

“நான் எழுதப் போறதில்லையே!”

“ஏன்?”

“கௌதமன் சார் நிச்சியமா வேலை போட்டுத் தரப் போறார்.”

“அதையே நம்பிக்கிட்டு வேற முயற்சியை எல்லாம் விட்டுடறதா? போய்ப் படிங்க.”

“புக்ஸ் எதுவுமே எடுத்துட்டு வரலை வசந்தி.”

“வாங்குங்க.”

“கொண்டு வந்த பணம் கொஞ்சம்தான் வசந்தி. தங்கறதுக்கு, சாப்பாட்டுக்கு இன்னும் ஒரு பைசா தொடலை. ஆனா, கல்யாணத்துக்குன்னா செலவு இல்லையா?”

“சமாளிக்க வேணாம். லைப்ரரிக்குப் போங்க அங்கே இல்லாத ஜெனரல் நாலெட்ஜ் புத்தகமா?”

“என்ன நீ என்னை விரட்றதிலேயே இருக்கே?”

“லேசா கிஸ் பண்ணுவீங்க. அப்புறம் மடியிலே படுத்துப்பிங்க. எனக்கும் சபலங்கள் உண்டு பாஸ்கர்.”

“என் மேலே நம்பிக்கை இல்லையா?”

“வேணாம். வாதம் வளரும். என்மேலதான் எனக்கு நம்பிக்கை இல்லைன்னு வச்சிக்கங்களேன். பொண்ணுக்குக் காதல் மட்டும்தான் வருமா? காமம் வராதா?”

“சரி கதவைச் சாத்திக்கோ. வெளில போயிட்டு வரேன்.”

“வர்றப்போ நாளைய சமையலுக்குக் கொஞ்சம் காய்கறி.”

“இப்ப என்னங்கறே? தாலி கட்டலை. சேர்ந்து படுக்கலை. மத்தபடி நாம குடித்தனம் நடத்திக்கிட்டுதான் இருக்கோம். வெங்கடேஷ்தான் விருந்தாளி மாதிரி இருக்கான்.”

சிரித்துவிட்டு, பிளாஸ்டிக் கூடை எடுத்து வந்து தந்தாள். வாங்கிக் கொண்டு அவன் சென்றதும் கதவைச் சாத்திவிட்டு உள்ளே வந்து செஸ் போர்டை எடுத்து வைத்துவிட்டு பாதியில் வைத்திருந்த எம்பிராய்டரி வொர்க்கை எடுத்துக்கொண்டு சோபாவில் அமர்ந்தாள்.

கிளிக்கான இளம் பச்சைநிற நூல்கண்டு தீர்ந்து போயிருந்தது. இனி இந்த நிற நூல் இல்லாமல் இதைத் தொடர முடியாது. பெருமூச்சு விட்டாள்.

மூன்றாவது தெருவின் முனையில் ஒரு ஜெனரல் ஷாப் இருக்கும் நினைவு வந்தது. கால் மணி நேர நடை.

எழுந்து, காசு எடுத்துக்கொண்டு, செருப்பு அணிந்து, விட்டைப் பூட்டிக்கொண்டு நடந்தாள். அவள் போன கொஞ்ச நேரத்தில் பைக்கில் வந்திறங்கி, படிகள் ஏறி மாடிக்குப் போனான், ஸ்ரீராம்.

இன்னும் கொஞ்சநேரத்தில் வெங்கடேஷ் வந்து ஸ்கூட்டரை நிறுத்திக் கதவில் பூட்டைப் பார்த்தான். ஸ்ரீராமின் வண்டியைப் பார்த்துவிட்டு கீழேயிருந்தே அழைத்தான்.

"என்னங்க?" என்று எட்டிப் பார்த்தான் ஸ்ரீராம், கையில் பிரஷ்ஷுடன்.

"ஆபீஸ் போகலை?"

"போனேன். வந்துட்டேன். இங்கே கொஞ்சம் வேலை"

"சாவிக் கொடுத்துட்டுப் போனாங்களா? பூட்டியிருக்கே!"

"இல்லை, கொடுக்கலை. நானே இப்பத்தான் வந்தேன். மணி பதினொண்ணுதான் ஆகுது. நீங்க ஏன் அதுக்குள்ளே வந்துட்டீங்க?"

"இரு, மேல வந்து சொல்றேன்."

வெங்கடேஷ் படிகளேறி, மேலே வந்து லேசாக மூச்சு வாங்கி, பாஸ்கருக்கு வேலை கிடைச்சிடுச்சி."

"கங்கிராஜீலேஷன்ஸ்!"

"எனக்கு ஏன்ப்பா சொல்றே?"

"நீங்கதானே வாங்கிக் கொடுத்தது?"

"கௌதமன் சார் ஆபீஸ்க்கு போன் பண்ணாரு. பாஸ்கரை ஈவினிங் வீட்ல வந்து பார்க்கச் சொல்லுன்னாரு. எனக்கு உடனே இதை பாஸ்கர்கிட்டே சொல்லணும்னு தவிப்பு. வேலை எல்லாம் தூக்கி ஓரமா வச்சிட்டு இங்கே வந்தா, ரெண்டுபேரும் ஜாலியா எங்கயோ புறப்பட்டாச்சு போலிருக்கு... தண்ணி குடுப்பா."

ஸ்ரீராம் தண்ணீர் கொண்டுவந்து கொடுத்துவிட்டு, "என்ன வேலை?" என்றான்.

"அதை அவர் சொல்லலை. நானும் கேட்டுக்கலை. சரி. அப்ப நான் போறேன். நிறைய வேலை இருக்கு. அவங்க வந்ததும் நியூஸைச் சொல்லிடு. ஈவினிங் பாஸ்கரைப் புறப்பட்டுப் போகச் சொல்லு. சொல்லிடறியா?"

"சரி!"

"என்ன வரைஞ்சுக்கிட்டிருக்கே?" என்று ஸ்டாண்டை எட்டிப் பார்த்தான். இங்கிருந்து தெரியவில்லை.

"வரைஞ்சு முடிச்சப்புறம் காண்பிக்கிறேன்."

வெங்கடேஷ் புறப்பட்டுப் போனதும், ஸ்ரீராம் ஸ்டாண்ட முன்பு வந்து நின்று முழுக்கைச் சட்டையை முழங்கைக்கு மேல் ஏற்றிக்கொண்டு அந்த ஓவியத்தைத் தீவிரமாக வரைய ஆரம்பித்தான்.

கொஞ்ச நேரத்தில் கீழே கதவு திறக்கும் சப்தம் கேட்டதும், பிரஷ்ஷை பிளாஸ்டிக் டம்ளரில் போட்டுவிட்டு, கைகளைத் துடைத்துக் கொண்டு வெளியேறி, படிகளில் இறங்கினான்.

கதவு இப்போது உள்புறமாக சாத்தப்பட்டிருக்க, மணியழுத்தினான்.

ஃபிரிஜ்ஜிலிருந்து எடுத்து பாட்டிலோடு வாயில் வைத்துத் தண்ணீர் குடித்துக் கொண்டிருந்த வசந்தி, பாட்டிலை வைத்துவிட்டு வந்து கதவைத் திறக்கப் போனவள் நிதானித்தாள். பீப்ஹோல் வழியாகப் பார்த்தாள்.

ஸ்ரீராமின் முகம் தெரிய... ஒரு விநாடி தயங்கிவிட்டுக் கதவைத் திறந்தாள்.

"பாஸ்கர் இல்லே?"

"லைப்ரரி போயிருக்கார்."

"இப்போ வெங்கடேஷ் வந்து வீடு பூட்டியிருந்ததாலே என்கிட்டே சேதி சொல்லி, சொல்லச் சொன்னார். பாஸ்கருக்கு

வேலை கிடைச்சிடுச்சி. சாயங்காலம் அவர் கௌதமன் சாரைப் போய்ப் பார்க்கணும்” என்று சொல்லிவிட்டு நகர...

குப்பென்று மகிழ்ச்சியில் திணறிய வசந்தி, “மிஸ்டர் ஸ்ரீராம்” என்றாள்.

அப்படியே நின்றான் திரும்பிப் பார்க்காமல்.

“ஒரு நிமிஷம் உள்ளே வாங்க. உங்ககூடக் கொஞ்சம் பேசணும்” என்று சொல்லிவிட்டு, அவனுடைய பதிலுக்கு நிற்காமல் உள்ளே நடந்தாள்.

கொஞ்சம் தயங்கி உள்ளே வந்து அவன் நின்று கொண்டிருக்க... சமையல் அறையிலிருந்து கையில் தட்டோடு ஹாலுக்கு வந்து நீட்டினாள்.

“சந்தோஷமான செய்தி சொன்னவங்களை வெறும் கையோடு அனுப்பலாமா? ஸ்வீட் எடுத்துக்குங்க. தற்போதைக்கு வெல்லம்தான். ஈவ்னிங் பாஸ்கர் பார்ட்டியே தருவார்.”

அமைதியாக எடுத்துக்கொண்டு அவளைப் பார்த்து உடனே பார்வையை விலக்கினான்.

“ஐ யாம் ஸாரி! அப்புறம் யோசிச்சப்போ நான் உங்களைச் சரியா அவமானப்படுத்திட்டதா உணர்ந்தேன். ஒரு ஆம்பளை நேரடியா அப்படிச் சொன்னது எனக்குப் புதுசு. அதிர்ச்சி. ஆனா, சிந்திச்சுப் பார்த்தப்போ... ‘ஹலோ, குட் மார்னிங்’னு சொல்லிட்டு, அந்தப் பக்கம் போயி ‘குட்டி டக்கரா இல்லே’ன்னு, ஃப்ரெண்டுகிட்டே கமெண்ட் அடிக்கிறதைவிட நீங்க உண்மையா சொன்னதிலே தப்பு இல்லைன்னு பட்டுச்சி. நானே உங்ககிட்டே வந்து மன்னிப்பு கேக்கணும்னு நினைச்சேன். ப்ளீஸ், உக்காருங்க!”

அமைதியாய் அமர்ந்தான்.

தன் நகங்களைப் பார்த்துக் கொண்டு மெதுவாய்ச் சொன்னான் ஸ்ரீராம்:

"அது தப்பா, சரியா, பண்பாடான்னு எதுவும் யோசிக்கலை. மனசுக்குள்ளே அந்த நிமிஷம் ஓடின வாக்கியத்தை அப்படியே சொல்லிட்டேன். நீங்க பளிச்சுனு முறைச்சுட்டு இறங்கிப் போனதும்தான் சொன்ன வார்த்தைகளையே திரும்ப யோசிச்சேன். சத்தியமா வேற உள்அர்த்தம் எதுவும் கிடையாது" என்று திரும்பின ஸ்ரீராமின் கண்களில் நீர் கலங்குவதைப் பார்த்துப் பதறினாள் வசந்தி.

"என்னங்க இது! நான்தான் தப்பா எடுத்துக்கலைன்னு சொல்லிட்டேனே... இதுக்கு ஏன் இவ்வளவு தூரம்... நோ... நீங்க இவ்வளவு சென்சிட்டிவா இருப்பீங்கனு நினைக்கவே இல்லை."

"ராத்திர பூரா தூங்கவே இல்லைங்க. என்னடா இது, இப்படி தப்பா நினைச்சுட்டாங்களே, அப்படி நினைக்கிற மாதிரி பேசிட்டமேன்னு மனசு ரணப்பட்டுப் போச்சுங்க."

"சரி, விடுங்க. நாம அதை மறந்துடுவோம்... ஏன் ஆபீஸ்லேர்ந்து வந்துட்டீங்க?"

"சரி. என்னாச்சு? உங்க கனவை என்னை நம்ப வைக்கிறேன்னு சொன்னீங்க!"

"இப்ப டைம் என்ன?"

"பதினொண்ணு இருபது."

"இந்த வால் கிளாக் டய்ங்னு பெல் அடிக்கிறப்போ நீங்க பொறப்பட்டு மாடிக்கு வாங்க. நிரூபிக்கிறேன். ஓகே?"

"என்னங்க இது... மாடர்ன் தியேட்டர் பட வசனம் மாதிரி பேசறீங்க?"

"வாங்களேன்..." என்று புறப்பட்டு, வேகமாய் படிகளில் ஏறினான் ஸ்ரீராம்.

அவன் சொன்னபடி வால் கிளாக் பதினொண்ணு முப்பதுக்கு மணியடித்தபோது, எம்பிராய்டரி வொர்க்கை வைத்துவிட்டு, கதவைச் சும்மா சாத்தி வைத்துவிட்டு...

படிகளில் ஏறி மாடிக்கு வந்து, "வரலாமா?" என்றாள்.

கை கழுவிக் கொண்டிருந்த ஸ்ரீராம் "வாங்க!" என்று டவல் எடுத்துத் துடைத்துக் கொண்டான்.

"நேத்து நான் சொன்னதுக்கு நம்பலை இல்லை? இப்போ அந்தக் குதிரையையும், இளவரசியையும் நீங்களே பார்ப்பீங்க. ஒரு நிமிஷம் கண்ணை மூடுங்க" என்றான்.

"மாஜிக்கா?" என்று அவள் கண்களை மூடிக் கொண்டதும், ஓவிய ஸ்டாண்டைத் தூக்கிக் கொண்டு வந்து ஓசை இல்லாமல் நிறுத்தி, பின் செய்யப்பட்டிருந்த ஓவியத்தை மறைத்திருந்த துணிப்படுதாவை உயரே தூக்கித் திறந்து வைத்து...

"உம். இப்ப கண்ணைத் திறந்து பாருங்க!"

கண்களைத் திறந்து பார்த்தவள் பிரமிப்பில்...

வசந்தி குதிரையில் அமர்ந்திருந்தாள்... தத்ரூபமாக!

"உங்களை மாடாலா வச்சு வரைஞ்சேனா இல்லை, இளவரசி உடை போட்டுத்தான் பார்த்திருக்கேனா? இப்ப சொல்லுங்க. என் கனவை ஒப்புக்கறீங்களா?"

இன்னும் பிரமிப்பு கலையாமல் ஓவியத்தைப் பார்த்துக் கொண்டேயிருந்தாள்.

பாஸ்கர் ஆட்டோவிலிருந்து இறங்கிக் கொண்டான்.

கூர்க்காவை நெருங்கிச் சொல்லி, அவன் அனுமதி வாங்கிக்கொண்டு கேட்டைத் திறந்ததும், உள்ளே உற்சாகமாக நடந்தான்.

பங்களாவின் வாசல் நோக்கி நகாந்தவன்... புல்வெளியில் அலுமினிய நாற்காலியில் அமர்ந்து கௌதமன் பேப்பர் படித்துக் கொண்டிருப்பதைப் பார்த்து அவரை நோக்கி நடந்தான்.

கிட்டே அவன் வரும்போது அவனைக் கவனித்துவிட்ட கௌதமன், பேப்பரை மடக்கி வைத்துவிட்டு, "வாங்க பாஸ்கர்" என்றார்.

“குட் ஈவினிங் சார்! இந்த உதவியை நான் மறக்கவே முடியாது சார்” என்று பளிச்சென்று அவரின் பாதம் தொட்டு வணங்கினான்.

“அட? அதெல்லாம் வேணாம். உக்காருப்பா!”

“பரவால்லை சார்!”

“சும்மா உக்காரு.”

எதிர் நாற்காலியின் நுனியில் அமர்ந்தான்.

“பாஸ்கர், பி.காம். வெங்கடேஷோட ஃப்ரெண்டு. நல்லா பேசுவே. அவ்வளவுதான் தெரியும். இன்னும் கொஞ்சம் அறிமுகப்படுத்திக்கோப்பா.”

எதைச் சொல்வது என்று ஒரு விநாடி யோசித்தான். காதலியோடு ஓடி வந்திருக்கிறேன் என்று சொன்னால் அசிங்கம். அது மட்டும் வேண்டாம்.

“சொந்த ஊர் மதுரை. அப்பா பாங்க்ல காஷியர். ரெண்டு தம்பிங்க. சிஸ்டர்ஸ் கிடையாது. படிச்சது மதுரையிலேதான். இப்போ தங்கியிருக்கிறது வெங்கடேஷ் வீட்லதான்.”

“முக்கியமானதை விட்டுட்டியேப்பா.”

“என்ன சார்?”

“கல்யாணம்!”

“இன்னும் ஆகலை சார்!”

கௌதமன் நிம்மதியாக மூச்சுவிட்டு, “உன்னை என் பக்கத்திலேயே வச்சிக்கலாம்னு முடிவு செஞ்சிருக்கேன் பாஸ்கர்.”

“என்ன சார்?”

“எனக்குன்னு இதுவரைக்கும் பர்சனல் அசிஸ்டெண்டுனு யாரையும் வச்சிக்கலை. தொழில் பெருகிடுச்சி. என் புரோகிராம்சும் அதிகமாயிடுச்சி இன்னும் சில புதுத்தொழில்களிலேயும் இறங்க முடிவு செஞ்சிருக்கேன். இப்போ ஒரு பி.ஏ., இருந்தா பரவால்லைன்னு படுது.”

"ரொம்ப சந்தோஷம் சார்!"

தூரத்தில் நின்ற பணியாளைச் சைகையால் அழைத்து, "ரெண்டு காபி எடுத்துட்டு வா. அப்படியே நான் கூப்பிட்டதா சொல்லி மஞ்சுவை இங்கே வரச் சொல்லு" என்றார்.

"பாஸ்கர், நான் நட்பாவும் பேசுவேன். அதேசமயம் கண்டிப்பாவும் இருப்பேன். நீ நல்ல பையன்தான். இல்லாட்டி வெங்கடேஷ் சிபாரிசு செய்யமாட்டார். இருந்தாலும் நான் சில அட்வைஸ் சொல்லப் பிரியப்படறேன்."

"தாராளமா சொல்லுங்க சார்."

"நான் ஒழுக்கத்திலே ரொம்ப கண்டிப்பானவன். நான் போற இடங்களுக்கு எல்லாம் நீயும் கூடவே வரப்போறே. அங்கே உன் செயல்கள் எனக்கு கௌரவத்தைத் தேடித் தர்றதா இருக்கணும். நம்ம ஃபாக்டரி ஆபீஸ்ல நாற்பதுக்கு மேலே பெண்கள் வேலை செய்றாங்க. இது சபலமான வயசு. எச்சரிக்கையா இருக்கணும். தவிர, எனக்கு இந்தக் காதல், கீதல்ல எல்லாம் சுத்தமா நம்பிக்கையே கிடையாது. அந்த மாதிரி எல்லாம் எந்த விவகாரமும் நீ பண்ணிடக்கூடாது. லெட்டர் கொடுத்தார் சார், தப்பா பேசினார் சார்னு எதாச்சும் ரிப்போர்ட் வந்தா நான் பொறுமை இழந்துடுவேன்."

"ஏன் சார் இவ்வளவு தூரம் சொல்றீங்க? நான் அப்படிப்பட்ட டைப் இல்லை" என்றவன் மனதுக்குள் நினைத்துக் கொண்டான். 'இந்த வேலை நிலைக்க வேண்டுமென்றால் கொஞ்ச நாளைக்கு வசந்தியைப் பற்றி, காதலைப் பற்றி இவரிடம் மறைத்தே ஆகவேண்டும். அன்று கலகலப்பாகப் பேசின இவருக்குள் இப்படி ஒரு கடுவன் பூனையா?'

காபி வந்தது.

பருகினார்கள் அமைதியாக.

"என்ன சம்பளம் எதிர்பார்க்கிறே?"

"உங்களுக்கு நியாயமாப்பட்டதை முடிவு செய்யுங்க சார்."

“பரவாயில்லை. புத்திசாலித்தனமாதான் பேசறே. உன் எதிர்பார்ப்புன்னு நீ ஒரு தொகையைச் சொல்ல... அது என்னோட எஸ்டிமேட்டுக்குக் கீழே இருந்துட்டா நஷ்டம் உனக்குத்தானே?” என்று சிரித்தார். இணைந்து சிரித்தான்.

பாஸ்கரின் முதுகுக்குப் பின்னால் கொலுசுச் சத்தம் துவங்கி, மெதுவாகச் சமீபித்து நின்றது.

“இதான் என்னோட பொண்ணு, மஞ்சு. வாம்மா இப்படி உக்காரு. இவர்தான் பாஸ்கர். என்னோட பி.ஏ -வா அப்பாயிண்ட் பண்ணியிருக்கேன்.”

“வணக்கங்க!” என்று கைகூப்பித் திரும்பிய பாஸ்கர் அவளின் அழகான முகத்தைப் பார்த்துப் பிரமித்தான்.

காதல் என்பது...

ஒரு வரி வாழ்த்து எழுத

இரண்டு நாள் பொறுமையாக

அகராதியில்

வார்த்தையைத் தேர்ந்தெடுப்பது!

“மஞ்சு” என்றழைத்தார் கௌதமன். “பாஸ்கருக்கு வீடு, தோட்டம், நீச்சல்குளம் எல்லாம் அழைச்சுட்டுப் போய் காட்டும்மா. பாஸ்கர், போயிட்டு வாங்க...”

மஞ்சு புடவையின் ஃப்ளீட்ஸ் புறக்களில் புரள, மௌனமாக நடந்தாள். “வாங்க” என்று ஒரு வார்த்தை சொல்லிவிட்டு. நான்கடி இடைவெளிவிட்டு பாஸகர் தொடர்ந்தான்.

போர்ட்டிகோவைக் கடந்து ஹாலுக்குள் வந்த பிறகும் யாரும் எதுவும் பேசாமல் நடந்த மௌனம் பாஸ்கருக்கு அசிங்கமாய்த் தென்பட.... “படிச்சிக்கிட்டிருக்கீங்களா?” என்றான் பொதுவாக.

“இல்லை, பாதியிலேயே நிறுத்திட்டேன். இதான் ரிசப்ஷன் ரூம்” என்றாள் மஞ்சு.

“இந்த ஹாலுக்கு ஒரு தடவை வந்திருக்கேன்” என்றவன், ‘படிப்பை ஏன் பாதியில் நிறுத்தினீர்கள்?’ என்று அடுத்த கேள்வி யோசித்தான். வேண்டாம். ஏதாவது சொல்லச் சங்கடப்படும் காரணங்கள் இருக்கலாம்.

“அப்போ மாடிக்குப் போகலாம்.”

அவள் படியேறியபோது பளீர் என்று கணுக்கால்வரை கவர்ச்சி நடிகையின் பவுடர் போட்ட வயிறாக சிவப்பாகத் தெரிந்து மறைய... அவற்றில் கொலுசுகள் அசைந்து சப்தித்தன.

“இங்கேயும் ஒரு ஹால்” என்று கதவைத் திறந்தாள். உள்ளே ஒரு பக்கம் கல்யாணம் நடக்க, ஒரு பக்கம் பந்தி பரிமாறலாம் போல இருந்தது.

“உங்க அப்பாவுக்கு எத்தனை குழந்தைங்க?”

“நான் மட்டும்தான்.”

“அம்மா?”

“இறந்துட்டாங்க. மேலே போலாமா?”

“ஷ்யூர்!”

“இது அப்பாவோட ரூம், உள்ளே போகணுமா?”

“அவசியம் இல்லை.”

“அப்புறம் இந்தப் பக்கம் வரிசையா நாலு ரூம்ஸ்.”

“சரிங்க.”

“மொட்டை மாடி பார்க்கணுமா?”

“இல்லை, வேணாம்.”

“பின்பக்கம் தோட்டத்துக்குப் போகலாம்.”

“சரிங்க.”

‘ஏன் இந்தப் பெண் இயல்பாய் இல்லை? கேட்ட கேள்விக்கு மட்டும் இரண்டு வார்த்தை மிகாமல் பதில். கடமையாய்ப் பேசுகிறாள். ஏங்கப்பா வீட்டைக் காண்பிக்கச் சொன்னார், அதனால் காண்பிக்கிறேன். எனக்கு இதில் ஆர்வமில்லை என்கிற இவளின் எண்ண ஓட்டம் செய்கையில் புரிகிறது. இது அலட்சியமா? பணத் திமிரா? இல்லை, உடல் நலமில்லையா?’

பாஸ்கர் சிந்தித்துக் கொண்டே தொடர...

தோட்டம் பார்த்தார்கள். அவரை விதை வடிவத்தில் இருந்த நீச்சல் குளத்தில் தண்ணீரே இல்லை.

“ஏங்க தண்ணி இல்லை?” என்றான்.

“அப்பா இதிலே இறங்கறதில்லை. நான்தான் உபயோகிப்பேன்... கொஞ்ச நாளா உற்சாகம் இல்லை”

“ஏன்?” என்று சட்டென்று கேட்டுவிட்டு, “பர்சனலா இருந்தா சொல்ல வேணாம்” என்றான்.

“பர்சனலாதான்” என்று நடந்தாள்.

நீர் இல்லாத நீச்சல் குளத்தை ஒரு முறை பார்த்துவிட்டு அவளைத் தொடர்ந்தான்.

"இது அவுட் ஹவுஸ். பூட்டியிருக்கு, சாவி கொண்டாரலை."

"பரவாயில்லைங்க."

"அதுதான் காரேஜ்."

"என்ன கார் இருக்கு?"

"டொயோட்டோ ஒண்ணு, மாருதி ஒண்ணு."

காரேஜை ஒட்டி, ஷெட் போல இருந்த மற்றொரு அறையின் கதவைத் திறந்து உள்ளே தள்ளினாள்.

"இது கேம்ஸ் ரூம்" என்று விளக்கைப் போட, அறையின் மத்தியில் அந்த டேபிள் டென்னிஸ் போர்டு இருந்தது. நேர் மேலே மூன்று விளக்குகள் மேஜைக்கு மட்டும் வெளிச்சம் அமைந்தன.

"கவிதானு ஒரு ஃப்ரெண்டு இருந்தா... அவளும் நானும்தான் விளையாடுவோம். அவ கல்யாணமாகி சூரத் போயிட்டா... எனக்கு பார்ட்னர் இல்லை... போர்டு தூசி பிடிச்சிடுச்சு."

முதன்முறையாக அவளாக ஒரு அதிகபட்சத் தகவலைச் சொன்னதில் திருப்தியாய் இருந்தது.

பாஸ்கர் மேஜையை நெருங்கி, அதன் தூசிமேல் ஒரு கோடு இழுத்து, "காலேஜ் தினங்களிலே வெறியா விளையாடுவோம். பத்து ரூபா, இருபது ரூபா, முப்பது ரூபான்னு பெட் கட்டி எல்லாம் விளையாடுவோம்" என்றதும்...

மஞ்சுவின் முகம் மலர்ந்து, "உங்களுக்கு டி.டி. ஆடத் தெரியுமா..?" என்றாள் உற்சாகமாக.

"சே! என்ன அழகு! என்ன அழகு! ஸ்ரீராம் பார்த்தார்னா, உடனே பேப்பரும் பென்சிலும் எடுத்துக்கிட்டு ஸ்கெட்ச் பண்ண உக்கார்ந்திடுவார் வெங்கடேஷ் சத்தியமா அப்படி ஒரு கலர்ல ஒரு பொண்ணை நான் பார்த்ததில்லை. கடைந்தெடுத்த சிற்பம் அது, இதுன்னு கதைகள்ல புருடா விடறாங்கன்னு எத்தனையோ

தடைவ கேலி பேசியிருக்கேன். வேற வழி இல்லைப்பா. அப்படித்தான் வர்ணிச்சாகணும். இவ்வளவுக்கும் அதிகமா மேக்கப் கூடப் போடலை அந்தப் பொண்ணு..!"

தட்டில் வைத்து டீ எடுத்து வந்த வசந்தி, "நான் பால் குக்கரை அடுப்பிலே வச்சப்போ அவளைப் பத்திச் சொல்ல ஆரம்பிச்சீங்க. இன்னும் முடியலையா..?" என்றாள்.

"போச்சுடா. பொறாமை வந்துடுச்சு அம்மையாருக்கு" என்றான் பாஸ்கர்.

"சிவப்புத் தோலா ஒருத்தியைப் பார்த்துட்டு வந்த உடனே நான் அம்மையார் ஆயிட்டேன். நாளைக்கு அவ்வையார் ஆயிடுவேன். வர்றப்போ கைத்தடி வாங்கிட்டு வாங்க..."

"சேச்சே..! என்ன வசந்தி இது! நான் இன்னும் சொல்லி முடிக்கலையே... இப்போ முடிக்கிறேன் பாரு. அப்படிப்பட்ட அழகுகூட வசந்திக்கு முன்னாடி மண்டி போட்டு உக்கார்ந்தாகணும்னு சொல்ல வந்தேன், என்ன வெங்கடேஷ்...?"

"நோ கமென்ட்ஸ்..." என்று சிரித்துவிட்டு, டி.வி-யின் வால்யூமைக் கூட்டினான் வெங்கடேஷ்.

"எப்போ ஆபிஸ் ஜாயின் பண்றீங்க..? அதைச் சொல்லுங்க..."

"நாளைக்கே. வெங்கடேஷ்... இன்னொரு விஷயம் சொல்ல மறந்துட்டேனே! அன்னிக்கு அவ்வளவு கலகலப்பா பேசினார் இல்லையா! இன்னிக்குத் திடீர்னு சீரியசாயிட்டார். ஆபீஸ்ல நிறையப் பொண்ணுங்க. நீ சைட் அடிக்கக்கூடாது. லெட்டர் எழுதக்கூடாதுன்னெல்லாம் ஒரே அட்வைஸ் மழை.."

"பாஸ்கர், அன்னிக்கு அவர் ஒரு ஃப்ரெண்டு. இன்னிக்கு உன் பாஸ். அப்படித்தான் பேசுவார்..."

"நீங்க சொல்ல வேண்டியதுதானே, வசந்திங்கிற பொண்ணுக்கு எழுத வேண்டிய அளவுக்கு எல்லா லெட்டரும் எழுதியாச்சு, ரெண்டாவது தடைவ காதலிக்க முடியாதுன்னு.." என்றாள் வசந்தி.

"நினைச்சேன். அவர் முந்திக்கிட்டார். எனக்கு இந்தக் காதல் விவகாரமே பிடிக்காதுன்னு... சரி, முதல் நாளே எதுக்கு அவரை அப்செட் பண்ணணும்னு முழுங்கிட்டேன். வீட்டைவிட்டு ஓடி வந்துட்டோம்னு எப்படிச் சொல்றது..? நமக்கு நியாயமாப்பட்டாலும் அவர் என்ன நினைப்பார்?"

"நியாயம்தான்..." என்றான் வெங்கடேஷ்.

"ஓகே. வெளியில போய் நல்ல ஓட்டல்ல டிபன் சாப்பிட்டுட்டு, அப்படியே செகண்ட் ஷோ போயிட்டு வரலாமா எல்லோரும்..?"

"எல்லோருமே சேர்ந்து நாளைக்கு ஈவினிங் போலாமே பாஸ்கர்.." என்றான் வெங்கடேஷ்.

"இப்ப மழை பெய்றப்போ, நாளைக்கு குடை தருவியா..?"

"இப்ப என்ன மழை...?"

"சந்தோஷ மழைதான்..."

"அம்மையாரோட கூடப்போனா, உங்களுக்குப் பொருத்தமா இருக்குமா...?"

"இந்தப் பொம்பளைங்களே இப்படித்தான். ஒரு வார்த்தை சொல்லிடக் கூடாதே... அதையே பிடிச்சுக்கிட்டுக் கீறிடுவாங்க கீறி... நாளைக்கு ரெஜிஸ்திரார் ஆபீஸ்ல தேதி வாங்கணும் வெங்கடேஷ்!"

"அப்பா! ஞாபகம் வச்சிருக்கீங்க..." என்று எழுந்து "டிரெஸ் மாத்திட்டு வந்துடறேன்..." என்று அறைக்குள் போனாள் வசந்தி.

"ஏய், கோபமா இருக்காங்க சிஸ்டர். ஜாக்கிரதையா நடந்துக்க..." என்றான் வெங்கடேஷ்.

"மஞ்சுவைப் பத்தி வசந்தி இல்லாதப்போ உன்கிட்டே சொல்லியிருக்கலாம் நான். அப்பா! எவ்வளவு கோபம் முகத்திலே... பிரெட் வச்சா டோஸ்ட் ஆயிடும் போலிருக்கு..."

“இந்தக் கோபம் நேச்சுரல் பாஸ்கர். ஆரோக்கியமான கோபம் இது…”

“ஆரோக்கியம்னா…? லைப்பாய் போட்டுக் குளிப்பாட்டின கோபமா…?”

“சகிக்கலை. உன்மேல் எவ்வளவு பொஸசிவா இருக்காங்கன்னு புரியுதா..?”

“அட, அப்படி ஒரு அர்த்தம் இருக்குதில்லே…?”

“உன்னை எப்படி காதலிச்சாங்க… வேற நல்ல பையனா கிடைக்கலையா?”

“மதுரையில நான் ஒருத்தன்தான் கோவலன்…”

“உளறாதே… பொருத்தமா சொல்லு. கோவலன் மாதவி வீட்டுக்குப் போனவன்…”

“எல்லா வர்த்தைக்கும் அர்த்தம் கற்பிச்சுப் பார்க்காதே. பாரு… இலக்கியத்திலேயே சின்ன வீடு வருது…”

“அதோட விளைவுகளைச் சொல்றதுக்காக வருது.”

“விவாதம் பண்ற மூட்ல இல்லை நான். கதவைத் திறந்து வசந்தி வர்றதுக்குள்ளே இன்னொரு சின்ன விஷயம் மஞ்சு பத்திச் சொல்லிடறேன். மேலுதடுகிட்ட சின்னதா மச்சம் இருக்கும் பாரு, அப்படியே ஆளைத் தூக்குது…”

“பாதகா! பாதை மாறாதே…!”

“சீச்சீ! இதெல்லாம் சாப்பாடு இல்லை. சிப்ஸ் அப்பப்போ சின்னதா கொறிச்சுக்கிறது…”

“கெட்ட பயடா நீ…”

“நான் ரெடி…” என்று வந்தாள் வசந்தி. நீலநிற மாக்ஸி அணிந்திருந்தாள். தலையை போனி டெய்லாக அமைத்திருந்தாள். கருஞ்சிவப்பு லிப்ஸ்டிக் பூசியிருந்தாள். மிகச் சின்னதாகப் பொட்டு.

“ரெண்டே நிமிஷத்திலே ஒரு பொண்ணு மேக்கப் செஞ்சு, டிரெஸ் மாத்திட்டதா நீ கேள்விப்பட்டிருக்கியா...? கின்னஸ் புக்கிலே ரெஃபர் பண்ணணும்...” என்றான் பாஸ்கர்.

“ஐஸ் போதும், கிளைமேட்டே ஜில்லுன்னுதான் இருக்கு...”

“ஆனா, நீங்க சூடாத்தான் இருக்கீங்க சிஸ்டர்”; என்றான் வெங்கடேஷ்.

“தியேட்டர் போறேன்ல, அதெல்லாம் சரியாப் போய்டும்...” என்று கண்ணடித்த பாஸ்கர் ஹெல்மெட்டை எடுத்துக் கொண்டான்.

கட்டட வாசலில் நிறுத்தி பைக்கைப் பூட்டினான் ஸ்ரீராம். அருகிலுள்ள கடையில் சிகரெட் வாங்கிப் பற்ற வைத்துக்கொண்டு ‘சயன்ஸ் டுடே’ வாங்கிக் கையில் தோசையாகச் சுருட்டிக்கொண்டு படிகளில் ஏறினான்.

மூன்றாவது மாடியில் ‘ஜெய்கோ’ என்று பித்தளையில் போர்டு இருந்த அலுவலகப் பகுதிக்குள் கண்ணாடி கதவைத் தள்ளி உள்ளே வந்தான்.

டெலிபோன் போர்டில் அமர்ந்திருந்த ஆங்கிலோ இந்தியப் பெண்மணி ‘ஹாய்’ என்றாள். கையை உயர்த்திவிட்டு, இன்னொரு நரைத்த தலை பிரெஞ்ச் லேடியின் மேஜையில் குனிந்து, ஆங்கிலத்தில் குறிப்புகள் சொல்லிவிட்டு, அவளது ஆஸ்ட்ரேயில் சிகரெட்டைப் புதைத்துவிட்டு, இயங்கிக் கொண்டிருந்த ஐந்தாறு மேஜைகளைக் கடந்து... வாசலில் பிளாஸ்டிக் தொட்டிகளில் பூச்செடிகள் வைக்கப்பட்டிருந்த... ராம் என்று லாமினெட்டட் கதவில், கறுப்பு லெட்டர்ஸ் ஒட்டியிருந்த அறைக்குள் நுழைந்தான்.

நாற்காலியில் அமர்ந்து, திரும்பி ஜன்னல் வழியாக ஆட்டோ ரிக்ஷாக்காரர்களின் பிளாட்பாரச் சண்டையைக் கொஞ்ச நேரம் பார்த்தான்.

அறைக்குள் இரண்டு, மூன்று எவர்சில்வர் அட்ஜஸ் டபிள் ஸ்டாண்டுகளில் க்ளிப் போட்டுப் பொருத்தப்பட்டிருந்த, வரைந்து முடிக்காத ஸ்கெட்ச்சுகளைப் பார்த்தான். மேஜை மேல் காலண்டர்கள் போல் சுருட்டிச்சுருட்டிக் கிடந்த சுருள்களில் மூன்று, நான்கை விரித்து விரித்துப் பார்த்தான். கைகளை எடுத்ததும் மீண்டும் சுருண்டு கொண்டன.

ஒன்றைத் தேர்ந்தெடுத்து, இண்டர்காமில் "மாதவ்." என்றான்.

வந்த மாதவ் கறுப்பாய் இருந்தான். ஜிப்பா போட்டிருந்தான். கையில் பிராஸ்லெட்டும், கழுத்தில் கறுப்புக் கயிறும் கட்டியிருந்தான். முதுகுக்குப் பின்னால் வைத்திருந்த கையில் உயிருள்ள பீடி வைத்திருந்தான்.

"என்ன சார்..?" என்றான்.

"இதை ஒன் ப்ளஸ் த்ரீ ஜெராக்ஸ் பண்ணிக் கொண்டாந்துடுங்க... சியாமளா வரலை?"

"இல்லை, மூணு மாசம் லீவு..."

"என்னது, மூணு மாசமா...?"

"பிரசவ லீவு சார்!"

"அப்போ யார் டைப்பிங் பார்க்கிறது...?"

"தியாகு, ஸ்ரீராம் எல்லாம் மாறி மாறி உக்கார்ந்து அட்ஜஸ்ட் பண்ண வேண்டியதுதான்..."

"வேலை கெட்டுடும்பா... எம்.டி. வந்தாச்சா..?"

"வந்துட்டார்..."

"சரி, போங்க..." என்று எழுந்து வெளியேறி எம்.டி-யைச் சந்தித்துப் பேசிவிட்டு, திரும்ப வந்து அறைக்குள் நுழைய இருந்தவன், யதேச்சையாக ரிஸப்ஷனிஸ்டிடம் வசந்தி பேசிக் கொண்டிருப்பதைப் பார்த்து ஆச்சரியப்பட்டு... வேகமாய் அவளை நோக்கிப் போனான்.

“என்ன இது, இப்படி சர்ப்ரைஸ் விசிட் எல்லாம் அடிக்கிறீங்க...? வெல்கம், வாங்க, என் ரூமுக்குப் போய்ப் பேசலாம்.”

“நான் இங்கே வரணும்னு வரலை... மார்க்கெட் போன இடத்திலே வீட்டு சாவியைத் தொலைச்சுட்டேன். வெங்கடேஷூக்கு போன் பண்ணினேன். அவர் கிடைக்கலை. சரின்னு பூட்டோட கம்பெனி ஆபீஸ் எங்கேன்னு விசாரிச்சேன். இந்த காம்ப்ளெக்ஸ் அட்ரஸ் சொன்னாங்க... சும்மா சுத்திப் பார்க்கலாமேன்னு நடந்தா. ஜெய்கோனு போர்டு பார்த்தேன். நீங்க வேலை செய்யற ஞாபகம் வந்துச்சி...”

“நல்ல கோயின்சிடன்ஸ். உக்காருங்க. இதான் என்னோட கொலு மண்டபம். இங்கேருந்துதான் அரசாட்சி...” என்று இண்டர்காம் அழுத்தி, “ஜெயபால், இரண்டு கூல்டிரிங்க்ஸ்...” என்றான்.

கழுத்தின் செயினைப் பல்லில் கடித்துக்கொண்டு அறையை நிதானமாகப் பார்த்தாள்.

“ரூமைவிட, ஆபிசை நீட்டாவே வச்சிருக்கீங்க...”

“என்மேல் தப்பில்லைங்க. நான் எவ்வளவு கலைச்சுப் போட்டாலும் பியூன் நீட் பண்ணி வச்சிடறான். அப்புறம்? பாஸ்கர் முதன்முதலா இன்னிக்கு வேலைக்குப் போயாச்சா..? திலகம் வச்சி அனுப்புனீங்களா..?”

பாஸ்கருக்கு ரொம்ப குஷி. ‘உன் ஸ்கூட்டர் என்ன விலைக்குடா வாங்கினே’ன்னு வெங்கடேஷை விசாரிக்க ஆரம்பிச்சாச்சு...”

“உங்களுக்குத்தான் போரடிக்கும், இல்லே..? எல்லோரும் ஆபீஸ் வந்துடறோம். எவ்வளவு நேரம்தான் டேப் கேப்பீங்க..? எவ்வளவு நேரம்தான் படிப்பீங்க.”

“ஆமாங்க, ஒரே போர்...” என்றாள்.

கூல்டிரிங்க்ஸ் கொண்டுவந்து வைக்கப்பட்டதும் “எடுத்துக்குங்க...” என்றான். தன்னுடைய ஸ்ட்ராவை எடுத்துக் குப்பைத் தொட்டியில் போட்டுவிட்டு பாட்டிலோடு குடித்தான்.

எனக்கும் எதாச்சும் வேலை கிடைச்சா தேவலைன்னு தோணுது..." என்று அவள் சொல்ல, சட்டென்று குடிப்பதை நிறுத்திக் கேட்டான், "உங்களுக்கு டைப் ரைட்டிங் தெரியுமா..?"

"ஹையர் பாஸ் பண்ணியிருக்கேன்."

"நிஜமாவா..? இதே ஆபீஸ்ல ஒரு டெம்ப்ரவரி வேக்ன்சி இருக்கு. வேலை செய்யறீங்களா..?" என்று ஆர்வமாகக் கேட்டான் ஸ்ரீராம்.

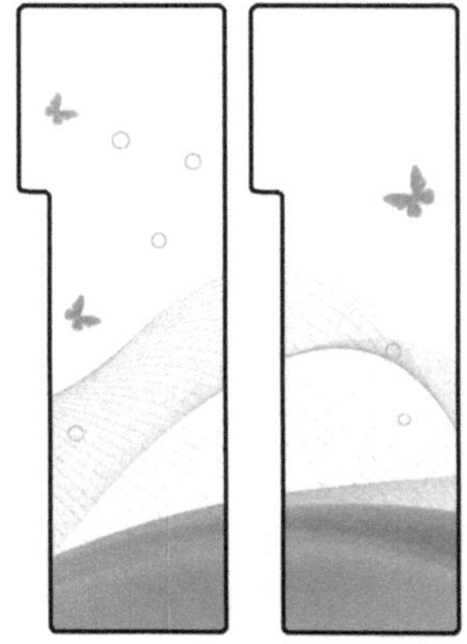

காதல் என்பது...

சினிமா தியேட்டரில் அமர்ந்துகொண்டு,

பக்கத்து இருக்கையின்

முகத்தையே பார்ப்பது!

“நிஜமாகத்தான் சொல்றீங்களா?” என்றாள் வசந்தி.

“இதிலே விளையாட்டு என்ன இருக்கு? மெடர்னிடி லீவுல டைப்பிஸ்ட் போயிருக்கா. எம்.டி-யைக்கூட இப்பதான் பார்த்துட்டு வந்தேன். தற்காலிகமா யாரையாவது போட்டா தேவலாம்னுதான் அவரும் சொன்னார். ஒரு நாளைக்கு பத்து லெட்டர்தான் அடிக்கணும். கொஞ்சம் கொடேஷன்ஸ், ஸ்டேட்மென்ட் எல்லாம் கிடையாது. என்ன சொல்றீங்க?”

“மெட்ராஸ்ல வேலை கிடைக்கிறது இவ்வளவு சுலபமா?”

“சந்தர்ப்பம் அப்படி. தற்காலிகம்தானே நிரந்தரம்தான் கஷ்டம். பாஸ்கர் ஒண்ணும் சொல்லமாட்டாரே?”

“ஒண்ணும் சொல்மாட்டார். எதுக்கும் அவரை ஒரு வார்த்தை கேட்டுட்டு முடிவு பண்றேனே...!” என்றவள், அவன் மேஜை மேலிருந்த பொருட்களைப் பார்த்தாள்.

“இதென்ன, கவிதையா?” என்றாள், மேஜையில் பேப்பர் வெய்ட்டுக்கு அடியில் மெல்லிய காகிதத்தில் வரி வரியாய் இருந்த வார்த்தைகளைக் காட்டி,

“ஆமாம். படிச்சுப் பாருங்களேன்?”

“நீங்க எழுதினதா?”

“ஆமாம்...”

எடுத்துக் கையில் வைத்துப் பார்த்தாள்.

“மின்னலடிக்கும் வெண்மைக்கு
நட்சத்திரப் படகில் பயணம்.
வாழ்விலே வெற்றி பெற
சங்கீதம் சிதறியது.
மருத்துவமனையில் எம். எல். ஏ.
எல். ஐ. சி. ஒடிந்து ஆயிரம்
துண்டுகளில் அல்வா
சாப்பிட அற்புத ஆசை.”

மறுபடி படித்தாள். சிரிக்கும் அவள் உதடுகளை ஒரு தரம் பார்த்துவிட்டு மீண்டும் படித்தாள்.

"என்னங்க ராம், இது என்ன?"

"கவிதைதான்!"

"புரியலையே?"

"புரியக்கூடாதே!"

"ஏன்?"

"கேள்வி கேக்கக்கூடாது. அதான் தாதாயிசம்."

"அப்படின்னா?"

"சர்ரியலிசத்துக்கு கொள்ளுத் தாத்தா!"

"ஐயோ! கொஞ்சம் விளங்கிற மாதிரி சொல்லுங்களேன்!"

"ஸ்விட்சர்லாந்திலே எழுபது வருஷத்துக்கு முன்னாடி ஆரம்பிச்ச இலக்கிய கலாசாரங்களைக் குழி தோண்டிப் புதைக்கணும்னு புறப்பட்ட கும்பல் அது. கவிதை, இசை, ஓவியம், நாகரிகம், சம்பிரதாயம், மரபு இது எல்லாமே அவங்களுக்கு எதிரிகள்"

"ஏன்?"

"எல்லாத்திலேயும் பொய் இருக்குங்கிறது அவங்க வாதம் ஒரு மரம் இத்தனை கிளைகளை விடுவேன். இத்தனை இலைகள் தொடங்கும் இத்தனை பூக்கள், இத்தனை காய்க்கும்னு திட்டம் போட்டுக்கிட்டா வளருது? இயற்கையா அதன் போக்குக்கு வளருது, நிக்கிது. பட்டுடுது. இல்லையா?"

"ஆமாம்."

"அதே மாதிரி கலையும் இலக்கியமும் இயற்கையா இருக்கணும். மனசில தோண்றது அப்படியே வரணும். அது எவ்வளவு அபத்தமா இருந்தாலும் வார்த்தையை மாத்தறதோ, அலங்காரம் பண்றதோ தப்பு."

"இன்னும் சரியாப் புரியலைங்க ஸ்ரீராம்!"

"இப்போ ரோட்ல ஒரு பொண்ணு ரொம்ப கவர்ச்சியா டிரெஸ் பண்ணிட்டுப் போறா. அவளை நான் பார்க்கறேன். உடனே என் மனசில வக்கிரமா ஒரு எண்ணம் ஓடுது. இவளைக் கற்பழிச்சா தேவலாமே! எனக்கு அப்படி எல்லாம் தோணாது. ஒரு உதாரணத்துக்குச் சொல்றேன். இப்போ இந்த நிகழ்ச்சியை எழுதறப்போ, ஆசையைத் தூண்டும் வகையில் கவர்ச்சியாக அந்தப் பெண் என்னைக் கடந்து போனாள்னு எழுதினா... தாதாயிஸ்ட் செருப்பைக் கழட்டி அடிப்பான். உண்மையை அப்படியே எழுதணும். கற்பழிக்கலாம்னு நினைச்சேன்னு அப்பட்டமா எழுதணும். இதுதான் தாதாயிஸம்."

"ரொம்ப இன்ட்ரஸ்டிங்கா இருக்கே இந்தக் கொள்கை... இந்தக் கவிதை?"

"அந்த வகையிலே நேத்து எழுதினது. பேப்பரை எடுத்தேன். பேனாவை எடுத்தேன். சிந்திக்கவே இல்லை. அந்த செகண்ட் என் மனசிலே என்ன என்ன வார்த்தைகள் தோணிச்சோ அதை அப்படியே எழுதினேன். இது தாதாயிஸக் கவிதை. இதுக்கு அர்த்தமே கிடையாது."

"இதனால என்ன பயன்?"

"படிக்கிறவங்களை, என்ன இதுன்னு யோசிக்க வைக்குதே... விசாரிக்க வைக்குதே... சமயத்திலே, எழுதினவனை உதைக்க வைக்குதே" என்று சிரித்தான்.

"உதைப்பாங்களா, என்ன?"

"தாராளமா!" என்று தன் முழுக்கைச் சட்டையை முழுங்கைக்கு மேலே உயர்த்தி நீளமான தழும்பைக் காட்டினான் ஸ்ரீராம்.

"என்ன இது?"

"கோயம்புத்தூர் தந்த பரிசு. அங்கே எக்ஸிபிஷன் நடத்தினேன். அதிலே தாதாயிஸ ஓவியங்கள்னு ஒரு

செக்ஷன். அந்த செக்ஷனுக்குள்ளே நுழையறதுக்கு முன்னாடி ஒவ்வொருத்தங்களுக்கும் ஒரு சின்ன கத்தி தரப்படும்."

கன்னத்தில் கையூன்றிக் கேட்டாள், "எதுக்கு?"

"உள்ளே எந்த ஓவியமாவது யாருக்காவது பிடிக்கலைன்னா குத்திக் கிழிச்சிடலாம். ரசிகனோட மன உணர்வுகளுக்கு ஒரு சந்தர்ப்பம். நிஜமாவே அவங்க கோபத்தை தூண்டற மாதிரிதான் எல்லா ஓவியங்களும் இருக்கும்."

"ஓவியத்தால் கோபத்தை உண்டு பண்ண முடியுமா?"

"ஏன், முடியாதா? நேத்து குதிரை மேல இளவரசிக் கோலத்திலே உங்களை வரைஞ்சதும் நீங்க அதிர்ச்சி அடையலை? அழகான குழந்தையோட ஓவியம் பார்த்து மனசுல இதம் உணர்ந்ததில்லை? ஓவியத்தோட சப்ஜெக்டை வச்சி உங்க கோபத்தை தாராளமா தூண்ட முடியும்."

"சரி, சொல்லுங்க. கண்காட்சில என்ன ஆச்சு?"

"ஒருத்தன், பிடிக்காத ஓவியத்தைக் குத்தறதுக்குப் பதிலா 'எவன்டா இப்படி வரைஞ்சது'ன்னு என்னைக் குத்த வந்துட்டான். ரகளை! ரெண்டு, மூணு காயம் ஆயிடுச்சி"

"அப்படி என்ன வரைஞ்சிருந்தீங்க?"

"நம்ம தாதாயிஸம்தான். மரபு மீறல். ஒரு பொண்ணு நிர்வாணமா உக்காந்து வீணை வாசிக்கிற மாதிரி வரைஞ்சிருந்தேன். அவன் எண்ணப்படி வீணை, சரஸ்வதியின் வாத்தியம். தெய்வீகமானது. நிர்வாணம் ஆபாசமானது. ரெண்டையும் எப்படிடா இணைக்கலாம்னுதான் சண்டை."

கொஞ்ச நேரம் அவனையே அமைதியாகப் பார்த்தாள்.

"உங்களுக்கு இந்த இசத்திலேயே ஈடுபாடு உண்டா?"

"கொஞ்சம் கொஞ்சம்..."

நல்ல மரபுகளை எதுக்காக மீறணும் ஸ்ரீராம்?"

"எல்லாரும் மரபு மீறுங்கன்னு நான் பிரசங்கமா பண்றேன்? நோ. சில சமயங்களில் மரபுகள் மீறப்படறதில்லையா வாழ்க்கையிலே? அந்த சமயங்களிலே சிலதைப் படமா, கவிதையா எழுதறதிலே என்ன தப்பு?"

"உதாரணமா?"

"உதாரணம் கொஞ்சம் செக்ஸியா இருக்கும் பரவாயில்லையா? அப்புறம் நீங்கபாட்டுக்கு முறைச்சிட்டு எழுந்து போயிடப் போறீங்க."

"இல்லை. சொல்லுங்க."

"ஒரு கணவனும் மனைவியும் உறவு கொள்றதுதான் மரபு. இல்லையா?"

"ஆமாம்."

"ஒரு அப்பாவும், பொண்ணும் உறவு கொள்றது?"

"சே!"

"மரபு மீறல். இல்லையா! எனக்கு அப்படி மரபு மீறின ஒரு அப்பாவைத் தெரியும். நானா மீறச் சொல்றேன்? இயற்கையா ஏற்பட்ட மீறல். சமூகத்தின் வளர்ச்சில, நாகரிகத்தில எவ்வளவோ எழுதப்படாத சட்டங்கள் இருந்தாலும் எல்லா மனசின் அடியிலேயும் அதை மீறப் பார்க்க ஒரு சின்ன அர்ஜ் உண்டு. விடுங்க அதை. நிறையப் பேசலாம். போய்க்கிட்டே இருக்கும். வாங்க பூட்டைத் திறக்க அந்த சர்வீஸ்மேன் வந்துட்டானான்னு பார்க்கலாம்" என்று எழுந்த ஸ்ரீராமை வியப்பாகப் பார்த்தாள் வசந்தி.

இருவரும் படிகளில் கீழ்த்தளம் நோக்கி இறங்க...

"அந்தக் கவிதையை என்ன செய்யப் போறீங்க?"

"அதுக்கு ஓவிய வடிவம் தரப் போறேன்" என்றான் ஸ்ரீராம்.

உரம் தயாரிக்கும் மஞ்சு பெர்ட்டிலைசர்ஸீக்கு தன்னோடு காரில் அழைத்து வந்து கௌதமன் முக்கியமான அலுவலர்கள்

அனைவருக்கும் அறிமுகப்படுத்தி, தானே இண்டஸ்ட்ரி முழுக்கக்கூட வந்து சுற்றிக் காட்டியது பாஸ்கருக்குப் பெருமையாக இருந்தது.

மறுபடி அலுவலகம் வந்ததும் அறைக்குள் அழைத்து, "அடுத்த வாரம், நான் பம்பாய் போறேன் பாஸ்கர். அதுக்கு டிக்கெட்ஸ் வாங்கணும். மானேஜர்கிட்டே சொல்லியிருக்கேன். அவரைப் பாரு. சொல்லித் தருவார். அவர் சொல்ற டிராவல்ஷ்க்குப் போய் சொல்றபடி செஞ்சுடு" என்றார்.

"சரி சார்."

"இரு. மத்தியானம் ரெண்டு நண்பர்களை வீட்டுக்குப் போய் சொல்லி ஸ்பெஷலா சமைக்கச் சொல்லிடு. நான் வர்ற வரைக்கும் அங்கேயே இரு. மத்தியானம் லஞ்ச் இன்னிக்கு மட்டும் என் வீட்லயே சாப்பிட்டுக்கலாம்."

"பரவாயில்லை சார்!"

"பதில் பேசாதே. போயிட்டு வா" என்று ஃபைலைத் திறந்தார் கௌதமன்.

அறையை விட்டு வெளியே வந்தான். சாப்பாட்டுக்கு எனக்காக வசந்தி காத்திருப்பாள். இன்றைக்கு வேலைக்குப் போகும் முதல் நாள் என்பதால், ஸ்வீட், பாயசம் எல்லாம் செய்யப் போவதாக சொன்னாள். வெங்கடேஷையும், ஸ்ரீராமையும் கூட சாப்பிட வரச் சொல்லியிருந்தாள்.

இவரிடம் எப்படிச் சொல்வது? பதில் பேசாதே என்கிறார்.

வசந்திக்கு எப்படித் தெரிவிப்பது? போன் இல்லை வீட்டில்.

வெங்கடேஷை போனில் அழைத்தான். சொன்னான்.

"என்ன பாஸ்கர் இப்படிச் சொல்றே? சிஸ்டர் ரொம்ப ஆர்வமா என்னென்னவோ புதுசு புதுசா புத்தகத்தைப் பார்த்து அயிட்டம்ஸ் செய்யப் போறதா சொன்னாங்க."

“சரி. என்ன பண்றது? வந்த முதல் நாளே அவரை எதிர்த்துப் பேசச் சொல்றியா? இவருக்கு மறுத்து ஒரு வார்த்தை சொன்னாலே பிடிக்க மாட்டேங்குது.”

“எனக்கென்ன... உன் பாடு, சிஸ்டர் பாடு. சாயங்காலம் வர்றப்போ பெரிய டோஸ் கிடைக்கும் தயாரா வா..”

“நீ எடுத்துச் சொல்லி சமாதானப்படுத்துவேன்னுதானே உனக்குப் போன் பண்றேன். நிலைமையைச் சொல்லு வெங்கடேஷ்?”

“சரி, சொல்றேன்!”

வைத்துவிட்டு, மானேஜர் அறைக்குப் போனான் பாஸ்கர்.

அவர் சொன்ன குறிப்புகளை மனத்தில் வாங்கிக்கொண்டு, கம்பெனியின் விசிட்டிங் கார்டுகளைப் பெற்றுக்கொண்டு, கம்பெனிக்குச் சொந்தமான மோட்டார் பைக்கில் புறப்பட்டான்.

ஒரு மணிநேரத்தில டிராவல் ஏஜென்சியில் வேலைகள் முடிந்ததும், தி.நகர் வந்து பங்களாவுக்கு வந்தான்.

இவனைத் தூரத்தில் பார்த்ததுமே கூர்க்கா கதவு திறந்துவிட்டான்.

போர்ட்டிகோவில் நிறுத்திச் சாய்த்து வைத்துவிட்டு உள்ளே வந்தான். சமையல் பகுதிக்கு வந்து விவரம் சொல்லிவிட்டு ஹாலுக்கு வந்து என்ன செய்வதென்று யோசித்துக் கொண்டு கொஞ்சநேரம் நின்றான்.

பிறகு வரவேற்பறைக்கு வந்து சோபாவில் உட்கார்ந்து ஆங்கிலத் தினசரி எடுதது்ப் படிக்க ஆரம்பித்தான்.

கொஞ்ச நேரத்தில் ஹாலில் மாடிப் படிகளில் துவக்கத்தினருகில் இருந்த மேஜை மீது இண்டர்காம் ‘பர்ர்ர் – பர்ர்ர்’ என்றது.

எழுந்து சென்று எடுக்கலாமா என்று யோசித்தான்.

அதற்குள் எங்கிருந்தோ சீருடைப் பணியாள் வந்து எடுத்தான்.

“ஆமாம்மா, வந்திருக்காரும்மா. சரிங்கம்மா செய்றேம்மா” என்றான்.

மறுபடி உள்ளே மறைந்தான்.

கொஞ்ச நேரத்தில் ஒரு துடைப்பம், பழைய துணி எல்லாம் எடுத்துக் கொண்டு அவன் இவனைக் கடந்து போனான்.

பாஸ்கர் பேப்பரை மடக்கி வைத்துவிட்டு, புத்தகம் எடுத்துக் கொண்டான்.

அந்தப் பணியாள் கால் மணிநேரத்தில் அதே உபகரணங்களுடன் திரும்பி வந்து இண்டர்காமில் எண் அழுத்திப் பேசினான். “செஞ்சிட்டேங்கம்மா.”

பாஸ்கருக்குப் போரடித்தது.

எழுந்து போர்ட்டிகோவுக்கு வந்து நின்றான்.

காம்பவுண்டு ஓரங்களில் செடிகளைப் பெரிய கத்திரிக்கோல் கொண்டு, ‘சர்ரக், சர்ரர்’ என்று வெட்டிக் கொண்டிருந்த தோட்டக்காரனைக் கவனித்தான். அந்த வெட்டும் சப்தம் காதுக்கு இனிமையாக இருந்தது.

புல்வெளியில் இருந்த நிழல்குடையின் கீழ் சிமெண்டால் ஆன ஸ்டூலில் கொஞ்சநேரம் அமர்ந்தான்.

பங்களாவில் அந்தப் பணியாள் இவனை நோக்கி வருவதைப் பார்த்து கேள்விக்குறியுடன் எழுந்தான்.

“சார், உங்களை சின்னம்மா கூப்பிடறாங்க.”

“யாரு?”

“சின்னம்மா.”

“சின்னம்மான்னா?”

“மஞ்சு அம்மாதான்.”

“எங்கே இருக்காங்க?”

"கேம்ஸ் ரூம்ல இருக்காங்க. உங்களை அங்கே வரச் சொன்னாங்க."

பாஸ்கர் வியப்போடு நடந்தான். நேற்று ஒரு வார்த்தைகூட உருப்படியாக பேசாத பெண் எதற்காக இப்போது அழைப்பு விடுக்கிறாள்?

இவன் கேம்ஸ் ரூமுக்குள் நுழைந்ததும், உள்ளே ஒயர் பின்னிய கூடைச்சேரில் கால் மேல் கால் போட்டு அமர்ந்திருந்த மஞ்சு எழுந்து கொண்டு, " குட்மார்னிங் மிஸ்டர் பாஸ்கர்" என்றாள்.

"குட்மார்னிங்!" என்று அவளைப் பார்த்தான்.

வெள்ளை நிறத்தில் ஸ்போர்ட்ஸ் ட்ரவுசரும் வெள்ளை நிறத்தில் காலர் வைத்த பனியனும் அணிந்திருந்த மஞ்சு, "ரொம்ப நாளைக்கப்புறம் இன்னிக்குத்தான் இந்த டேபிளைச் சுத்தம் பண்ணச் சொன்னேன். வாங்க, ரெண்டு கேம் விளையாடலாம்" என்றாள்.

பாஸ்கரின் பார்வை திறந்திருந்த அவள் சட்டையின் முதல் பட்டனில் இருந்தது.

காதல் என்பது...

கடன் வாங்கிய பணத்தில்

சர்வருக்கு தாராளமாக

டிப்ஸ் தருவது!

"ரொம்ப நாளாச்சு விளையாடி. டச் விட்டுப் போச்சு" என்றான் பாஸ்கர்.

"பரவாயில்லை. நான் ஒண்ணும் பெரிய பிளேயர் இல்லை. சும்மா வாங்க சார், இத்தனை நாள் பார்ட்னர் இல்லாமல் தவிச்சேன். என்ன பேட் வேணும், ஸ்பான்ச்சா? கட்டையா?" என்று சின்ன கப்போர்டைத் திறந்தாள் மஞ்சு.

இவனுக்கு முதுகு காட்டி பேட்களையும், பந்துகளையும் அவள் எடுக்க... அவளின் மெல்லிய பனியன் உணர்த்தின கறுப்பான உள்ளாடையின் ஸ்ட்ராப்பிலிருந்து பார்வையைச் சிரமப்பட்டு விலக்கினான் பாஸ்கர்.

"எது வேணும்னாலும்" என்றான்.

அவள் தந்த பேட்டையும், பந்தையும் வாங்கிக்கொண்டு மேஜையில் தட்டினான். அவள் வலது மணிக்கட்டில் ரிஸ்ட்பாண்ட் அணிந்துக்கொண்டு, "ஒரு நிமிஷம்" என்று கூந்தலைப் பந்தாக்கிச் சுருட்டி நெட் அணிந்து கொண்டாள்.

"உம் போடுங்க" என்று எதிர்ப்புறம் சென்று பந்தை வரவேற்கத் தயாரானான்.

பாஸ்கர் பந்தைத் தட்டினான்.

"ஏன் சார், என்னோட விளையாட உங்களுக்கு இஷ்டமில்லையா?"

"அதெல்லாம் ஒண்ணுமில்லையே?"

"பின்னே ஏன் உம்முனு இருக்கீங்க?"

"சார் என்னை 'பங்களால வெய்ட் பண்ணு, வந்துடறேன்'னு சொன்னார். அவர் வர்றப்போ நான் உங்களோட விளையாடிக்கிட்டிருக்கிறதைப் பார்த்தா கோபப்படுவாரோன்னு பயமா இருக்கு."

"பூ! இவ்வளவுதானா? நான்தான் விளையாடக் கூப்பிட்டேன் டாடின்னு சொன்னா கோச்சுக்க மாட்டார். நான் சொல்றேன். ஃப்ரீயா விளையாடுங்க. ஏதாச்சும் பேசுங்க..."

"என்ன பேசணும்?"

"ஏதாச்சும் பேசுங்க. பேசாம விளையாடினா கேம் போரடிக்கும்."

"இந்த விளையாட்டு இருக்கே... இதை பிங்-பாங்ன்னும் சொல்லுவாங்க. இந்த மேஜையோட உயரம் என்ன தெரியுமா? ரெண்டரை அடி. நேட் உயரம் ஆறு இஞ்ச். இந்தப் பந்து இருக்கே... இது செல்லுலாய்ட்ல செய்றது. இதன் விட்டம் நாலேகால் சென்டிமீட்டர்."

விளையாட்டை நிறுத்தி ஜல் என்று ஓசைவர, சிரித்துவிட்டாள் மஞ்சு.

"ஏதாச்சும் பேசுங்கன்னுதான் சொன்னேன். இந்த விளையாட்டைப் பத்தி ஒரு சிறுகுறிப்பு சொல்லுங்கன்னா சொன்னேன்?"

"வேற எதைப் பேசறது? நம்ப ரெண்டு பேருக்குள்ளே பொதுவா என்ன இருக்கு?"

"இளமை" என்றாள்.

அவள் அடித்த ஷாட்டைக்கூட எடுக்கத் தவறி அவள் முகத்தைப் பார்த்தான்.

"ஸாரி! டோண்ட் மைண்ட். இப்படித்தான் பட்டுப் பட்டுன்னு எதுக்கெடுத்தாலும் பதில் பேசிக்கிட்டிருந்தேன். கொஞ்ச நாளா பேசலை. இன்னிக்கு என்னையும் அறியாம பழைய துடுக்குத்தனம் வந்தருச்சு. இது எனக்கே ஆச்சரியமா இருக்கு!"

"நடுவிலே ஏன் அப்படிப் பேசலை?" ஆட்டத்தைத் தொடர்ந்தான்.

என்னோட துள்ளலை மண்டையிலே அடிச்சி மூலையிலே உக்கார வச்சிட்டாங்க. அந்த அதிர்ச்சிலேர்ந்து மனசு

வெளியே வர்றதுக்கு ரெண்டு மாசமாயிடுச்சு. இப்ப ரெண்டு நாளாத்தான் உடம்புல புது ரத்தம் பாய்ஞ்ச மாதிரி இருக்கு. மனசு பரபரன்னு இருக்கு. இப்பத்தான் நான் ரொடீன் மூடுக்கு வந்துக்கிட்டிருக்கேன். இது எனக்கே சந்தோஷமா இருக்கு. டாடி இன்னும் சந்தோஷப்படுவார். உங்களுக்கு நான் நன்றி சொல்லணும்" என்றாள் பந்தை அடித்துக் கொண்டே.

"தலை, வால் புரியலை. எதுக்கு நன்றி?"

"உங்களுக்கு டேபிள் டென்னிஸ் விளையாடத் தெரியும்னு சொன்னதும்தான், எனக்கு விளையாடணும்னு மறுபடி இன்ட்ரஸ்ட் ஏற்பட்டுச்சி. நடுவிலே தொலைஞ்சி போயிருந்த இன்ட்ரெஸ்ட் இப்போ ஒவ்வொரு விஷயங்களிலேயும் வந்துக்கிட்டிருக்கு."

"ஒவ்வொரு விஷயங்களிலேன்னா?"

"விதவிதமா டிரஸ் பண்ணிக்கப் போறேன்."

"யார் வேணாம்னு சொன்னா?"

"கிதார் கிளாஸீக்குப் போகப் போறேன்."

"எனக்கு அதிலே என்னங்க அப்ஜெக்ஷன்?"

விழி விரிந்து, முகம் விரிந்து பேசிக் கொண்டிருந்த மஞ்சு சட்டென்று நிறுத்தி, "ஸாரி! நான் ஏதோதோ பேசிட்டேனில்லே?"

"வாக்கியம் எல்லாம் இலக்கண சுத்தமாத்தான் இருந்திச்சு. அர்த்தம்தான் புரியலை."

"ஒரு ஜோக் சொல்லுங்களேன்!"

"என்னங்க இது திடுதிப்புன்னு!"

"நான் யாரைப் பார்த்தாலும் ஜோக் கேட்பேன்."

"கடன் கேக்கறதுதான் தப்பு. இது தப்பில்லை."

"நீங்க நல்லா பேசறீங்க பாஸ்கர்."

“இதையேதான் உங்க அப்பா சொன்னார். வேலை கொடுத்தார். இப்ப நீங்க சொல்றீங்க. வேலையிலேர்ந்து அனுப்பப் போறாரோ என்னவோ...”

“இல்லை. நானும் உங்களுக்கு வேலை தர்றேன்.”

“என்ன வேலை?”

“தினம் என்கூட டேபிள் டென்னிஸ் விளையாடற வேலை.”

“சரிதான். கூர்க்காவைக் கூப்பிட்டு கழுத்தைப் பிடிச்சி வெளிய தள்ளச் சொல்வார் உங்க அப்பா.”

“அதைப் பத்தி உங்களுக்கென்ன கவலை?”

“எனக்கென்ன கவலையா? வெளிய தள்றப்போ கீழே விழுந்து பல்லு போனா... என் பல்லுக்கு நான் கவலைப்படாம யார் படறது?”

“ஜோக் அடிக்கறீங்க?”

“அப்படியா? அப்ப இதையே நீங்க கேட்டதுக்கு வச்சிக்குங்க. மறுபடி ஜோக் சொல்லச் சொல்லாதீங்க”

“நான் விளையாட்டுக்குச் சொல்லலை. நிஜமாத்தான் தினமும் என்கூட விளையாடணும் நீங்க.”

“இதையே இந்த கேம்ஸ் ரூமுக்கு வெளியே சொன்னீங்கன்னா அர்த்தமே வேற.”

“சீ! யூ நாட்டி” என்று அவள் மென்மையாக சிணுங்கியது ரசிக்கும்படி இருந்தது. “அப்பாகிட்டச் சொல்லப் போறேன். விளையாட அனுமதிக்கச் சொல்லி.”

“அதெல்லாம் வேணாங்க. டயம் கிடைக்கறப்போ விளையாடலாம்.”

“நோ. தினம் விளையாடணும். அப்பாகிட்ட பர்மிஷன் வாங்க வேண்டியது என் பொறுப்பு. உங்களுக்கு மறுப்பு எதுவும் இல்லையே?”

“விளையாடறதுக்கு கம்பெனி கொடுத்தாலும் சம்பளம் உண்டுன்னா எனக்கென்னங்க, கசக்குமா? அதிலையும்...” என்று நாக்கைக் கடித்துக் கொண்டான்.

“சொல்லுங்க. அதிலையும்..? என்ன சொல்ல வந்தீங்க?”

“நத்தீங்.”

“இப்ப சொல்லப் போறீங்களா இல்லையா?”

“அதிலேயும்... ஒரு அழகான போர்டுல விளையாடறதுக்கு மறுப்பேனான்னு சொல்ல வந்தேன்”

“நோ... நீங்க சொல்ல வந்தது அது இல்லை. எனக்குத் தெரியும்.”

“அதான், வேறென்ன?”

“இல்லவே இல்லை. எனக்குத் தெரியும்.”

“என்ன தெரியும்?”

“ஆம்பளைங்களைத் தெரியும்” என்று புன்னகைத்த அவளை நேராக, பார்வையை விலக்காமல் பார்த்தான் பாஸ்கர்.

வெங்கடேஷ் வீட்டின் முன்னால் வந்து நின்றது டொயோட்டோ.

கதவு திறந்து இறங்கிக் கொண்டான் பாஸ்கர்.

இறங்கி வந்த யூனிஃபார்ம் அணிந்த டிரைவர், “சார், காலையில ஒன்பதரை மணிக்கு நீங்க வீட்லயே ரெடியா இருங்க. உங்களை பிக்கப் பண்ணிக்கச் சொன்னார் ஐயா.”

“அதெல்லாம் வேணாம்ப்பா. நான் பஸ் பிடிச்சே வந்துடறேன்.”

“ஐயா சொன்னதை நான் மீற முடியாது சார். நாளைக்கு வந்துடுங்க. வந்து ஐயாகிட்டே பேசிடுங்க. நான் புறப்படட்டுமா?”

“சரி!” என்று விக்கெட் கேட்டைத் திறந்து உள்ளே வந்தான். மாடியில் ஸ்ரீராமின் அறையில் விளக்கெரிவது தெரிந்தது. கஜல் சங்கீதம் அதிரலாகப் படியிறங்கிக் கொண்டிருந்தது.

வாட்ச்சைப் பார்த்தான். மணி – ஏழேகால்.

மாடியில் பால்கனியில் முளைத்த வெங்கடேஷ். "வாங்க சார்!" என்றான்.

"என்ன மேலே இருக்கே?"

கையிலிருந்த சீட்டுகளில் விசிறியைக் காட்டினான். "கார்ட்ஸ் விளையாடிக்கிட்டிருந்தோம். நானும் ஸ்ரீராமும். சிஸ்டர் உள்ளேதான் இருக்காங்க. போ. அடுத்த நிகழ்ச்சி... ருத்ர தாண்டவம்!" என்று சொல்லி பாஸ்கர் எச்சில் விழுங்கிக் கொண்டு மணியழுத்தினான். மூன்று முறை மணியடித்தும் கதவு திறக்கவில்லை. கதவில் கை வைக்க... திறந்துக் கொள்ள... தடுமாறி உள்பக்கம் விழப் போய்ச் சமாளித்துக் கொண்டான்.

சோபாவில் கால்மேல் கால் போட்டு அமர்ந்து கொண்டு டி.வி. பார்த்துக் கொண்டிருந்தாள் வசந்தி.

"கதவு திறந்திருக்குன்னு சொல்லக் கூடாதா? விழறதுக்கு இருந்தேன்."

பதில் பேசவில்லை. திரும்பிப் பார்க்கவும் இல்லை.

அந்த அலட்சியம் அவனுள் கீறியது.

"என்னாச்சு உனக்கு? பேசமாட்டியா?"

அதற்கும் மௌனம்.

"எத்தனை மணி வரைக்கும் பேசக்கூடாதுன்னு தீர்மானம்னு சொல்லிடு. அதுவரைக்கும் நானும் பேசலை" என்று அவள் அருகில் அமர்ந்தான் உரசினபடி.

விருட்டென்று நகர்ந்து உட்கார்ந்து கொண்டாள்.

"போதும் விளையாடினது. மத்தியானம் செஞ்ச ஸ்வீட் எடுத்துட்டு வா, சாப்பிடலாம்."

"ஸ்வீட்டா? யார் செஞ்சது?" என்றாள்.

“அப்பா! பேசிட்டே. அது போதும். வசந்தி, இங்கே பாரு. அங்கே என்னோட சூழ்நிலைகளைக் கொஞ்சம் யோசி. உன் கோபம் நியாயம்தான். ஆனா, அதுக்குன்னு அதிகமாக பிகு பண்ணாதே. எனக்கு மட்டும் உன்னோட சேர்ந்து சாப்பிடணும்னு ஆசை இருக்காதா? பாஸ் வற்புறுத்தினப்போ என்ன பண்றது, சொல்லு?”

“அங்கேயே லஞ்ச் சாப்ட்டிங்களா?”

“ஆமாம்.”

“யார் பரிமாறினது?”

“ஏன்? சர்வண்ட்ஸ். பாஸ் டாட்டர் மஞ்சுகூடத்தான் பரிமாறினா” என்று அவசரமாகச் சொல்லிவிட்டு இதைச் சொல்லியிருக்கக் கூடாதோ என்று நினைத்தான்.

“அவங்க வீட்ல ரூம்ஸ் இல்லையா?”

“ஏன், நிறைய இருக்கே!”

“அங்கேயே படுத்துக்கிறதுதானே?”

“வசந்தி!” என்று குரலை உயர்த்தினான்.

“பின்னே? என்னைப் பத்திக் கொஞ்சமாச்சும் நினைச்சீங்களா? இதோ பாருங்க” என்று புடவையின் தலைப்புக்குள் மறைவாய் வைத்திருந்த இடது கையை எடுத்துக் காட்டினாள்.

மணிக்கட்டில் அருகே மூன்று நான்கு தீப்புண்களுக்கு மருந்து போடப்பட்டிருப்பதைப் பார்த்துப் பதறி, “ஏய், என்னது? எப்படி ஆச்சு?” என்றான்.

“பஜ்ஜி செய்றப்போ எண்ணெய் தெறிச்சிடுச்சி.”

“வாட் எ லவ்லி ஹேண்ட் இந்த மாதிரி ஆயிடுச்சே. ஒரு கிஸ் கொடுக்கட்டுமா? எல்லாம் உடனே ஆறிடும்” என்று கையைப் பிடிக்க...

“ஒண்ணும் வேணாம்” என்று இழுத்துக் கொண்டாள்.

“இதென்ன, இடுப்புலகூடத் தெரிச்சதா எண்ணெய்?”

“இல்லையே... எங்கே?” என்று குனிந்து பார்த்தாள்.

“அப்புறம் இதென்ன?” என்று அவளின் விலாவில் தொட்டுக் காட்டி, தொட்ட இடத்தில் விரல்களைப் பதிய வைத்து மெதுவாக நகர்த்த...

“சீ! இதுக்குத்தானா?” என்று சிரித்துக்கொண்டே எழுந்துகொண்டு, “வாங்க ஸ்வீட் தர்றேன்... அப்புறம் ஒரு சந்தோஷமான செய்தி.”

“ஏய் விளையாடாதே, நமக்கு இன்னும் கல்யாணமே ஆகலை.”

அவன் தலையில் வலிக்காமல் குட்டினாள்.

“அது ஒண்ணுதான் சந்தோஷமான செய்தியா? நானும் வேலைக்குப் போகலாம்னு முடிவு பண்ணியிருக்கேன்.”

“நல்ல ஐடியாதான். ரெட்டை வருமானம். நீ முடிவு செஞ்சுட்டா பிரதம மந்திரி கூப்ட்டு வேலை கொடுத்துடுவாரா?”

“பிரதம் மந்திரி இல்ல. நம்ம ஸ்ரீராம் ஆஃபீஸ்ல ஒரு வேகன்சி இருக்குன்னு சொன்னார்”

“அப்புறம் என்ன தயக்கம்? சேர்ந்துட வேண்டியதுதானே? இங்கே தனியா நீ இருக்கறது உனக்கு போர். உனக்கு சேஞ்ச் வேணும். அந்த வேலையை வாங்கித் தரச் சொல்லிடறேன். நமக்குத் தெரிஞ்ச நபர் ஆபீஸ்ல இருக்கிறப்போ, அது இன்னும் பாதுகாப்பு.”

பாஸ்கர் கை கழுவி, முகம் கழுவி, உடைமாற்றி, “நானும் மாடில கொஞ்சநேரம் கார்ட்ஸ் விளையாடிட்டு வர்றேன்” என்று வெளியேறி மாடி வந்தான்.

“என்னப்பா அம்பாளின் அனுக்கிரகம் கிடைச்சதா?” என்றான் வெங்கடேஷ்.

"பாதாம் அல்வாவோட கிடைச்சது" என்று அமர்ந்து, "ரொம்ப ஜாக்கிரதையாய்ப் பேசணும்ப்பா, மத்தியானம் யார் பரிமாறினான்னு கேட்டாள். பாஸ் பொண்ணு மஞ்சுவும் பரிமாறிச்சுன்னு சொன்னேன். மறுபடி கோபம் உச்சத்துக்குப் போயிடுச்சி."

"கையிலே வேறே காயம் பண்ணிக்கிட்டாங்களா, நீ வேற வரலையா, எல்லா ஆத்திரமும் சேர்ந்து வெடிச்சிருக்கும்."

"நான் மஞ்சுவோட டேபிள் டென்னிஸ் விளையாடினதையும் சொல்லியிருந்தா, போட்டிருக்கிற சட்டை, பான்ட்டையும் உருவிக்கிட்டு தெருவுக்கு அனுப்பிச்சிடுவா."

"விளையாடினியா?"

"உம். கம்பெனி கொடுத்துதான் ஆகணும்னு ஒரே வற்புறுத்தல்... உன்னோட வச்சிக்க. வசந்திகிட்டே வத்தி வச்சிடாதே."

"இன்னிக்கு ரெஜிஸ்டிரார் ஆபீஸ் போகணும்னு சொன்னே பாஸ்கர்."

"நேரம்? முதல் நாளே பர்மிஷன் கேக்கறதா? நாளைக்குப் போனாப் போச்சு. அவர் என்ன சம்பளம் நிர்ணயம் பண்ணிருக்கார்ன்னே தெரியலை. முதல் மாசம் சமபளம் வாங்கினாத்தான் தெரியும். ரெண்டாவது, அவர் பொண்ணு அடிக்கிற லூட்டிக்கும், இவர் என்னை மிரட்டற பாணில உத்தரவு போடறதுக்கும்... எத்தனை நாளைக்கு சரிபட்டு வரும்னு பார்க்கணும்."

"அசட்டுத்தனமா எதுவும் செஞ்சிடாதே. வேற வேலை கிடைக்கிறது கஷ்டம்."

"அதை யோசிச்சுதான் அட்ஜஸ்ட் பண்ணிக்க வேண்டியிருக்கு... ஸ்ரீராம், வசந்திக்கு உங்க கன்சர்ன்லயே டெம்பரரி ஜாப் வாங்கித் தர்றேன்னு சொன்னீங்களாமே, கை கொடுங்க. ரொம்ப தாங்க்ஸ்" என்று கை குலுக்கினான்.

மறுநாள் காலை ஸ்ரீராம் சொல்லி விட்டுப்போன பஸ் பிடித்து, அலுவலகம் வந்து எம்.டி-யைப் பார்த்தாள். டைப்ரைட்டரைத் தொட்டு வணங்கிவிட்டு, அடிக்க ஆரம்பித்தாள் வசந்தி.

வேலை நேரத்தில் சுறுசுறுப்பாய் இருந்தாள்.

ஓய்வு நேரத்தில், ஸ்ரீராமுடன் ஓவியம் பற்றி, கலை பற்றி விசாரித்தாள். விவாதித்தாள். ஓட்டலில் இருவரும் சேர்ந்தே மதியம் சாப்பிட்டார்கள்.

வேலையில் சேர்ந்த ஏழாவது நாள்...

ஆடவர், பெண்டிர் இருவருக்கும் பொதுவான டாய்லெட் ரூமின் மஞ்சள் காவி அடித்த சுவரில் கரிக்கொண்டு திருத்தமாக எழுதப்பட்டிருந்தது!

ஸ்ரீராம் அண்ணணாச்சியும்
புதுப் பொண்ணு வசந்தியும்
ஐல்சா

காதல் என்பது...

ஸ்கூட்டரின் பின் இருக்கையில்

'நபர்' இருக்கும்போது

வேண்டுமென்றே

சாலை விதிகளை மீறுவது!

ஸ்ரீராம் படிகள் ஏறி மாடி வந்து, கண்ணாடிக் கதவைத் தள்ளி உள்ளே வந்தபோது, டெலிபோன் பெண்மணியின் 'ஹாய்' இல்லை. ஆச்சரியமாகத் திரும்பிப் பார்க்க... அவள் பொய்யாய் மும்முரமானாள்.

ஹாலை நிமிர்ந்து பார்க்க... எல்லோரும் அவனையே பார்த்துக் கொண்டிருப்பதை உணர்ந்தான். புரியவில்லை. நடந்தான்.

சிகரெட் குடித்துக் கொண்டிருந்த ஆங்கிலோ இந்திய மாதுவின் மேஜையை அணுகி, 'வாட்ஸ் ராங் இன் திஸ் ஆபீஸ்?'

அவள் மௌனமாக சிகரெட் சுமந்த கையால் சுட்டிக் காட்டிய பகுதியில்... தன் டைப்ரைட்டர் இருந்த மேஜையில் முகம் கவிழ்த்திருந்த வசந்தியின் முதுகின் குலுங்கலில் அவளின் விம்மலை உணர முடிந்தது.

அவசரமாக அவளிடம் வந்தான்.

"வசந்தி, என்னங்க இது... என்னாச்சு?" என்றான்.

அவனை நிமிர்ந்து பார்த்துவிட்டு, உதடுகளை அழுத்தமாக மூடிக்கொண்டு மீண்டும் கவிழ்ந்து அழுத்தொடங்க...

"என்னங்க? எனக்கு எதுவுமே புரியலை. ஆபீஸ்ல இப்படி எல்லாருக்கும் மத்தியிலே எதுக்காக இப்படி அழறீங்க? ஐயோ, சொல்லிட்டு அழுங்க!"

அவள் சொல்லவில்லை.

ஒவ்வொரு மேஜையாகக் கேட்டான், "ஏன் அழறாங்க? என்னாச்சு?"

எல்லோரும் எச்சில் விழுங்கினார்கள் தயங்கினார்கள்.

"இப்ப யாராச்சும் சொல்லப் போறீங்களா, இல்லையா?" என்று நடுஹாலில் நின்று கத்தினான். எல்லோரும் அவனையே திகிலாய்ப் பார்த்தார்களேயொழிய எவரும் பேசவில்லை.

"ஸ்ரீராம், இங்கே வாங்க?" என்றார் தன் அறையின் கதவைத் திறந்து வெளியே வந்து நின்ற எம்.டி.

அவரிடம் போனான்.

அவர் தன்னுடைய ஷூக்களைப் பார்த்துக்கொண்டு, "டாய்லெட் ரூம்ல..."

"டாய்லெட் ரூம்ல என்ன?"

"போய்ப் பார்த்துட்டு வா!"

எல்லோரையும் புரியாமல் ஒரு தரம் பார்த்துவிட்டு, வேகமாக நடந்தான். கடைசியில் இருந்த டாய்லெட் அறைக்குள் போனான். படித்துவிட்டு, 'பக்'கென்று வாயைப் பொத்திக் கொண்டான். காதோரங்கள் சூடானது. கண்கள் சிவப்பானது.

அழுத்தமாய் அடி எடுத்து வைத்து மறுபடி ஹாலுக்கு வந்தான்.

நடுமத்தியில் நின்றான்.

"சொல்லுங்க. சொல்லிடுங்க. நம்ம ஆபீஸ்ல இருக்கிற ஒருத்தன்தான் அப்படி எழுதியிருக்கான். யாரது? ஏந்த அயோக்கிய ராஸ்கல் அப்படி எழுதினது?" என்று கத்தினான்.

ஸ்ரீராம், கத்தாதே, இங்கே என் ரூமுக்கு வா" என்று உள்ளே சென்றார் எம்.டி. பின்னால் வேகமாக நடந்து உள்ளே வந்து... "சார்! சார்! இதை... இதை சும்மா விடக்கூடாது சார்" என்று உதடுகள் துடித்தான்

"முதல்ல உக்காரு!"

"இருங்க விசாரிச்சுட்டு வந்துடறேன்."

"உட்காரு சொல்றேன். உன்னை எனக்குத் தெரியும் நீ அப்படி இல்லை."

"என்ன பேச்சு சார் இது? நான் அப்படித்தான்னு வச்சிக்கங்களேன். அதைப் பத்தி எழுத எவனுக்கு இருக்கு யோக்கியதை? அத்தனை பேர் வண்டவாளமும் தெரியும். இது அசிங்கம் சார். அநாகரிகத்தோட எல்லை. என்னை மட்டும் எழுதியிருந்தா சரின்னு விட்டுடலாம். அநியாயமா அந்தப்

பொண்ணை இணைச்சி... அடுத்த மாசம் கல்யாணம் பண்ணிக்கப் போறாங்க... நோ, நான இதை சாதாரணமா விட முடியாது."

"சரி, யாரோ எழுதிட்டான். யாருன்னு தெரியாது. அநாவசியமா கூச்சல் போடறதாலே புண்ணியம் என்ன ஸ்ரீராம்."

"யாருன்னு தெரிஞ்சா என்ன பண்ணுவீங்க?"

"நிச்சயமா நடவடிக்கை எடுக்கலாம் ஸ்ரீராம்!"

"என்ன நடவடிக்கை?"

"போலீஸ்ல ரிப்போர்ட் பண்ணி..."

"நியூசன்ஸ் கேஸ்ல புக் பண்ணி அபராதம் கட்டி வெளியே வந்துடுவான். இந்த வக்ரத்துக்கு இந்த தண்டனை போதுமா?"

"வேற என்ன பண்ணச் சொல்றே?"

"இந்த ஆபீஸை விட்டு டிஸ்மிஸ் பண்ணனும். இங்க இருக்கிறவங்க பூரா பண்பான குடும்பத்திலேர்ந்து வந்தவங்க. இதிலே புல்லுருவியா அந்தக் கீழ்த்தரமான பாஸ்டர்ட் இருக்கக் கூடாது. என்ன சொல்றீங்க?"

"யாருன்னு நான் கண்டுபிடிச்சு சொல்றேன்."

"எப்படி?"

"என்னோட வாங்க!"

எம்.டி-யும் ஸ்ரீராமும் மறுபடி ஆபீஸின் மையத்துக்கு வர... வசந்தி இன்னும் தலைகவிழ்ந்து அழுதுக் கொண்டிருந்தாள்.

சத்தமாகப் பேசினான் ஸ்ரீராம்.

"இதுவரைக்கு இப்படி ஒரு அசிங்கம் நம்ம ஆபீஸ்ல நடந்ததில்லை. இனிமே நடக்கவும் கூடாது. இதுக்கு இன்னிக்கே... இப்பவே தண்டனை கொடுத்தாகணும். இன்னிக்கு இது என் சம்பந்தப்பட்டதுதானேன்னு மத்தவங்க அக்கறை காட்டாம இருந்தீங்கன்னா... நாளைக்கு நானே எழுதுவேன். டாய்லெட்ல மட்டும் இல்லை... ஆபீஸ் சுவத்திலே... ஏறி வர்ற படிகளுக்குப்

பக்கத்திலே, ஒவ்வொருத்தர் கதையையும் எழுதுவேன். படத்தோட எழுதுவேன். எல்லாரோட யோக்கியதையும் எனக்குத் தெரியும். டாய்லெட்ல எழுதினது யாருன்னு எழுதினவங்களே ஒப்புக்கணும். இப்போ, கமான், சொல்லுங்க எழுதினது யாரு?”

குண்டூசி ட்ராப் சைலன்ஸ்.

தொண்டையின் நரம்புகள் புடைக்க மேலும் பேசினான்:

“அவங்களா ஒப்புக்கிட்டா... என்கிட்டேகூட வேணாம்... அழுதுகிட்டிருக்கிற அந்தப் பொண்ணு கால்ல விழுந்து மன்னிப்பு கேட்டுட்டா விஷயத்தை இத்தோட விட்டுடுவேன். இல்லைன்னா, இங்கே பெரிய ரகளை உண்டு.”

மீண்டும் அமைதி.

“ஸ்ரீராம், செஞ்சவங்க யாரா இருந்தாலும், இப்ப எப்படிப்பா ஒப்புத்துப்பாங்க?” என்றார் எம்.டி.

“ஒப்புத்துப்பாங்க. இன்னும் கொஞ்ச நேரத்திலே பாருங்க. ஃப்ரெண்ட்ஸ், இந்த ஆபீஸ்ல மொத்தம் இருபத்தி மூணு பேர் வேலை செய்யறோம். இதிலே பதிமூணு பேர் ஆண்கள், பத்து பேர் பெண்கள். பெண்கள் யாரும் இப்படிப்பட்ட காரியத்தைச் செய்ய மாட்டாங்க. ஆண்கள்ல பாதிக்கப்பட்ட நானே அதை எழுதியிருக்க முடியாது. எம்.டி. இதுக்குக் காரணமா இருக்க முடியாது. என்னைப் பிடிக்கலைன்னா நேரா என்னை டிஸ்மிஸ் பண்ணலாம். இது தனியார் நிறுவனம். இங்கே யூனியன் இல்லை. என்னால எதிர்த்துப் போராட முடியாது. ஸோ, மிச்சம் பதினொரு பேரு, இதிலே ரெண்டு பேரு, ஆபீஸ் விஷயமா திருவனந்தபுரத்துக்கும், கல்கத்தாவுக்கு டூர் போய் நாலு நாள் ஆச்சு. வசனம் எழுதப்பட்டிருக்கிறது நேத்து. இப்போ மிச்சம் இருக்கறது ஒன்பது பேர். நவரத்தினங்களிலே எந்த ரத்தினம் செஞ்சது? பலராம், சங்கர், துரை, மாதவ், அர்ஜீன், அலெக்ஸ், சுரேந்தர்சிங், ஜீவா, மணிமாறன் - உங்க ஒன்பது பேர்ல ஒருத்தன்தான் அது யாரு?”

கனமான மௌனத்தைத் தொடர்ந்து...

பலராம் எழுந்தார். நாற்பத்தைந்து வயது, "எம்.டி. சார்! அவர் பிரச்சனையை போலீஸ்ல வேணும்னா ரிப்போர்ட் பண்ணச் சொல்லுங்க. இப்படி ஒட்டுமொத்தமா பேசறது எல்லாரையும் இன்சல்ட் பண்ற மாதிரியிருக்கு!"

நேராக அவரிடம் வந்தான். "நீங்க எழுதினீங்களா?"

"சீ!" என்றார்.

"அப்ப பேசாம உக்காருங்க. இதை போலீஸீக்குக் கொண்டு போக முடியாது. நம்ம ஆபீஸீக்குள்ளே நடந்த விஷயம். ஆபீஸீக்குள்ளேயே முடிக்கணும். வெல். அத்தனை பேருக்கும் முன்னால ஒப்புக்கொள்ள கூச்சமா இருக்கலாம். நான் பத்து நிமிஷம் டயம் தர்றேன். வெளில போறேன். திரும்ப வருவேன். அப்போ என் ரூமிலே மேஜை மேல் அவன் தன் பேரை எழுதி வச்சிருக்கணும். வசந்தி, என்ன நடந்தாலும் இங்கேயே இருக்கணும் நீங்க" என்று சொல்லிவிட்டு, வேகமாக அலுவலகத்தை விட்டு வெளியேறினான்.

கீழே இறங்கி வந்தான். பக்கத்தில் இருந்த பிராந்தி கடைக்குள் நுழைந்தான். ஒரு குவார்ட்டர் வாங்கிக் கொண்டான். உள்ளே மறைவுக்கெல்லாம் போகாமல் அங்கேயே திருகி... அப்படியே கவிழ்த்து சோடா மாதிரி குடிப்பவனை ஆச்சரியமாகப் பார்த்தனர்.

பெஞ்சில் உட்கார்ந்தான். சிகரெட் புகைத்தான். வாட்சைப் பார்த்தான். சரியாகப் பத்து நிமிடம் கழித்து புயல் மாதிரி உள்ளே நுழைந்து நடக்க... சத்தமாகப் பேசிக் கொண்டிருந்த குரல்கள் அடங்கின.

தன் அறைக்குள் நுழைய முற்பட...

"தேவையில்லை ஸ்ரீராம். உன் ரூமுக்குள்ளே யாருமே போகலை" என்றார் எம்.டி

"சார் தண்ணி போட்டா ஞானம் வரும்ங்கிறது நூத்துக்கு நூறு வாஸ்தவமான பேச்சு. இப்ப நான் தண்ணி போட்ருக்கேன்.

ஞானம் வந்துடுச்சி. டாய்லெட்ல எழுதின வசனத்தில அந்த ஹீரோ புத்திசாலித்தனமா நான் கண்டுபிடிக்கறதுக்காகவே ஒரு சின்ன தடயம் விட்டுருக்கான் சார். அது இப்பதான் உறைக்குது."

"என்னப்பா சொல்றே?"

"என்னைப் பொறுத்தவரைக்கும் எழுதினது யாருன்னு கண்டுபிடிச்சிட்டேன். இப்போ அவனை உங்க முன்னால ஒப்புக்க வைக்கணும். அதான் பாக்கி. இப்ப சொல்லுங்க சத்தமா சொல்லுங்க. ஒப்புக்கிறவனை டிஸ்மிஸ் பண்றீங்களா?"

"அது... வந்து..."

"என்ன சார்... என்ன சார், ஒரு அயோக்கியப் பயலை, ஒரு மொள்ளமாரிப் பயலை தண்டிக்கிறதுக்கு இவ்வளவு யோசிக்கறீங்க? சார்! இப்ப சொல்றேன். சத்தம் போட்டுச் சொல்றேன்... நான் யோக்கியன் இல்லைதான். ஆனா... இப்போ எழுதப்பட்டிருக்கிறது அநியாயமான பொய்! வசந்தி எனக்குத் தெரிஞ்சவங்கனு சொல்லமாட்டேன். அதுக்கு மேல, என்னோட தேவதை சார்! அவ்வளவு உயர்வா நான் மதிக்கிற ஒரு பொண்ணை இப்படிச் சாக்கடையா சம்பந்தப்படுத்தி எழுதியிருக்கான். அவன் இந்த ஆபீஸ்ல வேலை பார்த்தா உங்களுக்கு அவமானம்."

குனிந்து அழுது கொண்டிருந்த வசந்தி, அவனுடைய உறுதியான, ஆவேசமான பேச்சைக் கேட்டுப் பிரமித்துப் பார்த்துக் கொண்டேயிருந்தாள்.

எம்.டி. மௌனமாய் இருக்க...

"இவ்வளவு சொன்னதுக்கப்புறமும் நீங்க பிடிவாதமா இருந்தா... நான் இந்த வேலையை விட்டுடறேன். உத்தியோகம் முக்கியமில்லை எனக்கு. மரியாதை முக்கியம். என் திறமைமேல எனக்கு நம்பிக்கை இருக்கு. நாட்டுல ஆயிரம் கம்பெனிகள் இருக்கு. இனி அந்த பாஸ்ட்டர்டோட இந்த ஆபீஸ்ல வேலை பார்க்க முடியாது."

எம்.டி. உறுதியாகச் சொன்னார்:

“ஸ்ரீராம், எவ்வளவு தூரம் மனசில காயப்பட்டுப் பேசறேன்னு புரியுது. ஒரு திறமையான ஆர்ட்டிஸ்டை இழக்க நான் தயாரா இல்லை. குற்றவாளியை அடையாளம் காட்டு... நிரூபி. உடனே டிஸ்மிஸ் பண்றேன்.”

“தாங்க்யூ சார்!” என்று ஆண்கள் பக்கம் திரும்பினான்.

நாடகம் பார்ப்பது போல் அத்தனை கண்களும் அவனையே தொடர்ந்து பார்த்துக் கொண்டிருக்க.... பியூன் அர்ஜீனை சைகையில் அழைத்தான்.

“ஆபீஸ் கதவை மூடிட்டு வா!”

அவன் தயக்கமாக எம்.டி-யைப் பார்க்க...

“மூடிட்டு வா” என்றார் அவரும்.

கதவுகளை மூடி, உட்புறம் தாழிட்டான்.

“லேடீஸ் எல்லாம் ஒரு பக்கமா ஒதுங்கிக்குங்க.”

“ஸ்ரீராம்” என்ற எம்.டி-யைக் கையமர்த்தினான். திரும்பினான்.

“சார், நம்ம ஆபீஸ்ல ஏழு வருஷமா வேலை பார்க்கிறேன் நான். எல்லாரோட கையெழுத்தும் எனக்கு அத்துப்படி. இதிலே ஒருத்தருக்கு ‘ஜ’ வே வராது. ‘ஜ’ எழுதற இடம் எல்லாம் ‘ஐ’ யன்னாதான் எழுதுவாரு. டாய்லெட் ரூம்ல மறுபடி கவனிங்க. ‘ஜல்சா’ இல்லை. ‘ஐல்சா’ ன்னுதான் இருக்கு!”

“ஸோ...!”

“ஸோ... மரியாதைக்குரிய மாதவ் அவர்களே, சீட்டை விட்டு எழுந்திரிச்சு வர்றீங்களா?”

“சார், நான்... அது வந்து...” என்று விரல்களில் நடுக்கத்துடன் எழுந்து வந்தான் மாதவ், “நான் ஒண்ணும் எழுதலை.”

வலது புறங்கையால் பளீர் என்று அறைந்தான் ஸ்ரீராம். கீழே தடுமாறி விழுந்தான் மாதவ்.

“எந்திரிடா. உன் தங்கச்சி பேரை எழுதுவியாடா டாய்லெட்ல? உங்க அம்மா பேரைப் போட்டு எழுதுவியாடா? என்னது அது... ஜல்சாவா? எத்தனை பேர் பெட்ரூம்லடா ஒளிஞ்சு நின்னு பார்த்தே?” – பேசிக்கொண்டே ஸ்ரீராம் பான்ட்டிலிருந்து பெல்ட்டை உருவினான்.

நல்லவேளை, அவன் மாதவை அடிக்குமுன், எல்லோருமாக ஸ்ரீராமை அங்கிருந்து இழுத்துச் சென்று அவனது அறைக்குள் தள்ளி தாழ்ப்பாள் போட்டார்கள்.

கீழே விழுந்து கிடந்த மாதவை அத்தனை பேரும் புழுவாய்ப் பார்க்க... அவன் புஸ்ஸ், புஸ்ஸ் என்று மூச்சுவிட்டுக் கொண்டு மெதுவாய் எழுந்து நின்றான்.

“என்னடா பார்வை? உன்னை ஸ்ரீராம் அடித்தே கொன்னுருக்கணும்! போடா போ... இந்தப் பக்கம் வராதே. சம்பளத்தைக் கணக்குப் பார்த்து வீட்டுக்கு அனுப்பி வைக்கிறேன்” என்று கத்தினார் எம்.டி.

அவன் அவரை ஒரு தரம் முறைத்துவிட்டு, தலையைத் தொங்கப் போட்டுக் கொண்டு அடிபட்ட நாகமாய் வெளியேறினான்.

ஓட்டலில் மேஜைக்கு மட்டும் வெளிச்சம் இருக்க... அன்று மதியம் எதிரெதிரே அமர்ந்திருந்தார்கள். வசந்தியும், ஸ்ரீராமும்.

“உங்களுக்குள்ளே இவ்வளவு கோபம் நான் எதிர்பார்க்கவே இல்லீங்க!” என்றாள்.

“சாதாரணமா கோபப்படறதில்லை. கோபப்பட வேண்டிய விஷயங்களுக்கு கோபப்படாமயும் இருக்கறதில்லை. என்னால கட்டுப்படுத்த முடியலை.”

“பிரஷ் பிடிக்கிற கையில பெல்ட். பாவம்! அப்படி அறைஞ்சிருக்க வேண்டியதில்லை. செய்தி பொய்னு நமக்குத் தெரியுமே... பின்னே ஏன் இவ்வளவு ஆத்திரம்?”

"யாரு... நீங்கதான் கேக்கறதா? நீங்ககூடத்தான் அவ்வளவு அழுதிருக்க வேண்டியதில்லை. செய்தி பொய்னு நமக்குத் தெரியுமே... பின்னே ஏன் இவ்வளவு அழுகை?"

"அந்த நிமிஷம் ஏற்பட்ட அவமானம், கூச்சம் ஆபீஸ்ல உள்ளவங்க பார்த்த பார்வை என்னை உடைய வச்சிடுச்சி. அதுக்காகக் குடிக்கணுமா?"

"அவனுக்கு அவ்வளவு அடி வேணுங்க வசந்தி. குடிக்கலைன்னா அப்படி அடிச்சிருக்க மாட்டேன். இரண்டாவது அடியிலேயே இரக்கம் வந்துடும்."

"பயமா இல்லையா?"

"என்ன பயம்?"

"அவனால உங்களுக்குத் தொல்லை வராதா?"

"முதுகுக்குப் பின்னாடி பேசற ஜந்துங்க அது. நேரா ஒரு வார்த்தை கேக்கத் தைரியம் போதாது. பாத்ரூம் சுவத்திலதான் கோபம் காட்டத் தெரியும். எல்லாத்துக்கும் பயந்துகிட்டே இருந்தா, எல்லாத்தையும் அனுமதிக்கிறதா ஆயிடும்ங்க."

"அடிக்கடி குடிப்பீங்களா?"

"கோபம் வர்றப்ப குடிப்பேன்!"

தட்டுகளில் சாப்பாடு கொண்டுவந்து வைக்கப்பட்டதும் மௌனமாகச் சாப்பிட்டார்கள்.

"இந்த சம்பவத்தை ஆபீஸோட மறந்துடுங்க. வீட்ல போய் யார்கிட்டேயும் சொல்ல வேணாம்" என்றான் ஸ்ரீராம்.

"சொல்லப் போறதில்லை" என்றாள். "குடிபோதையிலே வேற என்னென்னமோ சொன்னீங்க?"

"ஆமாம். எல்லாமே உண்மைகள்தான்!"

"நான் உங்களோட நட்புரிமையோட, பாசத்தோடதான் பழகறேன். நீங்களும் ஏன் அப்படி இயல்பா நினைக்காம மிகையா நினைக்கறீங்க? அதெப்படி என்னைச் சடார்னு ரொம்ப உயரமா தூக்கித் தேவதை ஸ்தானத்திலே வச்சீங்க?"

"பிகாஸ், ஐ லவ் யூ!" என்றான் ஸ்ரீராம்.

காதல் என்பது...

27 பக்க காதல் கடிதம் எழுதியும்

சேர்வடையாமல் இருப்பது!

மென்மையாகப் புன்னகைத்தாள் வசந்தி.

"நான் மறுபடியும் உங்களை முறைச்சிட்டு, விருட்டுனு எழுந்து போயிடுவேன்னு நினைச்சீங்களா? நோ! உங்க மனசைப் புரிஞ்சுக்கிட்டேன். லவ்வுன்னா காதல் ஒண்ணு மட்டும்தான்னு அர்த்தமில்லை. அன்பு, பாசம், நேசம்... எல்லாமே லவ்தான். நீங்க எந்த அர்த்தத்துல இப்ப 'ஐ லவ் யூ'னு சொன்னீங்கன்னு எனக்குப் புரியும்!" என்றாள்.

ஸ்ரீராமின் கண்கள் நீர் பூத்தன...

"ஹலோ! என்ன இது? ஏன் கலங்கறீங்க?"

"என்னைப் புரிஞ்சு பேசற பழகற ஒரே ஜீவன் நீங்கதான் வசந்தி. மத்தவங்க எல்லாம் ரெண்டாவது சந்திப்பிலேயே முகத்தைத் திருப்பிடுவாங்க. பன்னிரண்டு வருஷமா நான் தனியா, ஒரு தீவா இருந்தேன். ரசனைகளைப் பகிர்ந்துக்க சரியான கம்பெனி இல்லை. சிந்தனையைப் புரிஞ்சுக்க யாரும் இல்லை."

நீங்க நம்ப மாட்டீங்க... கண்ணாடி முன்னால நின்னுக்கிட்டு நான் வாய்விட்டுப் பேசுவேன், மனம்விட்டுப் பேசுவேன். என் பிம்பத்தோட. நான் பேசறப்போ என் பிம்பமும் பேசும். நான் கையசைக்கிறப்போ, என பிம்பமும் கையசைக்கும். ஸோ, அதான் என்னோட லிவிங் ஃப்ரெண்ட். சமீபமா உங்ககிட்டேதான் நிறையப் பேசறேன். ஏன்னா, நீங்கதான் பொறுமையா, என்னை மதிச்சுப் பேசறீங்க. என்னோட கொடுமையான தனிமையை உடைச்சுத் தூள் பண்ணியிருக்கிற உங்களை வெறும் நட்பா என் மனசு எப்படி ஏத்துக்கும்? அதை விடவும் மேலானது அது... தேவதைங்கிறது புரியக்கூடிய உதாரணம்ங்கிறதால சொன்னேன். ஆனா, அதுக்கும் உயர்வாத்தான் உங்களை நினைக்கிறேன்."

அமைதியாக அவனைப் பார்த்துக் கொண்டிருந்தாள். அன்புக்காக, ஆறுதலான வார்த்தைக்காக இவ்வளவு வளர்ந்த ஒரு மனிதன், உள்ளுக்குள் இவ்வளவு ஏங்கியிருக்கிறானா? இந்த உள்ளடங்கிய கோபக் குமுறல்களுக்கு என்ன காரணம்?

பிறந்தபோது இல்லாத கோபம், வளர்ந்தபோது வந்திருக்கிறது. முரட்டுத்தனம், மென்மை, ஓவிய மனம், அன்புக்கு ஏக்கம், இங்கிதம், ஆத்திரம், கிண்டல், உண்மை என்று எத்தனை கலவை இவனுக்குள்... இப்படி இவனை உருவாக்கிய இவன் வளர்ப்புச் சூழ்நிலை என்ன?

"என்னங்க வசந்தி, அப்படிப் பார்க்கறீங்க?" என்றான் ஸ்ரீராம்.

"ஒண்ணுமில்லை. உங்களை ஒண்ணு கேக்கணும். இப்ப வேணாம்... இன்னொரு சந்தர்ப்பத்துல கேக்கறேன்..." என்று எழுந்து சென்று கை கழுவிக்கொண்டு வந்தாள்.

ஓட்டலில் இருந்து வெளிப்பட்டு அலுவலகக் கட்டடம் நோக்கி, போக்குவரத்தை வேடிக்கை பார்த்துக் கொண்டு மௌனமாக நடந்தார்கள்.

"உங்களுக்காக ஒரு சின்ன பரிசு வாங்கியிருக்கேன். என்னன்னு சொல்லுங்க, பார்க்கலாம்?" என்றாள் மஞ்சு, இரண்டு கைகளையும் முதுகுக்குப் பின்னால் வைத்துக்கொண்டு.

"மொதல்ல எதுக்காகப் பரிசுனு சொல்லுங்க?" என்றான் பாஸ்கர்.

"தோணுச்சு. ஷாப்பிங் போனப்போ வாங்கினேன். காரணம் எல்லாம் கிடையாது. சொல்லுங்களேன், யூகம் பண்ணி..."

"பென் செட்..?"

"இல்லை!"

"ஷேவிங் செட்..?"

"இல்லை!"

"பல் செட்..?"

குப்பென்று சிரித்துவிட்டாள். கைகளை முன்புறம் கொண்டு வந்தாள். அந்த அட்டைப் பெட்டியின் மேலே கட்டியிருந்த சிவப்புக் கயிறை அவளே இழுத்துப் பிரித்துத் திறந்தாள். எடுத்துக் காட்டினாள்.

ஒரு உயர்தர ஷார்ட்ஸ் மற்றும் 'ஆடிடாஸ்' என்று எழுதின வெள்ளை பனியன்.

"எதுக்குங்க மஞ்சு இதெல்லாம்?"

"போட்டுக்கத்தான். நான் மட்டும் தினம் யூனிஃபார்ம்ல விளையாடறேன். நீங்க பாண்ட் போட்டு விளையாடச் சிரமப்படறீங்க. அதான், கமான்... இன்னிக்கு இதைப் போட்டுக்கிட்டுத்தான் விளையாடறீங்க!"

"இல்லை, வேணாங்க..." என்றான்.

மாடிப்படிகளிலிருந்து இறங்கி வந்துகொண்டிருந்த கௌதமனைப் பார்த்ததும் நேராக அவரிடம் ஓடினாள்.

"பாருங்க டாடி! நான் பாஸ்கருக்கு இந்த பிரசன்ட் வாங்கிட்டு வந்தேன். வாங்கிக்க மாட்டேங்கறாரு!"

"நீ கேம்ஸ் ரூமுக்குப் போம்மா, அவர் வருவாரு..." என்று அவளை அனுப்பிவிட்டு, "பாஸ்கர்!" என்று அவன் தோளைத் தொட்டு, "உக்காருப்பா. மஞ்சு கொஞ்சநாள் உற்சாகம் இல்லாம இருந்ததா சொன்னபோது, அது ஏன்னு என்னை நீ கேட்டே ஞாபகம் இருக்கா? ரெண்டு மாசம் முன்னாடி இவளும் இவ ஃப்ரெண்டும் வெளியில போயிருந்தப்போ ஒரு விபத்து... அதுல அந்த ஃப்ரெண்டு இவ கண் முன்னாடியே ரத்தம் சிதறி, ஸ்பாட்ல செத்துப் போயிட்டா. அதைக் கண்ணால பார்த்த மஞ்சுவுக்குப் பெரிய அதிர்ச்சியாயிடுச்சு. அவ மனசையே பாதிச்சிடுச்சு. துள்ளல் எல்லாம் காணாமல் போய் ஒடுங்கிப் போயிட்டா. எனக்கு ஒரே பொண்ணு. அம்மா வளர்ப்பிலே இல்லாம, செல்லமா வளர்ந்துட்ட பொண்ணு. நான் பதறிப்போய் வைத்தியம் பார்த்தேன். காலப்போக்குலதான், உறைஞ்சுபோன மனசு நிலைக்கு வரும்னுட்டாங்க. இப்ப வர ஆரம்பிச்சிருக்கு. உன்னைப் பார்த்ததும், உன்கூடப் பேசினதும், உன்கூட விளையாடினதும் அவ கலகலப்பாகி, பழைய மஞ்சுவா மாறிக்கிட்டிருக்கா... ப்ளீஸ்! அதுக்கு ஹெல்ப் பண்ணு, தடையா இருக்காதே!"

அவர் சொன்ன 'ப்ளீஸ்!' அவனை மடக்கிப் போட்டது. அடித்து உட்கார வைத்தது. சகலமும் குளிரவைத்தது.

"இப்பப் புரிஞ்சுக்கிட்டேன் சார்... உங்க பொண்ணை முன்போலக் கலகலப்பாக்க வேண்டியது என் பொறுப்பு!" என்று மஞ்சு வைத்துவிட்டுப் போன பனியனையும் ஷார்ட்ஸையும் எடுத்துக்கொண்டு, அருகே இருந்த அறைக்குள் போனான்.

உடை மாற்றிக்கொண்டு கேம்ஸ் ரூமுக்குள் நுழைந்த அவனை...

"அப்படியே நில்லுங்க... ஒன் மினிட்!" என்றாள் மஞ்சு.

புரியாமல் நின்றான்.

ஒரு டைரக்டரைப் போல இரண்டு கைகளையும் விரித்து, கட்டைவிரல்களை இணைத்து 'ப' மாதிரி அமைத்து, முகத்தை மட்டும் பார்த்தாள்.

"குமார் கௌரவ் மாதிரியே இருக்கீங்க! இந்திப் படத்துல நடிச்சாப் போதும்... கோவிந்தா எல்லாம் கோவிந்தாதான்!" என்று சிரித்தாள்.

"அப்போ, பதிலுக்கு உங்களை டீஸ் பண்ண எனக்கும் உரிமை இருக்கா?"

"வெல்கம் சார்... ஐ யாம் ஸ்போர்ட்டிவ்!"

"இப்ப மார்க்கெட் இல்லாத ஆனா, அழகான அந்த டினாமுனிம் மாதிரியே இருக்கீங்க மஞ்சு! ஆனா, இது கேலி இல்லை... பாராட்டுதான்!"

"தாங்க்யூ! இன்னும் சொல்லப்போனா, நான் டினாமுனிம் மேல கிரேஸியா இருந்தேன்... உங்களுக்குத் தெரியுமா?"

அவர்கள் விளையாட ஆரம்பித்தார்கள்.

அந்த சொல்லுலாயிட் பந்து நிலையில்லாத மனத்தைப் போல, இந்தப் பக்கமும் அந்தப் பக்கமும் தாவ ஆரம்பித்தது.

"இப்ப அந்த கிரேஸ் போயிடுச்சா?"

"இப்ப ஆள் மாறியாச்சு!"

"இப்ப யாரு?"

"மிஸஸ் ஆஷா கேளுண்ணி... அவங்க கல்யாணம் பண்ணிக்கிட்டதால, என் பாய்ஃப்ரெண்ட்ஸீக்கெல்லாம் ரொம்ப வருத்தம்!"

"பாய்ஃப்ரெண்ட்ஸ் உண்டா உங்களுக்கு?"

"ஓ! முன்னே ஜாஸ்தி... இப்ப, ஒரே ஒரு ஆள்தான்!"

"யாரு?"

"பாஸ்கர்!"

நிமிர்ந்து அவள் முகத்தைப் பார்த்து சிரித்துவிட்டு, மீண்டும் ஆட்டத்தைத் தொடர்ந்தான்.

"பாய்ஃப்ரெண்ட்ஷிப் தப்பா?"

"அவன்கிட்டேயிருந்து நீங்க என்ன எதிர்பார்க்கறீங்கறதைப் பொறுத்தது!"

"என்ன பதில் இது...? நான் எதிர்பார்க்கிறது நட்புதான்... வேறென்ன?"

"நட்புன்னா...? கொஞ்சம் விளக்கமா சொல்லுங்க மஞ்சு!"

"சந்திராவோட எப்படி எப்படிப் பழகறேனோ, அப்படித்தான் சந்திரனோடவும் பழகுவேன். இதுல என்ன பாகுபாடு?"

"செக்ஸ்! சந்திராவோட பேசற எல்லாப் பேச்சுகளையும் சந்திரனோட பேசமுடியாது... பேசமாட்டீங்க... கொஞ்சம் சென்ஸார் ஆயிடும். சந்திராவோட தோள்ல கை போடலாம். கன்னத்தைக் கிள்ளலாம். தொடையில் கை போட்டுட்டு சினிமா பார்க்கலாம். இதையெல்லாம் சந்திரன்கிட்டேயும் செய்வீங்களா?"

"இல்லை... ஆனா மனசுல விகல்பம் இல்லைன்னா செய்யலாம்!"

“மனசுக்குள்ளே ஊடுருவி, உங்களால பார்க்க முடியுமா? விகல்பம் இருக்கு, இல்லைனு எப்படித் தெரிஞ்சுக்குவீங்க?”

“பேசறதுல, பழகறதுல தெரிஞ்சுக்கலாம்...”

“முடியாது. தெரிஞ்சுக்கவே முடியாது. தமிழ்ல ஒரு பாப்புலர் பாட்டு நீங்க கேட்டிருக்கீங்களா? ‘ஒருவன் மனது ஒன்பதடா... அதில் ஒளிந்து கிடப்பது எண்பதடா’! தத்துவார்த்தமான வரிகள். முழுக்க முழுக்க உண்மையான வரிகள். மனித உடம்பு மாதிரியான இன்ஜினீயரிங் உலகத்திலே, ஏன்... யுனிவர்ஸ்லயே வேற கிடையாது. எத்தனை மாஸ்டர் கம்ப்யூட்டர்ஸ் வந்தாலும், மனுஷனோட மூளையை ஜெயிக்க முடியாது. மனத்தின் மேல்பரப்பிலே நியாயம், அநியாயம், நல்லது, கெட்டது, நாகரிகம், பண்பாடுனு எல்லாம் மிதந்தாலும், அடியிலே சுத்த வண்டல்தான்... சுத்த அழுக்குதான்! நாம எல்லோருமே ஒவ்வொரு சந்தர்ப்பத்துல ஹிப்போகிரைட்ஸ்தான். போலித்தனம் இல்லாத மனுஷனே கிடையாது. காந்திஜி உட்பட அவர் சத்தியசோதனையிலே ஒப்புக்கிட்டார்... நாமெல்லாம் ஒப்புக்கிறதில்லை!”

பேட்டையும் பந்தையும் மேஜைமேல் வைத்துவிட்டுப் படபடவென்று கைதட்டினாள் மஞ்சு. “சபாஷ் பாஸ்கர்! ‘மனமும் அதன் விகாரங்களும்’ங்கிற தலைப்பில் அழகா கட்டுரை வாசிச்சீங்க, போதும். இன்னும் சொன்னா மண்டை காஞ்சிடும். இப்போ ஒரு ஜோக் சொல்லுங்க!”

“சரியான வம்பாப் போச்சே! தினம் ஒரு ஜோக் சொல்லணுமா? இன்னிக்கு நாலஞ்சு ஜோக்ஸ் புத்தகம் வாங்கிடறேன். நாளையிலேர்ந்து சொல்றேன். ஜோக் சொன்னா, சம்பளத்துல ஊக்க போனஸ் எதுவும் உண்டா?”

“உண்டு!”

“என்ன?”

“என் புன்னகை!”

“என்னங்க இது... அதை இவ்வளவு சீப்பாக்கிட்டீங்க! அது பிராவிடண்ட் ஃபண்டுங்க...”

“சேர்த்து வெச்ச மொத்தமா வேணுங்கறீங்களா?”

“ஐயையோ... நான் ரெண்டாவது அர்த்தம் வெச்செல்லாம் சொல்லலைங்க...”

“ரொம்பக் கலகலப்பா பேசறீங்க... ஐ லைக் யூ பாஸ்கர்!”

“நன்றியுரை ஆற்றட்டுமா?”

“வேணாம்... காபி ஆத்துங்க, போதும்...” என்றாள், பணியாள் கொண்டுவந்து வைத்த ட்ரேயைக் காட்டி.

இருவருமே அருகருகே அமர்ந்து, பீங்கான் கோப்பைகளில் காபி அருந்தினார்கள்.

“மாணிக்கம்... தண்ணி ரொம்பிடுச்சா?” என்றாள்.

“ரொம்பிடுச்சும்மா!” என்றான் பணிவாக.

குடித்துவிட்டு வைத்த கோப்பைகளை எடுத்துக் கொண்டு பணியாள் அகன்றான்.

“என்ன கேட்டீங்க அவனை?” என்றான் பாஸ்கர்.

“இன்னிக்கு நீச்சல்குளத்தைச் சுத்தம் பண்ணி, தண்ணி விடச் சொல்லியிருந்தேன். ரெண்டு மாசத்துக்கு அப்புறம் இன்னிக்குத்தான் அதுல நீந்தணும்னு ஆசை வந்துச்சு...”

டவல் எடுத்து கழுத்து, கைகளில் வியர்வை துடைத்தான்.

“நீங்க நீந்துவீங்கதானே?” என்றாள்.

“எனக்கு ஜலகண்டம்..!”

“சரித்திர நாவல் தலைப்பு மாதிரி சொல்றீங்க... அப்படின்னா?”

"தண்ணியில எனக்கு ஒரு கண்டம் இருக்குனு, தண்ணி பக்கமே போகக்கூடாதுனு எங்கம்மா மிரட்டி மிரட்டி வளர்த்துட்டாங்க. தண்ணி குடிக்கிறப்போகூட, கொஞ்சம் பயந்துதான் குடிப்பேன்..."

"டோன்ட் ஜோக் யா!"

"நிஜமாத்தான். எனக்கு நீச்சல் தெரியாது. திருச்செந்தூருக்கு குடும்பத்தோட போனப்போ எல்லாரும் கடல்ல குளிச்சாங்க. நான் கரையோரமா பயந்து பயந்து சொம்பு வச்சித் தண்ணி அள்ளித் தலையிலே ஊத்திக்கிட்டேன்."

"ஓ! ஷேம்!" என்று பெரிதாகச் சிரித்தாள்.

"இதிலென்ன வெக்கம் இருக்கு? நீங்க ஆய கலைகளிலும் வல்லவியா? நூறு மீட்டர் ரேஸ்ல காலேஜ்ல நான்தான் ஃபர்ஸ்ட். ஓட்டப் பந்தயத்திலே ஜெயிச்சிடுவீங்களா என்னை?"

"இந்த ஆம்பளைங்களுக்கு அவங்க ஈகோவை தொட்டுட்டாப் பொறுக்காதே."

"யாருக்கு இல்லை ஈகோ? இன்னிக்கு பிச்சைக்காரனைக் காசு போடாம விரட்டிடுவீங்களா? மானத்தை வாங்கிடுவான். ஏந்த ஓட்டல்லயாவது நீங்க போய் உட்கார்ந்த உடனேயே வந்து என்ன வேணும்னு கேட்டிருக்காங்களா!"

"அப்பா! உங்ககூடப் பேசவே முடியாது. வார்த்தைக்கு வார்த்தை பதிலடிக்கிறீங்க!"

"தேவைதானா எனக்கு? இதுக்கே ஒரு சமயம் நல்லா பேசறீங்க பாஸ்கர்னு பாராட்டு. இப்போ சலிப்பு. ஓகே, நான் போறேன்."

"ஏய்... எங்கே போறீங்க. வாங்க. ஸ்விம்மிங் பூல் போகலாம்."

"அதான் நீச்சல் தெரியாதுன்னு சொன்னேனே..!"

"எனக்குத் தெரியுமே..."

“நீங்க நீந்துவீங்க. நான் என்ன பண்றது? கட்டை விரலைச் சப்பிக்கிட்டு எத்தனை மார்பிள் ஸ்டோன்ஸ் பதிக்கப்பட்டிருக்குன்னு எண்ணச் சொல்றீங்களா?”

“பிகு பண்ணாதீங்க. வந்து பாருங்க எப்படி நான் நீந்தறேன்னு?”

பாஸ்கரின் தயக்கம், மறுப்பு எடுபடாமல் அவளோடு பாதி மனத்தோடு நடந்தான்.

தண்ணீர் இல்லாமல் களையற்றுக் கிடந்து அந்த அவரை விதை நீச்சல்குளத்தில் இப்போது வெளிர்நீலத் தண்ணீர் சூரியன் உபயத்தில் ஜிலுஜிலுத்துக் கொண்டிருக்க... அடித்தளம் சுத்தமாய்த் தெரிந்தது கண்ணாடி போல்.

நிழல் குடைக்குக் கீழே, காலை நீட்டிப் போட்டுக் கொள்ளும் வசதியான நாற்காலியில் பாஸ்கர் அமர்ந்து கொள்ள... மஞ்சு, “ஒன் மினிட்” என்று அருகிலிருந்த சின்ன அறைக்குள் சென்றாள்.

சிங்கிள் பீஸ் கறுப்பு நீச்சல் உடையில் வெளிப்பட்டாள். தலையில் பிளாஸ்டிக் கேப் வைத்திருந்தாள்.

வெயிலில் பளீர் என்று மின்னிய அவளின் தொடைகளையும் புஜங்களையும் மார்பின் ஆரம்ப புஷ் டிகளையும் முதுகின் ரு வடிவத் திறந்த வெளியையும் எச்சில் விழுங்கிப் பார்த்தான்.

இரும்புப் படிகளில் பின்புறமாக ஏணி போல் இறங்கினாள்.

‘ப்ளாஷ்...’ என்று நீரைக் கிழித்துக் கொண்டு குதித்தாள். குளத்தின் இரு முனைகளையும் மாறி மாறி நீந்தித் தொட்டாள். நீரின் பரப்பில் மிதந்து படுத்துக் கொண்டு, வாயிலிருந்து குட்டி அருவியாய் நீரைத் துப்பினாள்.

“எவ்வளவு நல்லா இருக்கு தெரியுமா?” என்றாள்.

“எனக்கெப்படி தெரியும்?”

“தெரிஞ்சுக்குங்களேன். கமான். வாங்க... நான் சொல்லித் தர்றேன். ரெண்டு மீட்டர்தான் தண்ணியே இருக்கு. மூழ்கணும்னு நினைச்சாலும் முடியாது. யாராச்சும் கொலை உத்தேசத்திலே

அமுக்கினாத்தான் உண்டு. இங்கே பாருங்க, ட்யூப்ஸ் இருக்கு. ஒண்ணும் பயம் இல்லை. வாங்க."

"அட! நான் வரலை" என்றான்.

"இப்ப வரப் போறீங்களா, இல்லையா?" என்று அவனுக்கு நேராக வந்து... தண்ணீரை அள்ளி அள்ளி அவன் மேல் தெளிக்க...

"வரலைன்னா விட்டுடுங்க" என்று எழுந்து விளிம்பின் அருகில் வந்து நின்று சொன்னான்.

அலறினாள் திடீரென்று "ஐயையோ! கால்ல முள்ளு குத்திடுச்சி, கை கொடுங்க."

பாஸ்கர் பதட்டமாகக் கையை நீட்ட... நீட்டின கையைப் பிடித்து உள்ளே இழுத்து அவனை நீரில் விழவைத்தாள் மஞ்சு.

காதல் என்பது...

குளிர்பானக் கடையில்

சூடாய்

ஒரு ஆப்பிள் ஜீஸ் கேட்பது!

தத்தளித்து தடுமாறி, திமிறி... இரும்புப் படிகளில் விரைவாய் மேலே ஏறி வந்து அவளைக் கோபமாய்ப் பார்த்தான் பாஸ்கர்.

அவனைத் தொடர்ந்து மேலே ஏறி வந்த மஞ்சு, "நான் ஒரு உற்சாகத்திலே, ஒரு ஆர்வத்திலே அப்படி செஞ்சிட்டேன். ஐ யாம் ஸாரி! நீங்களும விளையாட்டா எடுத்துக்குவீங்கன்னுதான் நினைச்சேன். என் மேல கோபமா இருந்தா அறைஞ்சுடுங்க. தயவு செஞ்சி முறைக்காதீங்க. கஷ்டமா இருக்கு" என்றாள்.

வேறுதிசை பார்த்துக்கொண்டு அமைதியாய் இருந்தான்.

"வேற எப்படி உங்ககிட்ட மன்னிப்பு கேக்கறதுன்னு தெரியலை. இனிமே இப்படி விளையாடலை. அதிகமான உரிமையை நானா எடுத்துக்கிட்டது தப்புதான்" என்று வேகமாக நடந்து உடை மாற்றும் அறைக்குள் சென்றாள் மஞ்சு.

உடைகளிலிருந்து நீர் சொட்டச்சொட்ட அப்படியே நின்றான் பாஸ்கர்.

பழையபடி ஸ்போர்ட்ஸ் ஷர்ட்ஸும், டி-ஷர்ட்டும் அணிந்து மஞ்சு, தரை பார்த்து நடந்து, அவனைக் கடந்து பங்களாவை நோக்கி நடக்க...

"மஞ்சு, ஒரு நிமிஷம்" என்றான்.

அமைதியாக நின்றாள்.

அவள் அருகே வந்தான்.

"என் முகத்தைப் பாருங்க!"

தயக்கமாய்ப் பார்த்தாள்.

"டெல் மி எ ஜோக்" என்றான் புன்னகைத்து.

உடனே பூவாய் முகம் மலர்ந்தது.

"அப்படின்னா... என் மேல கோபம் இல்லையே?"

"இல்லை!"

“இவ்வளவுகூட இல்லை?” என்று லட்டு சைஸில் கை வைத்துக் காட்டினாள்.

“இல்லை!”

“பின்னே ஏன் முறைச்சீங்க அப்படி?”

“நடிச்சேன்”

“சே! நான் பயந்தே போயிட்டேன்”

“ஏன் பயம்?”

“ஒரு நல்ல பாஸ்கரோட அன்பை இழந்துடுவேனோங்கிற பயம்”

“மஞ்சு, நான் ஏற்கெனவே...”

“ஏற்கெனவே...?”

“ஒண்ணுமில்லை. வாங்க போகலாம்.”

“முடியாது. சொல்லுங்க, ஏற்கெனவே?”

“ஏற்கெனவே ஒரு தடைவ தண்ணில மூழ்க இருந்து தப்பிச்சேன்னு சொல்ல வந்தேன்”

“இவ்வளவுதானா உங்களை ஒரு நீச்சல் எக்ஸ்பர்ட் ஆக்கிடறேன். மறுபடி இறங்கலாமா?” என்று தன் சட்டையின் பட்டனில் கை வைத்தாள்.

“இன்னிக்கு இது போதும்”

“நீச்சல் கத்துத் தந்தே தீருவேன். நீங்க கத்துக்கிட்டே ஆகணும்.”

“சரி”

“என்ன குருதட்சனை கொடுப்பீங்க?”

“என்ன வேணும்?”

“கத்துக் கொடுத்ததுக்கப்புறம் கேக்கறேன்”

“என்னால கொடுக்க முடியாம போனா என்ன பண்றது? இப்பவே சொல்லிடுங்க”

“உங்களால கொடுக்க முடிஞ்சதா கேக்கறேன்”

இருவரும் நடக்க...

எதிரே இவர்களை நோக்கி வந்த கௌதமன், “மை காட் மஞ்சு கண்ணா, என்னால நம்பவே முடியலை. நீதானா? நீச்சல் குளத்தில தண்ணிவிடச் சொன்னியாமே... பாஸ்கர். என்ன இப்படி நனைஞ்சி நிக்கறீங்க?”

நெளிந்தான் பாஸ்கர்.

“டாடி? பாஸ்கருக்கு நீச்சல் கத்துத் தர்றேன்னேன் பயந்தார். பிடிச்சி தண்ணிக்குள்ளே இழுத்துட்டேன். திணறிட்டார்.”

“என்ன பாஸ்கர், உனக்கு ஸ்விம்மிங் தெரியதா? ரொம்ப சிம்பிள். ஒரே வாரத்தில் கத்துக்கலாம். வாழ்க்கையில் நீச்சல் ரொம்ப அவசியம்... உடல் நலத்துக்கும், மத்தவங்களுக்கு உதவறதுக்கும்... சரி, நான் அவுட் ஹவுஸ்ல இருக்கேன். டிரஸ் மாத்திட்டு அங்கே வா பாஸ்கர்...” என்று நடந்தார் கௌதமன்.

பத்து நிமிடத்தில் அவுட் ஹவுஸ்ஸீக்குப் போனான் பாஸ்கர்.

அங்கு கௌதமனின் மேற்பார்வையில் பணியாட்கள் வேக்வம் க்ளீனர் வைத்து கார்ப்பெட்டைச் சுத்தம் செய்து கொண்டிருந்தார்கள். பவுடர் தேய்த்து ஜன்னலின் கண்ணாடிகளைத் துடைத்துக் கொண்டிருந்தார்கள். திரைச்சீலைகள் மாட்டிக் கொண்டிருந்தார்கள். ஒரு டெலிபோனுக்குத் தொடர்பு கொடுத்துக் கொண்டிருந்தார்கள்.

“என்ன சார்?” என்றான் சட்டையில் முதல் பட்டனைப் போட்டுக் கொண்டு.

“எப்பயாச்சும் விருந்தாளிங்க வந்தா தங்கறதுக்காக இந்த அவுட் ஹவுஸ் கட்டினேன். அவ்வளவு உபயோகமில்லை. பங்களாவுக்குள்ளேயே ஏகப்பட்ட ரூம்ஸ் இருக்கிறதாலே எல்லாம்

அங்கேயே தங்கிடுவாங்க... அதனால இதைப் பயனுள்ளதா ஆக்குவமேன்னு க்ளீன் பண்ணச் சொன்னேன்"

"நியாம்தான் சார் ஆயிரம் ரூபாய்க்குக் குறையாம வாடகை வாங்கலாம்"

"சரியாப் போச்சு"

"ஏன் சார்?"

"இந்த ஏற்பாடெல்லாம் உனக்காத்தான் நடந்துக்கிட்டிருக்கு. நீ வந்து இங்கே தங்கறே நாளையிலேர்ந்து"

"சார்!" என்று அதிர்ந்தான்.

"நோ. எதுவும் மறுத்துச் சொல்லிடாதே. பிரஸ்டீஜ் பார்க்காதே. ஒருத்தரை எனக்குப் பிடிச்சுப் போய்ட்டா. போதும்னு அவர் கதற்ற அளவுக்கு அன்பைக் காட்டுவேன். எனக்கு உன்னைப் பிடிச்சிருக்கு. உன் பேச்சு, உன் பணிவு, உன் நடத்தை, உன் நேர்மை, உன் சிந்தனை, உன் சிரிச்ச முகம் இதெல்லாம் எனக்கு ரொம்ப பிடிச்சிருக்கு. இதெல்லாம்விட என் மகளோட மனசையே மாத்திப் பழையபடி ஆக்கிக்கிட்டிருக்கிற உன் வருகை கொண்டாடப்பட வேண்டியது."

பாஸ்கர் உறைந்து போனான்.

"சார்! உங்க அன்பை... என்மேல வச்சிருக்கிற மதிப்பை நினைச்சா என்ன சொல்றதுன்னே தெரியலை. அதுக்காக இப்படி.. இவ்வளவு சலுகைகளுக்கு நான் தகுதிதானான்னு புரியலை."

ஏன் தகுதி இல்லைன்னு நினைக்கிறே? இந்த காம்ப்ளெக்ஸ் தப்பு. என்கிட்டே வேலை பார்க்கிற அவ்வளவு பேருக்குமா இந்தச் சலுகை தர்றேன்? இல்லை. உனக்கு மட்டும்தான், நீ எனக்கு ஸ்பெஷல். பணத்துக்குப் பஞ்சம் இல்லைப்பா, நடந்து போற தூரத்துக்கு கார்ல போறேன். கார்ல போற தூரத்துக்கு ஃப்ளைட்ல போறேன். உனக்கு செய்யற இந்த வசதிகளால தேய்ஞ்சிடாது என் செல்வம்"

“சார், வந்து... நான் ஒரு சிக்கல்ல இருக்கேன். மதுரையிலேர்ந்து...”

“நோ?” என்றார் கத்தலாக. “எந்த வார்த்தையும் உன் ஃப்ரெண்டு வீட்லேர்ந்து சாமான் எல்லாம் ஏத்திக்கிட்டு நேரா இங்கே வர்றே. இந்த அவுட் ஹவுஸ்ல தங்கறே. இது என்னோட அன்பான உத்தரவு. எத்தனை சிக்கல்னாலும், கஷ்டம்னாலும் இதை நீ நிறைவேத்தித்தான் ஆகணும்” என்று உறுதியாய்ச் சொல்லிவிட்டு பங்களாவுக்கு வேகமாக நடந்தார் கௌதமன்.

தாடையைத் தடவிக்கொண்டு அப்படியே நெடுநேரம் நின்று கொண்டே இருந்தான் பாஸ்கர்.

“யாருக்குடா இப்படி ஒரு முதலாளி அமைவாங்க?” என்றான் வெங்கடேஷ், மேஜை ஃபானை உள்பக்கம் அதன் இறக்கைகளைத் துணியால் துடைத்துக் கொண்டே.

“நல்லா சொல்லுங்க. சந்தோஷமான செய்தியைச் சொல்லிட்டு, என்னமோ துக்கம் விழுந்த வீடு மாதிரி மூஞ்சை வச்சிக்கிட்டிருக்கார். எப்படி இருந்தாலும் கல்யாணத்துக்கப்புறம் வீடு பிடிச்சாகணும். மெட்ராஸ்ல வீடு அமையறது சுலபமா? நானூறு ரூபாய்க்குக் குறையாம ஒரு நல்ல வீடு அமைஞ்சுடுமா? எனக்கோ தற்காலிக வேலை. அவருக்கோ சம்பளம் என்னன்னே இன்னும் தெரியலை. இந்த சந்தர்ப்பத்திலே அவுட் ஹவுஸ்ல தங்கிக்கோன்னு உரிமையோட, அன்போட முதலாளி சொல்றப்போ யாராச்சும் மறுத்துட்டு வந்து நிப்பாங்களா?” என்றாள் வசந்தி, தரையைக் கூட்டுவதை நிறுத்தி.

மொட்டை மாடிக்குச் செல்லும் படிகளில் மூன்றாவது படியில் அமர்ந்து, இரண்டு கைகளையும் கன்னத்துக்கு முட்டுக் கொடுத்திருந்த பாஸ்கர், “அதெப்படி நான் சரின்னு ஒப்புக்க முடியும்? வசந்தியைப் பத்தி நான் இன்னும் அவர்கிட்டே வாய திறக்கலை” என்றான்.

“இதுக்கு யோசனை நான் சொல்றேன். சிம்பிள்” என்றான் வெங்கடேஷ்.

“சொல்லு, என்ன?”

“இப்ப ஆடி மாசம் நடக்குது. அது போய்டட்டும். ஆவணியில் முதல் முகூர்த்த நாள்ல வடபழனி கோயில்ல சிம்பிளா உங்க ரெண்டுபேருக்கும் கல்யாணம். நேரா மாலையும் கழுத்துமா போய் கௌதமன் சார் கால்ல விழறீங்க. அதே அவுட் ஹவுஸ்ல குடித்தனம் ஆரம்பிக்கிறீங்க.”

“வெரிகுட் ஐடியா! ஆனா நாளைக்கே நான் அங்கே குடி வந்தாகணும்னு உத்தரவு மாதிரி சொல்லிட்டுப் போய்ட்டார்டா. முசுடுப்பா அவரு. திடீர்னு கோபம். திடீர்னு பாசம்.”

“சரி, இப்ப என்ன கெட்டுப் போச்சு? அப்படிப் போறதிலே உனக்கு என்ன பிராப்ளம்?”

“எப்படிடா நான் மட்டும் அங்கே போறது வசந்தியைப் பிரிஞ்சி?”

“பெரிய பிரிவு!” என்றாள் வசந்தி. “இப்போ காலைல போயிட்டு ராத்திரி திரும்பி வரலையா? இது மட்டும் பிரிவில்லையா? அது மாதிரிதானே... தினம் சந்திச்சுட்டாப் போச்சு. என்னோட ஆபீஸ்ல போன்ல பேசலாம். இடம் முடிவு பண்ணி சந்திக்கலாம். ஈவினிங் இங்கே வீட்டுக்கு வரலாம். கொஞ்ச நாளைக்குத்தானே?”

“ஆமாம் பாஸ்கர். நத்திங் ராங். ஒரு முதலாளியோட நல்மதிப்பை ஒரு தொழிலாளி வாங்கறது ரொம்ப சிரமம். எப்படியோ உன்னைப் பிடிச்சுப் போச்சு. அவர் மூலமா உனக்குப் பிரகாசமான எதிர்காலம் இருக்கு. அவரோட அன்பை இன்னும் வளர்த்துக்கோ. இந்த வீட்டுல வசந்தி இருக்கட்டும். நான் ஸ்ரீராம் ரூம்ல இருக்கேன். கொஞ்ச நாள்தானே?”

“சீச்சி! அதெல்லாம் வேணாம். ஏன் நீ ஸ்ரீராம் ரூமுக்குப் போகணும்?”

“வசந்தியை நான் சிஸ்டர்னுதான் கூப்புடறேன் சிஸ்டராகத்தான் நினைக்கிறேன். ஆனா மத்தவங்க வாய்களுக்கு வம்பு பேச

வாய்ப்பு தர வேணாம்! இந்த அரேஞ்ச்மென்ட்டுக்கு நீ ஒப்புக்கோ நாளைக்கு நீ அவுட் ஹவுஸ் போறே."

"வசந்தி, நீ என்ன சொல்றே?"

"அவரை மாதிரி என்னால மரியாதை இல்லாம சொல்ல முடியாது. நாளைக்கு நீங்க அவுட் ஹவுஸ் போறீங்க!" என்றாள் வசந்தி.

கார் வந்து ஹார்ன் அடித்தது.

வெங்கடேஷ் சூட்கேஸை எடுத்துச் சென்று பின் இருக்கையில் வைத்தான்.

உள்ளே அறைக்குள் வசந்தியிடம் பாஸ்கர் நெற்றியைப் பிடித்துக் கொண்டு சொன்னான். "ரொம்ப நேரமா யோசிக்கிறேன். நினைவுக்கு வரவே மாட்டேங்குது."

"என்ன?"

"அந்த வசனம். ...ம். ஞாபகம் வந்துடிச்சி. கண்மணி, என் உடல்தான் உன்னைவிட்டுத் தற்காலிகமாகப் போகிறது. உயிர் இந்த எகிப்தின் பிரமிடுகளுக்குச் சவால்விடும் அழகான நெஞ்சுக்குள்ளேதான் இருக்கிறது."

"சீ...!" என்றாள்.

"சரி, டயமாச்சு, சீக்கிரம்."

"என்ன சீக்கிரம்?"

"பார்த்தியா, நடிக்கிறியே? காதன் தன் காதலிகிட்டே தொன்று தொட்டு என்ன கேட்பான்?"

"கர்சீப்பா?"

"ஊஹீம். நீ தரமாட்டே. அப்ப வாங்கிக்க."

"ஏய்... நோ" – இரண்டடி பின்னால் நகர்ந்தாள்.

"இங்கே கூடவா நோ?" என்று அவள் கையை எடுத்து உள்ளங்கையில் மென்மையாக முத்தமிட்டான். "போய்ட்டு

வர்றேன், நம்ம கல்யாணம் நடக்கிற வரைக்கும் நீ அங்கே போன் பண்ணிடாதே. நானே தினம் ஆபீசுக்கு போன் பண்றேன். தினம் ஈவினிங் வீட்டுக்கு வர்றேன்."

"சரி!"

அவன் காரில் ஏறிப் புறப்பட்டுப் போனதும், வசந்தி கலங்கின கண்களை முந்தானை முனையால் துடைத்துக் கொண்டாள்.

உள்ளே வந்து வெங்கடேஷ், "சேச்சே! என்ன இது? நேத்து நீங்களே சப்போர்ட்டா பேசிட்டு, இப்போ கண்ணைக் கசக்கினா எப்படி? ஜஸ்ட் இருபத்திரண்டு நாள்தான். ஆமாம். காலையிலே ஜோசியர்கிட்டே போய்ட்டு வந்தேன். ஆவணி அஞ்சு நல்ல முகூர்த்த நாள்னார்" என்றேன்.

அவனையே அமைதியாகப் பார்த்தாள்.

அன்றைக்கு மாலை... போர்ட்டிகோவில் நாற்காலி போட்டுக் கொண்டு எம்பிராய்டரி செய்து கொண்டிருந்தபோது பைக்கைக் கொண்டுவந்து நிறுத்தின ஸ்ரீராம், "பேசாம நம்ம கம்பெனில நானும் ஒரு டைப்பிஸ்டா இருக்கலாம். டாண்ணு அஞ்சு மணிக்குப் புறப்பட்டு வந்துடலாம் பாருங்க" என்றான்.

"என்னமோ இன்னைக்கு பஸ் உடனே கிடைச்சது வந்துட்டேன்."

"வெங்கடேஷ் இன்னும் வரலையா?"

"இல்லை."

"அப்புறங்க... நேத்து ராத்திரி மாதவ், எம்.டி. வீட்டுக்குப் போய் கால்ல விழுந்து கெஞ்சியிருக்கான். போடா நாயேன்னு திருப்பி அனுப்பிட்டாராம்"

"மாதவ் அப்படி எழுதினதுக்கு என்ன காரணம் ஸ்ரீராம்?"

"ஒரு தடவை அவன் ஆபீஸ் பணத்திலே முப்பது ரூபா எடுத்துட்டான். அதுக்கு ரூமுக்குள்ளே வச்சி அறைஞ்சேன். அந்தப் பணத்தை என் பாக்கெட்லேர்ந்து போட்டுட்டு இனிமே

இப்படிச் செய்யாதேன்னு அனுப்பிட்டேன். அதை வன்மமா மனசில வளர்த்திருக்கான்."

"சரி. உங்க பேரை எழுதினதுக்கு அது காரணம் ஆபீஸ்ல எத்தனை பெண்கள். ஏன் எல்லாரையும் விட்டுட்டு என் பேரை எழுதினான்?" என்றாள் குனிந்து, எம்பிராய்டரியைத் தொடர்ந்து கொண்டே அவளைத் திரும்பிப் பார்த்த ஸ்ரீராம், புருவங்களைச் சுருக்கி, "ஏன்? எதுவும் காரணம் இருக்கா?" என்று அருகில் வந்தான்.

"ஆமாங்க. அன்னிக்கு நீங்க இருந்த மூட்ல அதை வேற சொல்லியிருந்தா, இன்னும் விபரீதமாய்டும்னுதான் கம்முனு இருந்துட்டேன்."

"ஏன், என்ன செஞ்சான்?"

"மிஸ்பிகேவ் பண்ணான். ஃபைல் கொடுக்கறப்போ கையை ரகசியமா கிள்ளினான் முறைச்சேன். பஸ் ஸ்டாப்ல வெய்ட் பண்றப்போ பக்கத்திலே வந்து ஒரு லெட்டர் கொடுத்தான். பிரிக்காம அங்கேயே கிழிச்சுப் போட்டேன். ஏன், ஸ்ரீராம் மட்டும்தான் பிடிக்குமானுட்டுப் போய்ட்டான்"

"என்னங்க இது, இதையெல்லாம் ஏன் என்கிட்டே முன்னாடியே சொல்லலை? என்னை ஏன் அவ்வளவு தவிக்க விட்டிங்க? அந்த மாதவ்தான் செஞ்சிருப்பான்னு தெரிஞ்சும் ஏன் சொல்லலை?"

"பயம்! முரட்டுத்தனமா அவன் உங்களையோ, என்னையோ எதாச்சும் பண்ணிட்டா அசிங்கம்னு நினைச்சேன்."

"சரி. முகம் கழுவிட்டு வர்றேன்" என்று படிகளில் ஏறினவன், "மைகாட்!" என்று இறங்கி வந்தான் மறுபடியும்.

"என்னங்க?"

"வர்றப்போ ஒரு ஹோட்டல்ல காபி சாப்ட்டேன். மணிபர்ஸைத் தவறிவிட்டுட்டேன். இதோ, பார்த்துட்டு வந்துடறேன். நல்லவன்

எவன் கைக்காவது கிடைச்சு கல்லாவில ஒப்படைச்சிருந்தா கிடைக்கும். இல்லேன்னா ஹோகயாதான்."

"கிடைச்சுடும். நிதானமாப்போங்க" என்றாள்.

அவன் வண்டி எடுத்துக் கொண்டு போய்ப் பத்தாவது நிமிஷம்... முன் கேட்டைக் காலால் உதைத்துக் கொண்டு வேகமாக உள்ளே வந்தான் மாதவ். குப்பென்று சாராய வாடை தாக்கியது.

"என்னம்மா பத்தினி...?" என்றான்.

காதல் என்பது...

பெற்றோரிடம்

வகை வகையாய்ப்

பொய் சொல்வது!

லேசான தள்ளாட்டத்துடன் அவளை நோக்கி வந்த மாதவைப் பார்த்துப் பதறி, எழுந்து நின்றாள் வசந்தி. சாராய வாடையை உணர்ந்ததும் சட்டென்று வீட்டுக்கு உள்ளே வந்து கதவைச் சாத்திவிட்டு, அருகில் இருந்த ஜன்னலின் திரையை விலக்கிக்கொண்டு கேட்டாள்.

"இங்கே ஏன் வந்தீங்க?"

"ஏம்மா கண்ணு வேஷம் போடறே? பொசுக்குன்னு உள்ளே போய்க் கதவைச் சாத்திக்கிறியே... கதவை உடைச்சிக் காமிக்கட்டுமா? என் தெம்பைப் பார்க்கிறியாடி குட்டி?"

"ஏய்! இங்கே பாரு. கலாட்டா பண்ற வேலை எல்லாம் வச்சிக்காதே. மரியாதையா போய்டு. உனக்கு எனக்கும் எந்த சம்பந்தமும் இல்லை."

"போகமாட்டேன்டீ... என்ன செய்வே?"

"போலீஸைக் கூப்பிடுவேன்!"

"கூப்புடு. வரட்டும். சொல்றேன். எல்லாம் சொல்றேன். உன்னைப் பத்தி எனக்கு என்னென்ன தெரியுமோ, எல்லாதையும் சொல்றேன். இன்ஸ்பெக்டரு, இன்ஸ்பெக்டரு... இந்தப் பொண்ணு ஒரு ஓடுகாலி. வீட்டுல சொல்லாம கொள்ளாம புறப்பட்டு ஒரு தடிப்பயலோட வந்து இங்கே தங்கி இருக்கா. கழுத்துல இன்னும் தாலி ஏறலை. ஆனா, ஜோரா குடித்தனம் ஆரம்பிச்சாச்சு. அந்த தடி பய பத்தாதுன்னு ஸ்ரீராம்னு ஒருத்தன் கூடவும் சரசம் வச்சிக்கிட்டிருக்கா'னு சொல்றேன். கூப்புடு போலீஸை! ஏய்! கூப்புடுடி" என்று உச்சக் குரலில் மாதவ் கத்த...

வசந்தி காதுகளைப் பொத்திக் கொண்டாள். மார்பு படபடத்தது. வாசலில் பக்கத்து வீட்டுக்கார ஆண்கள் வந்து எட்டிப் பார்த்தார்கள்.

"ஏய்! இங்க பார். அந்த ஸ்ரீராம்கிட்டே நீ என்ன சொல்லுவியோ, எப்படிச் சொல்லுவியோ எனக்குத் தெரியாது... நாலு நாள் பார்ப்பேன். அதுக்குள்ளே போன வேலை எனக்கு

திரும்பக் கிடைக்கணும். இல்லைன்னா எல்லாரும் ரொம்ப கஷ்டப்படுவீங்க... தெரியுமா?"

ஜன்னலைவிட்டு நகர்ந்து, சுவரில் சாய்ந்து கொண்டு பற்களைக் கடித்துக் கொண்டாள்.

"என்னம்மா கண்ணகி, பதிலையே காணோம்? சரின்னு சொல்லு, அப்பதான் போவேன். ரெண்டு பொண்டாட்டி எனக்கு... அஞ்சு குழந்தைங்க. எவன்டி சோறு போடறது? எனக்கு வேலை வந்தாகணும். உன் லவ்வர் ஸ்ரீராம் சொன்னாத்தான் திரும்ப சேத்துப்பாங்க. நீ சொல்லணும் அவன்கிட்டே... சொல்றே! என்ன?"

தட்தட் என்று வந்து, வண்டியை அவசரமாக ஸ்டாண்ட் போட்டு நிறுத்திய ஸ்ரீராம், வாசலில் நின்று வேடிக்கை பார்த்த நான்கைந்து பேரையும், உள்ளே கதவுக்கருகில் நின்றுகொண்டு போதைக் குரலில் கத்தும் மாதவையும் பார்த்து... அவன் சொன்ன கடைசி வார்த்தைகளையும் கேட்டு, நிலைமையைப் புரிந்துகொண்டு, "என்னங்க இது, தண்ணி போட்டுட்டு வந்து கலாட்டா பண்ணிக்கிட்டிருக்கான். வேடிக்கை பார்த்துக்கிட்டு நிக்கிறீங்களே..." என்றான் பொதுவாக.

"இடுப்புல பார்க்கலையா நீங்க? கத்தி சொருகி வச்சிருக்கான்..!"

சொன்னவனை முறைத்துவிட்டு ஆத்திரமாக மாதவை நோக்கி நடந்த ஸ்ரீராம், அவன் சட்டையின் பின் கழுத்துப் பகுதியைக் கொத்தாகப் பிடித்துத் தன் பக்கம் திருப்பினான்.

"பொம்பளைகிட்டே என்னடா பேச்சு? ராஸ்கல். இதெல்லாம் தெருவுல வச்சிக்க. சின்னப் பசங்க கை தட்டுவாங்க. போடா வெளியே..." என்று ஆக்ரோஷமாகப் பிடித்துத் தள்ளினான்.

தள்ளப்பட்ட வேகத்தில் நிலை தடுமாறி கிரில் கேட்டில் மோதிக் கொண்ட மாதவின் கீழுதட்டில் பல் குத்தி ரத்தம் வந்தது.

"ஏய் ஸ்ரீராம்! என்னை அடிச்சிட்டே பரவால்லை. மரியாதையா மறுபடி வேலை வாங்கிக் கொடுத்தாகணும் நீ. இல்லே..."

“போடா...” என்று மறுபடி அவனைக் கையைப் பிடித்துக் கேட்டுக்கு வெளியே இழுத்துக் சென்று விட்டுவிட்டு, கேட்டை இழுத்துக் கொக்கி போட்டான்.

“ஸ்ரீராம்! நீதான் காரணம்னு எழுதி வச்சிட்டு செத்துப் போய்டுவேன்.”

“செய், போ!”

“டாய்லெட்ல எழுதினதை தெருத் தெருவா எழுதுவேன்.”

“பிட் நோட்டீஸ் வேணும்னாலும் அடிச்சுக் கொடு. போடா... இன்னும் என்னங்க வேடிக்கை? வீட்டுக்குப் போங்க. நாடகம் முடிஞ்சது” என்று தேங்கி நின்றவர்களை விரட்டிவிட்டு உள்ளே நடந்தான்.

மாதவ் கெட்ட வார்த்தைகள் சொல்லித் திட்டிக்கொண்டே நடந்து போக, கதவைத் திறந்த வசந்தி உடனே சோபாவில் போய் அமர்ந்து, தன் மடியில் முகம் புதைத்துக் குலுங்கினாள்.

“அட! என்னங்க வசந்தி, நீங்க எவ்வளவு தைரியமான பொண்ணுன்னு நினைச்சிக்கிட்டிருக்கேன். இதுக்கெல்லாம் போய் அழுதுக்கிட்டு...”

“அவன் என்னல்லாம் சொன்னான் தெரியுமா?”

“ஒரு மொள்ளமாரிப் பயகிட்டேர்ந்து அப்படித்தாங்க வார்த்தை வரும். இவன் சொல்றதுக்கெல்லாம் மதிப்புக் கொடுத்து மனம் கலங்கறது அசிங்கம்.”

“தெரு பூரா இதைக் கதைகட்டிப் பேசுவாங்க ஸ்ரீராம்.”

“முதல்ல கண்ணைத் துடைங்க, சொல்றேன்.”

வசந்தி சமாதானப்படுத்திக் கொண்டு நிமிர்ந்தாள். கண்களை அழுத்தமாகத் துடைத்துக் கொண்டாள்.

“என்னை எனக்குத் தெரியும்னு கம்பீரமா சொன்ன வசந்தியா நீங்க? தெரு என்ன பேசும்ங்கிற கவலை உங்களுக்கு வந்தது. ஆச்சரியம். உங்களைப் புண்படுத்தறதா நினைக்கக்கூடாது.

மதுரையிலே உங்க தெரு, உங்க சொந்தக்காரங்க இப்போ உங்களை ரொம்ப மதிப்பா நினைச்சிக்கிட்டிருப்பாங்கனு நம்பறீங்களா என்ன?"

அடிப்பட்டவளாய்ப் பார்வையை உயர்த்தினாள்.

"உங்க காதல் உண்மைன்னு உங்களுக்குத் தெரியும். உங்க வாழ்க்கை முக்கியம்னு நீங்க உணர்ந்தீங்க. மற்றதைப் பத்திக் கவலைப்படாம புறப்பட்டு வந்தீங்க. அந்த மனநிலை இப்ப ஏன் மாறிடிச்சி? உங்களுக்கு நீங்க உண்மையா இருந்தாப் போதும். மத்தவங்க அபிப்பிராயத்துக்கு கவலைப்படாதீங்க. எல்லார்கிட்டேயும் நல்ல பேர் வாங்கவும் முடியாது. தப்பா நினைக்கிற எல்லார்கிட்டேயும் நிரூபிச்சிக்கிட்டிருக்கவும் முடியாது. சரி, நான் ரூமுக்குப் போறேன்..." என்று வெளியே சென்ற ஸ்ரீராம், மறுபடி திரும்பி வந்தான்.

"வசந்தி! பாஸ்கரை சந்திக்கிறப்போ ஆபீஸ்ல நடந்தது, இங்கே இப்ப நடந்தது – ரெண்டையும் சொல்லிடுங்க. அவரா கேள்விப்பட்டு நீங்க மறைச்சிட்டதா நினைக்க சந்தர்ப்பம் தராதீங்க."

ஸ்ரீராம் சென்றதும் கதவைச் சாத்திவிட்டு அமர்ந்து முந்தானை முனையில் முடிச்சுப் போட்டுப் பிரிக்க ஆரம்பித்தாள் சிந்தனையாக.

நீச்சல் உடையிலிருக்கும் மஞ்சு உடம்பெல்லாம் ஈரமாய் நின்று பாஸ்கரைப் பார்த்துச் சிரித்து, இரண்டு கைகளையும் அகலமாய் விரித்து, 'வா' என்று கண்களால் அழைக்க... நூறு கிலோ மீட்டருக்கு அந்தப் பக்கத்திலிருந்து கையில் ஒரு கொத்து பூக்களுடன் ஓடினான் பாஸ்கர். ஓடி, ஓடி, நெருங்கி, இறுக்கமாய் அணைத்துக் கன்னத்தில் முத்தமிட்டபோது...

விழித்துக் கொண்டான் கௌதமனின் அவுட் ஹவுஸ் அறையில்.

சே! என்ன கனவு இது! மஞ்சுவை... நான்... தப்பு! ரொம்ப தப்பு! இப்படிக் கனவு எப்படி வரலாம்? அடி மனத்தின் ஆசைகளே, கனவு வடிவம் பெறுகின்றது என்று படித்த வரிகள் உண்மையென்றால்... என் அடிமனத்தில்... சேச்சே!

தலையைக் குறுக்குவாட்டில் அவசரமாக அசைத்துக் கொண்டான். அருகே கட்டிலின் தலைமாட்டில் கழற்றி வைத்திருந்த வாட்சை எடுத்து, கண்களை குறுக்கி மணி பார்த்தான். 5. 15.

அதிகாலைக் கனவு பலிக்கும் என்பார்கள். அப்படியென்றால், இந்தக் கனவும்... ஐயோ, ஏன் என் எண்ணங்கள் இப்படிச் சிதறுகின்றன? என்னை மீறி நான் ஏன் வலுக்கட்டாயமாகச் சிந்திக்கிறேன். நியாய, தர்மங்களைத் தாண்டி வக்கிரத்தனமான காட்சிகளும் கேள்விகளும் ஏன் இப்படி முளைக்கின்றன?

போர்வையைச் சரிசெய்து கொண்டு மறுபடி உறங்க முயன்றபோது, அருகில் சின்ன டீப்பாயின் மேல் வைக்கப்பட்டிருந்த சிவப்பு இன்டர்காம் உறுத்தாமல் ஒலித்தது.

எடுத்தான்.

"குட்மார்னிங் பாஸ்கர்!"

"குட்மார்னிங் மஞ்சு."

"என்ன, ரெடியா?"

"காலங்கார்த்தாலே ரெடியான்னா? எதுக்கு?"

"நேத்து டாடி சொல்லலை? 'நாளையிலேர்ந்து காலையில எங்களோட நீங்களும் வாக்கிங் வர்றீங்க'னு சொல்லலை? பெரிசா தலையாட்டினீங்களே..."

"சரிதான்... சும்மா ஒரு பேச்சுக்குச் சொன்னார் மஞ்சு"

"எங்க டாடி எதையுமே பேச்சுக்குச் சொல்றதில்லை. எல்லாம் செயலுக்குத்தான். கார் தயாராயிடுச்சி. நான் ஜாகிங் உடையிலே

தயாராய்ட்டேன். டாடி தயாராய்க்கிட்டிருக்கார். அவர்தான் கூப்பிட்டு நீங்க ரெடியானு கேக்கச் சொன்னார்."

"வந்து... சரி, இதோ ரெடியாய்டறேன்."

பாஸ்கர் பாத்ரூம் போய் பல் விளக்கி, முகம் கழுவி, தலையை மேலாக வாரிக் கொண்டு வெளியேறி அவுட்ஹவுஸைப் பூட்டினான்.

நகர மறுத்து, இன்னும் இருள் அடம் பிடித்துக் கொண்டிருந்தது. போர்ட்டிகோவில் நின்ற சின்ன கார் உறுமி, விளக்கு போட்டுக் கொண்டது. பாஸ்கரை நோக்கி வந்து நின்றது. டிரைவிங் ஸீட்டில் இருந்த மஞ்சு, தன் தலைக் குல்லாவை இவனைப் பார்த்து அபிநயமாக உயர்த்திவிட்டு மறுபடி வைத்துக்கொள்ள, பின் கதவைத் திறந்துவிட்டு, "குட்மார்னிங் பாஸ்கர்!" என்றார் டிராக்சூட்டில் இருந்த கௌதமன்.

"குட்மார்னிங் சார்!" என்று அவர் அருகில் அமர்ந்து கொண்டான்.

"மெரீனாவா, எலியட்ஸாப்பா?" என்றாள் மஞ்சு.

"எலியட்ஸே போலாம். கூட்டம் கம்மியா இருக்கும். பாஸ்கர், ரொம்ப நாள் கழிச்சி இன்னிக்குத்தான் மஞ்சு என்கூட வாக்கிங் வர்றா. இதுவும் பாஸ்கரும் வர்றதா இருந்தாத்தான் வருவேன்னு நிபந்தனையோட. அப்புறம், அவுட் ஹவுஸ்ல வசதி எல்லாம் எப்படி இருக்கு? குறை ஏதாச்சும் இருக்கா?"

"குறையா...? ஸ்டார் ஓட்டல் ரூம் மாதிரி அலங்காரம் பண்ணிருக்கீங்க. மின்சாரச் சாதனங்கள் ஒண்ணு பாக்கி வைக்கலை. ரொம்ப ரிச்சா இருக்கு. சார், நான் ஒண்ணு சொன்னா கோவிச்சுக்காதீங்க. இந்த சலுகைகளும் வசதிகளும் பிரியத்தோட எனக்குச் செய்யறதா சொல்லிட்டீங்க. என்னால மறுக்க முடியலை. ஆனா, நேத்து ராத்திரி வேலைக்காரன் சாப்பாடு எடுத்துட்டு வந்தான். மறுக்க முடியாம சாப்பிட்டேன். தங்கறத்துக்கு இடம் கொடுத்ததோடப் போதுமே..."

"நீங்க தர்மசங்கடமா உணர்றீங்கன்னு நினைக்கிறேன். இங்கே பக்கத்திலே மெஸ் எதுவும் இல்லை. ஓட்டலுக்கு ரொம்ப தூரம் போகணும். ஒவ்வொரு வேளையும் நீங்க போய்ட்டு வர்றது சிரமம். இப்படிச் செய்யலாம். கூச்சமோ, தயக்கமோ இல்லாம நம்ம வீட்லயே சாப்பிடறீங்க. ஒரு பேயிங் கெஸ்ட் மாதிரி இருங்க. சம்பளத்திலே கழிச்சுக்கிறேன். சரிதானே? இந்த ஏற்பாட்டிலே உங்களுக்கு சங்கடம் இல்லையே?"

"இல்லை சார்..." என்றான் தயங்கி.

கடற்கரை வந்தபோது, வெளிச்சத்தின் பலம் அதிகரித்திருந்தது. தொலைவில் கடல் கிழிந்து சூரியப் பிரசவம் நிகழ்ந்து கொண்டிருக்க... அலைகளுக்குத் தவிப்பு.

"ஓகே மஞ்சு, நீங்க ரெண்டுபேரும் மணல்ல ஓடுங்க. நான் ரோட்டோரமா நடந்து போயிட்டு வர்றேன்" என்ற கௌதமன், கைகளை விசிறி வழக்கமான நடையில் வேகம் கூட்டி நடந்தார்.

"என்ன பாஸ்கர், ஷார்ட்ஸ் எடுத்துட்டு வரலையா நீங்க? எப்படி ஓடுவீங்க?" என்றாள் மஞ்சு, காரின் கண்ணாடிகளை ஒவ்வொன்றாய் ஏற்றிவிட்டுக் கொண்டே.

"நான் ஓடப் போறதில்லை. நான் இங்கேயே நின்னு கடல் பார்த்துக்கிட்டிருக்கேன். நீங்க ஓடிட்டு வாங்களேன் மஞ்சு."

"கடல் பார்த்துக்கிறீங்களா? பார்த்ததில்லையா? நான் தனியா ஓடறத்துக்கா உங்களைக் கூப்பிட்டேன்? ஒரு துணையா, பேசிக்கிட்டே ஓடலாம்னுதானே... கமான் சார்."

"அவசியம் வரணுமா? காருக்கு பாதுகாப்பா நிக்கிறேனே."

"பூட்டியாச்சு. அதுவா பாதுகாத்துக்கும். வாங்க."

இரண்டுபேரும் அருகருகாக நிதானமான வேகத்தில் ஓட ஆரம்பித்தார்கள். லூசான பாண்ட்டும், லூசான முழுக்கைச் சட்டையும் அணிந்த, குதிரை வாலாய்க் கூந்தலை அமைத்திருந்த மஞ்சுவின் ஓட்டத்துக்கேற்ப... அவளின் அங்கங்கள் சீராய், செல்லமாய் அதிர்ந்து கொண்டிருக்க... கூட ஓடின. பாஸ்கர்

அடிக்கடி, பார்வையை விலக்கி எச்சில் விழுங்கினாலும், சும்மா சும்மா அந்தக் கனவு மனசுக்குள் எட்டிப் பார்த்து விலகிக் கொண்டிருந்தது.

"என் மேல எதுவும் கோபமா பாஸ்கர்?"

"இல்லையே!"

"பின்னே ஏன் உம்முனு வர்றீங்க? அடடா! நில்லுங்க. வாங்க, காருக்குப் போகலாம், ஒரு விஷயம் இருக்கு மறந்தே போயிட்டேன்" என்று நின்று திரும்பி மஞ்சு காரை நோக்கி ஓட ஆரம்பித்தாள். விவரம் புரியாமல் பாஸ்கரும் தொடர்ந்தான்.

காரை நெருங்கி, மூச்சு வாங்கி, முன் கதவை சாவி போட்டுத் திறந்து, டேஷ் போர்ட்டிலிருந்து அந்த டேப்ரோல் எடுத்தாள்.

"என்ன மஞ்சு, எதுக்கு இது?"

"ஒரு நிமிஷம் பொறுமை சார். இந்த முனையைப் பிடிச்சிக்கிட்டு நில்லுங்க, சொல்றேன்..." என்று நீளம் அளக்கும் டேப் நாடாவின் முனையை அவன் கையில் கொடுத்துவிட்டு நடந்து நடந்து, டேப்பை விடுவித்து, ஒரு குறிப்பிட்ட அளவில் மணலில் விரலால் கோடு போட்டு விட்டு, கைதட்டி அவனை அழைத்தாள். டேப்பைச் சுற்றினாள்.

பாஸ்கர் அருகே வந்ததும்...

"அன்னிக்கு என்ன சொன்னீங்க? நூறு மீட்டர் ஓட்டப் பந்தயத்திலே நீங்க ஃபர்ஸ்ட்டா? எங்கே பார்க்கலாம். இங்கேருந்து நம்ம கார் நூறு மீட்டர். யார் ஓடிப்போய் காரை முதல்ல தொடறாங்கன்னு பார்த்துடலாம். வாங்க பாஸ்கர்!"

நகராமல் அவளையே பார்த்துக் கொண்டிருந்தவனின் கையைப் பற்றி இழுத்துத் தன் அருகில் நிறுத்தி, "கமான் சார், பி ஸ்போர்ட்டிவ்" என்றதும் பாஸ்கர் கொஞ்சம் சுறுசுறு ஆனான்.

"ஓகே. பார்த்துடலாம். ஜெயிச்சுட்டா என்ன கிடைக்கும்?"

"நீங்க எது கேட்டாலும் தர்றேன்."

"சரி, தயாரா? மூணுன்னு சொன்னதும் புறப்படலாம். சொல்லட்டுமா? ஒண்ணு... ரெண்டு... மூணு...!"

இரண்டு பேரும் விசுக் என்று புறப்பட்டு காரை நோக்கி ஓட... பாஸ்கரின் புயல் வேகத்துக்குக் கொஞ்சமும் ஈடு கொடுக்க இயலவில்லை மஞ்சுவால். பாஸ்கர் காரைத் தொட்டு இவளைப் பார்த்துச் சிரிக்க... மேலும் சில விநாடிகள் கழித்துதான் அவள் காரை அடைந்தாள். மூச்சு வாங்கிக் கொண்டே, "ஒப்புக்கறேன் பெரிய ஆள்தான். ஜெயிச்சுட்டீங்க. சொல்லுங்க. தர்றேன். என்ன வேணும்?"

அவள் கண்களையே உற்றுப் பார்த்துக்கொண்டு, "ஒரு முத்தம்" என்றான்.

காதல் என்பது...

கனவுகளுக்கு

கற்பனைகளுக்கு

நடுவில்

கொஞ்சமாக உறங்குவது!

மஞ்சு ஒரே ஒரு விநாடிதான் தயங்கினாள்.

"முத்தம்தானே... கொடுத்துட்டாப் போச்சு..." என்று அவனது வலது கையை எடுத்துப் புறங்கையில் முத்தம் கொடுத்தாள். விடுவித்தாள்.

"இதுவே நீச்சல்ல என்கூட போட்டிக்கு வருவீங்களா..?"

"எனக்குத்தான் நீந்தவே தெரியாதே..." என்றான் பாஸ்கர்.

"கத்துக்கிறதா இல்லையா...?"

"அவள் முகத்தை அழுத்தமாகப் பார்த்து, "கத்துக்கிறதா முடிவு செஞ்சுட்டேன் மஞ்சு..." என்றான்.

"அப்பாடா! இப்பத்தான் புத்திசாலித்தனமா பேசுறீங்க... வாங்க, ஓடலாம்..."

"இல்லை, நான் கார்ல பாட்டு கேட்டுக்கிட்டிருக்கேன்..."

"சரி, நான் கொஞ்ச துரம் ஓடிட்டு வந்துடறேன்..."

காருக்குள் அமர்ந்து ரியர்வியூ கண்ணாடியில், ஓடுகிற அவளைப் பார்த்தான். 'என்ன நான்! எனக்கு என்ன ஆயிற்று? கொஞ்சம் கலகலப்பாகப் பழகுகிறாள் என்பதற்காக முத்தம் கேட்டது... சே! அசிங்கம், துரோகம். வசந்திக்கு நான் செய்யும் துரோகம் இல்லை. இல்லை இது துரோகம் இல்லை. பருவத் துடிப்பின் விளைவாக பால் உணர்வுகளின் செயலாக... வார்த்தைகளில் வந்த சில்மிஷம். வசந்தியைக் காதலிப்பதற்கு முன்பும், பின்பும் சாலையில் செல்லும் அழகான பெண்களைப் பார்த்து ரசித்ததில்லையா...? வசந்தியிடமே துணிச்சலாக ஒப்பிட்டுப் பேசி கமென்ட் அடித்திருக்கிறேனே... எனக்கு எல்லைகள் தெரியும். மீற மாட்டேன். ஆனாலும் இது...'

'வசந்தியைவிட மஞ்சு ரொம்ப துறுதுறுப்பு. அவள் பார்த்து பழகினால் அழகு. இவள் பார்த்ததுமே அழகு. நிறம் என்று பார்த்தால், மஞ்சுவின் அருகில் வரவே முடியாது வசந்தியால். என்ன நிறம்! உடலமைப்பிலும், வசந்திக்கு நீச்சல் உடை எல்லாம்

போடவே முடியாது. அதற்கு ஒரு தனி உடல்வாகு வேண்டும். மஞ்சு அதைத் தேவைக்கு அதிகமாகவே பெற்றிருக்கிறாள்.'

'சே! என்ன இது? ஏன் இப்படிச் சம்பந்தமில்லாமல் இரண்டு பேரையும் ஒப்பிட்டுப் பார்த்துக் கொண்டிருக்கிறேன்? ஒப்பிட என்ன தொடர்பிருக்கிறது? இவள் என் முதலாளியின் மகள். அவள் எனக்கு மனைவியாகப் போகிறவள். அவசியம்தான் என்ன?'

பாஸ்கர் காஸெட்டைப் போட்டான்.

வயலின் இசை சுகமாக காரை நிறைத்தது.

இருக்கையில் வசதியாகச் சாய்ந்து கொண்டு, கண்களை மூடிக்கொண்டு ஜன்னல் வழியாகக் கழுத்தை வருடும் காலைக் குளிர் காற்றையும், இசையையும் அனுபவிக்க...

இச்..!

மஞ்சு கையில் கொடுத்த முத்தம். அதன் சத்தம் மனத்தில் எதிரொலித்தது. டேபிள் டென்னிஸ் விளையாடுகிற மஞ்சு, ஓடுகிற மஞ்சு, காபி கப்பை நீட்டுகிற மஞ்சு, நீச்சல் உடையில் தண்ணீரில் நின்று சிரிக்கிற மஞ்சு, ஸ்லைடு, ஸ்லைடாய் மாறிக் கொண்டிருக்க...

கண்களைத் திறந்து பெருமூச்சு விட்டான். இசையை நிறுத்தினான். காரை விட்டு இறங்கி சாய்ந்து நின்று கொண்டு கடலைப் பார்த்தான்.

என்ன பாவம் செய்தாள் அவள்?
எதற்காக இந்த தண்டனை? பிச்சை
என்று யாராவது வந்து நின்றுவிட்டால்,
முகம் சுளிக்காமல், விரட்டியடிக்காமல்
பரிவோடு சோறோ, சோறு
இல்லையென்றால் காசோ போட்டு
அனுப்பினாளே, அந்த புண்ணியம்

எல்லாம் எவர் கணக்கில் சேர்ந்தது?
இறைவா! உன் உலகிலும் கணக்கில்
தில்லுமுல்லு நடப்பதுண்டோ?
அப்படித்தான் இருக்க வேண்டும்.
இல்லையென்றால இந்தப்
புண்ணியவதிக்கு இப்படி ஒரு
தண்டனை கிடைக்காதே...

"சார், கேள்வி பதில் பகுதியிலே ரெண்டு இஞ்ச் வெட்ட வேண்டி வருது. வெட்டிக் கொடுங்களேன்."

படித்துக் கொண்டிருந்த போட்டிக்கு வந்த கதையிலிருந்து நிமிர்ந்த வெங்கடேஷ் "கொண்டாங்க. இந்தக் கடைசி கேள்வி பதில் ரெண்டையும் எடுத்தாலே சரியா வந்துடுமே... கையில் என்ன..? இந்தப் பக்கத்தில் போட்டோ வருதா?" என்றான்.

"ஆமாம் சார், அம்பிகா" என்று காட்ட...

"இதே போஸ் மூணு தடைவ பயன்படுத்தியாச்சு... வேற போட்டோ போடுங்க..."

போன் குறுக்கிட, "இன்னும் ஒரு அரைமணி நேரத்துக்குத் தொந்தரவு பண்ணாதீங்க. அடுத்த இதழ்ல முடிவு அறிவிச்சாகணும்" என்று அனுப்பி விட்டு "ஹலோ! பேரென்ன? வசந்தியா? கொடும்மா."

"ஹலோ!"

"என்னங்க வசந்தி?"

"ஒரு உதவி. தொந்தரவா இப்போ?"

"இல்லை, சொல்லுங்க."

"பாஸ்கருக்கு ஒரு விஷயம் சொல்லணும். ஆபீஸீக்கு போன் செஞ்சேன். பங்களால இருக்கிறதா சொன்னாங்க. பங்களாவுக்கு போன் செய்ய வேணாம்னு சொல்லியிருக்கார்."

"அதனால உங்களுக்குப் பதிலா நான் போன்ல பேசி விஷயத்தைச் சொல்லணும். அவ்வளவுதானே? இது ஒரு பெரிய உதவியா? சொல்லிடறேன். என்ன சொல்லணும்?"

"நாளைக்கு தேதி ஜீலை முப்பதுன்னு சொல்லுங்க. போதும்."

"என்னங்க இது, காலண்டர்ல தேதி கிழிச்சா தெரிஞ்சுக்கிட்டுப் போறான். இதை எதுக்குச் சொல்லணும்?"

"அவர் ஞாபகத்திலே ரொம்ப மோசம். அவர்கிட்ட வயசைக் கேட்டாக்கூட மனசுக்குள்ளே கொஞ்சநேரம் கணக்குப் போட்டுத்தான் சொல்வார்."

"இன்னிக்கு ஜீலை இருபத்தொம்பதுன்னு சொல்லியாச்சா...?"

"கிண்டல் பண்ணாதீங்க. ஜீலை முப்பது ஒரு ஸ்பெஷல் தினம்."

"என்ன அது?"

"அவரையே கேளுங்க. வெச்சிடட்டுமா? பிரைவேட் கால் பேசினா எங்க எம்.டி-க்குப் பிடிக்காது."

வெங்கடேஷ் போனை வைத்துவிட்டு மேஜையின் டிராயரில் இருந்து, சின்ன டயரி எடுத்துப் புரட்டி எண் பார்த்து, டெலிபோன் ஆபரேட்டரிடம் சொல்லிவிட்டு, கதையைத் தொடர்ந்தான்.

...பாவம் என்பது என்ன?
இன்னொரு உயிருக்கு, உடலுக்கு
உபத்திரவம் செய்யாமல் இருத்தல்
என்பதா? இதில் மனம் சேர்த்தி
இல்லையா? இன்னொரு மனத்திற்குச்
செய்யும் இடையூறு பாவமா,
இல்லையா? அப்படிப்
பார்க்குபோது...

“ஹலோ” என்றது பெண் குரல்.

“மிஸ்டர் பாஸ்கரோட பேசணும். அவர் ஃப்ரெண்டு, வெங்கடேஷ்னு சொல்லுங்க!”

“பாஸ்கர்... தலையை அப்புறம் துவட்டலாம். உங்களுக்கு போன்” என்று சொல்லிவிட்டு ரிஸீவர் தனியே கிடத்தப்படும் ஓசை கேட்டது.

...மனிதனாகப் பிறந்தவன் பாவம் செய்யாமல் இருக்க முடியாது. மனித குணமே அப்படி. நல்லவை, கெட்டவை இரண்டும் கலந்து கட்டின கதம்பம்தான் மனது. ஒரு சமயம் சாத்தான், ஒரு சமயம் தேவதை, ஒரு சமயம் மலர், ஒரு சமயம் முள். யாரும் முழுக்க அயோக்கியன் இல்லை. யாரும் முழுக்க உத்தமன் இல்லை. எனவே...

“ஹலோ, பாஸ்கர் ஹியர்.”

“நான் வெங்கடேஷ் பேசறேன். நாலு நாளாச்சு பார்த்து... பேசி...!”

“முந்தா நாள்கூட நான் வீட்டுக்கு வந்து வசந்திகூடப் பேசிட்டிருந்துட்டு வந்தேன். மாடிக்கு வந்தேன். நீயும் இல்லை. ஸ்ரீராமும் இல்லை. இலக்கியக் கூட்டம் போயிருக்கிறதா வசந்தி சொன்னா. அப்புறம்... என்ன விஷயம்?”

“சொல்றேன். என்ன பண்றே வீட்ல? உனக்கு உத்தியோகம் வீட்லயா, ஆபீஸ்லயா?”

“பாஸ் எங்கே இருக்காரோ அங்கே நான்.”

“முதல்ல பேசினது யாரு?”

“அதான் மஞ்சு. நான் சொல்லலை? ஸ்வீட் வாய்ஸ். இல்லே?”

“உம். என்னமோ அப்புறம் தலை துவட்டலாம்னு ஏதோ சொன்னாங்களே... இப்பதான் குளிச்சிட்டு வந்தியா?”

“அது வந்து... இல்லே வெங்கடேஷ். இங்கே நாய் இல்லே நாய்... தரையைக் கழுவறத்துக்காக வச்சிருந்த வாளிக்குள்ளே குதிச்சி நனைஞ்சிடுச்சு. அதைத் தூக்கித் துடைச்சிட்டிருந்தப்போ உன் போன். வேற என்ன?”

“வசந்தி உன்கிட்டே ஒரு விஷயம் சொல்லச் சொன்னாங்கப்பா...”

“என்ன?”

“நாளைக்கு ஜீலை முப்பதாம்.”

“ஆமாம்... அதுக்கென்ன?”

“இப்படித்தான் நானும் கேட்டேன். ‘அது ஒரு விசேஷ தினம், பாஸ்கரையே கேட்டுத் தெரிஞ்சுக்கங்க’ன்னு சொல்லிட்டாங்க. என்னப்பா அது விசேஷம்?”

“சே! மறந்தே போயிட்டேன் வெங்கடேஷ். நாளைக்குப் பிறந்த நாள்.”

“யாருக்கு, வசந்திக்கா?”

“ஆமாம். அடடா? இன்னிக்குப் புறப்பட்டுத் திருச்சி போகச் சொல்லிருக்காரு ஆபீஸ் வேலையா... எப்படியும் நாளைக்குக் காலைல வந்துடுவேன். வெங்கடேஷ், நாளைக்குக் காலைல எட்டு மணிக்கு நான் கேக்கோட வர்றேன். ஜோரா கொண்டாடணும். நானும் போன் பண்ணிப் பேசிடறேன்.”

“ரைட்டோ!”

ரிஸிவரை வைத்துவிட்டுக் கதையைத் தொடர்ந்தான்.

பையன் வந்து, “சார், எடிட்டர் உங்களைக் கூப்பிடறார்.”

“வர்றேன்” என்று நாற்காலி நகர்த்தி எழுந்தான்.

எடிட்டர் எழுந்து நின்று கையை நீட்டி, “கங்கிராஜீலேஷன்ஸ் வெங்கடேஷ்” என்றார் சிரிப்பு சிரிப்பாக.

“எதுக்கு சார்?”

“ஜீவாலை சிறுகதைப் போட்டியில முதல் பரிசு உங்களுக்கு வெங்கடேஷ். யதேச்சையா போன்ல பேசிட்டிருந்தப்போ சொன்னாங்க. இந்த இதழ்ல வெளியாகியிருக்கு. இன்னும் ரிலீஸாகலை. நான் ஆளனுப்பி வாங்கிட்டு வரச் சொல்லிப் படிச்சுட்டேன். அற்புதமா இருக்குங்க. வெண்ணெய் மாதிரி நடை. நல்ல தீம். கட்டுரைகள் மட்டும்தான் எழுதுவீங்கன்னு நினைச்சேன். சொல்லவே இல்லையே.”

“எப்பவாவது நல்ல கரு தோன்றினா எழுதுவேன் சார். நம்ம பத்திரிகையிலே நாமே எழுதிக்கிறதான்னு தயக்கம்...”

“அதெல்லாம் ப்ராப்ளமே இல்லை... படைப்புதான் முக்கியம். நீங்க என்ன செய்யறீங்க, இனிமே நம்ம பத்திரிக்கையிலேயும் அப்பப்போ கதை எழுதறீங்க, சரியா?”

“சரி சார்... தாங்க்யூ சார். இந்த இதழ்ல நான் எடுத்துட்டுப் போகட்டுமா?”

“தாராளமா. படைப்பை அச்சிலே பார்க்க ஆர்வம் இருக்கும்னுதான் அட்வான்ஸாகவே வாங்கிட்டு வரச் சொன்னேன். நிறைய எழுதுங்க. எல்லாரும் எழுதிடறதில்லை. எழுத முடியறதில்லை...!”

வெங்கடேஷ் இறக்கையடிக்கும் இதயத்துடன் இதழுடன் வெளியேறி தன் அறைக்கு வந்து புரட்டி உடனே படிக்க ஆரம்பித்தான்.

ரிஸீவரை வைத்துவிட்டுத் திரும்பி நடந்தான் பாஸ்கர். இடுப்பில் நீச்சல் ஜட்டியும், உடல் முழுக்க மறைக்கும் ஒரு ஓவராலும் அணிந்து, தலையைப் பூத்துண்டால் துடைத்துக் கொண்டே நகர...

மாடிப்படிகளின் உச்சியிலிருந்து, “ஒரு நிமிஷம் பாஸ்கர்” என்று குதித்துக்குதித்து, இறங்கி வந்து அவனிடம் தந்தாள் மஞ்சு. “இந்தாங்க, ஹேர் ட்ரையர். இது உங்களுக்கே உங்களுக்கு.

என்கிட்டே ரெண்டு இருக்கு மாடியிலேர்ந்து நீங்க பேசறதைப் பார்த்துட்டுத்தான் இருந்தேன். நல்லா சமாளிச்சீங்க. தண்ணி வாளிக்குள்ளே நாய் விழுந்துடிச்சா?"

"வேற எப்படிச் சொல்றது மஞ்சு? 'முதலாளி பொண்ணுகிட்டே நீச்சல் கத்துக்கிட்டு இருக்கேன். அதுக்குத்தான் சம்பளம்'னு சொல்லட்டுமா?"

"யு நாட்டி! அது யாரு வசந்தி?"

"என் ஃப்ரெண்டோட தங்கை."

"யாருக்குப் பிறந்த நாள்?"

"அவளுக்குத்தான். நாளைக்கு."

"பாவம், நீங்க நாளைக்கு வாழ்த்த முடியாதில்லே?"

"ஏன்?"

"நாமதான் திருச்சி போறோமே.."

"நாமா? நான் மட்டும்தான் போறேன். நாளைக்குக் காலைல வந்துடுவேன்."

"அதான் இல்லை. உங்க ரயில் டிக்கெட் கேன்சல் பண்ணியாச்சு. கார் ரெடி பண்ணியாச்சு. அப்பா, நீங்க, நான் மூணு பேருமே போறோம். கல்லணை, முக்கொம்பு, ஸ்ரீரங்கம்னு சுத்திப் பார்த்துட்டு வர்றோம். முடிஞ்சா நாளைக்கு ரிட்டன், இல்லைன்னா நாளை மறுநாள்தான்."

"நாளைக்கு சாயங்காலம் நான் இங்கே இருந்தாகணும் மஞ்சு."

"என்ன பாஸ்கர்... ஃப்ரெண்டோட தங்கைக்குத்தானே பிறந்த நாள்? ரொம்ப ஆர்வப்படறீங்களே, வசந்திக்கு என்ன வயசு?" என்று கண்ணடித்தாள்.

"வந்து... சின்னப் பொண்ணு. பத்து வயசுதான்... ஆனா ரொம்ப பாசமா பழகிட்டேன். புரோக்கிராமை எப்போ மாத்தினார்? நான் பேசணும் உங்கப்பாகிட்டே."

“அதோ போன். பேசுங்க” என்று படிகளில் ஏறினாள்.

பாஸ்கர் அலுவலக எண்ணுக்கு டயல் செய்து...

“சார் நான் பாஸ்கர் பேசறேன்.”

“என்னப்பா?”

“திருச்சிக்கு நான் போற பயணத்திலே மாற்றம்னு மஞ்சு சொன்னாங்க.”

“ஆமாம் பாஸ்கர்... மூணு பேரும் போயிட்டு வந்துடலாம்.”

“நீங்க போறப்போ நான் எதுக்கு சார்?”

“பாஸ்கர், பக்கத்திலே மஞ்சு இல்லையே?”

மாடிப்படிகளில் ஏறி மறைந்த மஞ்சுவைப் பார்த்து, “இல்லை” என்றான்.

“பாஸ்கர், இந்தப் பயணமே முக்கியமா மஞ்சுவுக்காகத்தான். அவளோட மனமாற்றத்துக்காகத்தான். அவளோட மனநிலை பாதிப்பைப் பத்தி விளக்கமா சொன்னேனே... பாஸ்கர், உங்க சந்திப்பு, உங்களோட கேம்ஸ் விளையாடறது, உங்களோட வாக்கிங் போறது இதெல்லாம் அவகிட்டே நிறைய மாறுதல்களை ஏற்படுத்தியிருக்கு. இது தொடரணும். அதுக்காகத்தான் இந்தப் பயணம் இதிலே நீங்கதான் முக்கியம்.”

“நாளைக்கு எனக்கு மெட்ராஸ்ல வேலை இருக்கு சார்.”

“ஆபீஸ் வேலை எதைப் பத்தியும் கவலைப்படாதீங்க.”

“சொந்த வேலை.”

“என்ன?”

“ஒரு முக்கியமான நபருக்குப் பிறந்தநாள்.”

“அவ்வளவுதானே. தந்திகொடுங்க. போன்ல பேசுங்க. பிறந்த நாள்தானே?”

“இல்லை சார். நான் நேர்ல போய் வாழ்த்தியாகணும்.”

“அவ்வளவு முக்கியமான நபரா? யாருப்பா அது?”

‘சார் இதுதான் எல்லை. இனிமேலும் நான் மறைக்க முடியாது. பிறந்த நாள் என் காதலிக்கு. ஆமாம். வசந்தின்னு பேரு. என்னை முழுக்க முழுக்க நம்பி தன் வீட்டை, உறவை எல்லாத்தையும் விட்டுட்டு வந்திருக்கா. ஆவணி ஐந்தாம் தேதி நாங்க ரெண்டுபேரும் வடபழனி கோயில்ல கல்யாணம் செஞ்சுக்கப் போறோம்’ என்று சொல்ல வேண்டிய பாஸ்கர்...

“சரி, பரவாயில்லை சார். நான் அட்ஜஸ்ட் பண்ணிக்கிறேன். உங்க திட்டப்படி பயணத்திலே நான் கலந்துக்கறேன்” என்றான், கையில் வைத்திருந்த ஹேர் டிரையரின் மேல் ‘மஞ்சு’ என்று ஆங்கிலத்தில் ஒட்டப்பட்டிருந்த பெயர் ஸ்டிக்கரைப் பார்த்துக் கொண்டே.

காதல் என்பது...

தலையணைக்கு

முத்தம் கொடுப்பது!

ஐந்து மணிக்கு அலாரம் அடிப்பதற்கு முன்னாலேயே விழிப்பு வந்துவிட்டது வசந்திக்கு.

அடிக்கட்டும் என்று சும்மா இமை மூடிக் காத்திருந்தவள், உடனே அதை நிறுத்தினாள்.

எழுந்து போர்வையைச் சீராக மடித்தாள். ஃபேனை நிறுத்திவிட்டு அந்த அறையின் ஜன்னல் கதவுகளைத் திறந்து வைத்தாள்.

வெளிச்சம் சோம்பலாய்ப் பரவிக் கொண்டிருக்க... தொட்டிச் செடிகளில் ராத்திரி மழையின் ஈரம் சொட்டிக் கொண்டிருந்தது.

பாத்ரூம் வந்து பிரஷ் எடுத்துக்கொண்டு கண்ணாடியில் பார்த்துக்கொண்டு, 'ஹேப்பி பர்த் டே வசந்தி' என்று சொல்லிக் கொண்டாள்.

போன பிறந்த நாள் நினைவுக்கு வந்தது.

'குட்மார்னிங் அண்ட் ஹேப்பி பர்த் டே அக்கா!'

'இதென்னடா பார்சல்?'

'பிரிச்சுத்தான் பாரேன்.'

பிரித்துப் பார்க்க... அவளுக்குப் பிடித்த மில்க் சாக்லேட் பார்களில் ஐந்து! தம்பி செந்திலை அணைத்துக் கன்னத்தில் முத்தமிட்டாள்.

ஹேர்ப்பின் செட் கொடுத்த தங்கைக்கு நன்றி சொல்லி, அம்மா கொடுத்த புதுச்சேலை கட்டிக்கொண்டு, காலில் விழுந்து, ஆசிர்வாதம் வாங்கிக் கொண்டபோது...

'அடுத்த பிறந்த நாளுக்குள்ள ஒரு மாப்பிளையைத் தேடிக்கோ வசந்தி!'

அம்மாவின் விளையாட்டான ஆசிர்வாதப்படியே தேடிக் கொண்டாயிற்று.

'வசந்தி! நீ ரேகா, செந்தில் யாரையாச்சும் கூட்டிக்கிட்டு கோயிலுக்குப் போய்ட்டு வந்துடு. நான் அவசரமா கிளினிக் போக வேண்டிருக்கு. இன்னிக்கு முக்கியமான ஆபரேஷன் ஒண்ணு இருக்கு.'

எதிர்பாராத சந்தோஷம் இவளுக்கு.

கோயிலுக்கு பாஸ்கர் காத்திருப்பதாக ஏற்பாடு. அம்மா வந்தால் பார்வை மட்டுமே பரிமாறலாம். தம்பி, தங்கை என்றால் எப்படியாவது ஒரு தனிமை ஏற்படுத்திக்கொண்டு பேசவும் செய்யலாம்.

'ரேகா, கோயிலுக்கு வர்றியாடி?'

'நான் இன்னும் குளிக்கலேக்கா.'

'செந்தில், நீ வாடா.'

'போக்கா, இங்கே இருக்கிற கோயிலுக்கு துணை எதுக்கு? நீ மட்டும் போய்ட்டு வா.'

இரட்டிப்பு சந்தோஷம்!

சேலை புரளப் புரள உற்சாகமாக நடந்து, செருப்பு விலக்கி, உள்ளே நுழைந்து, கண்களை தேடிக் களைத்து பாஸ்கரைக் காணாமல் ஏமாற்றமாகி, சந்நிதி சென்று வணங்கி, அர்ச்சனை செய்து பிரகாரத்தில் நடக்கையில்... மேலே வந்து விழுந்தது ரோஜாப்பூ!

திரும்பிப் பார்க்க...

முழங்கையில் ஒரு பேண்டேஜ், உதட்டோரத்தில் ஒரு பிளாஸ்திரியுடன் பாஸ்கர் காலைக் கொஞ்சம் விந்தி விந்தி நடந்து அவளை நெருங்க...

'ஏய், என்ன இது! என்ன ஆச்சு?'

'உனக்கு முன்னாடி கோயில்ல இருக்கணும்னு சைக்கிள்ல வேகமா வந்தேன். ஒரு மாட்டுவாண்டி மேல சின்ன மோதல். சரி, விடு... சின்ன காயம்தான். நீ தனியா வருவேன்னு நான்

எதிர்பார்க்கவே இல்லை. வசந்தி, மெனி ஹேப்பி ரிடர்ன்ஸ் ஆஃப் த டே. உனக்கு இந்தப் புடவை ரொம்ப ரொம்ப பாந்தமா இருக்கு வசந்தி.'

நடந்து குளப் படிக்கட்டில் அமர்ந்து கொண்டதும், கைப்பை திறந்து, பார் சாக்லேட் தந்தாள்.

மாறி மாறிக் கடித்துச் சாப்பிட்டதும்...

'ரைட்! இடது கையை நீட்டு. கண்ணை மூடிக்கோ. நான் சொல்றப்பதான் திறக்கணும்' என்று பாக்கெட்டிலிருந்து எடுத்து அவள் கையில் கட்டிவிட்டு, 'இப்போ திற' என்றான்.

'குவார்ட்ஸ் வாட்ச்சா? நல்லா இருக்குங்க. ரொம்ப ரசனையோட செலக்ட் பண்ணிருக்கீங்க.'

'எதையுமே ரசனையோடதான் செலக்ட் பண்றது பழக்கம்.'

'எங்கம்ம வாங்கிக் கொடுத்த வாட்ச் வேற இருக்கு என்கிட்டே...'

'ஒண்ணுக்கு ரெண்டா வச்சிக்கயேன். மாத்தி மாத்திக் கட்டு.'

'ஏதுடி இதுன்னு அம்மா கேட்டா என்ன சொல்றதுன்னுதான் புரியலை.'

'கீழே கிடந்தது... எடுத்தேன்னு சொல்லு.'

'நல்லா நம்புவாங்களே...'

'அப்போ ஜோரா உண்மையைச் சொல்லிடு. என்னைக் கட்டிக்கப் போற அன்புக் காதலன் கொடுத்தார்னு...'

'கொலை விழும்.'

'சேச்சே! உங்கம்மாவைப் பத்தி எனக்குத் தெரியாதா? ஆபரேஷன் தியேட்டருக்கு வெளில அதெல்லாம் செய்ய மாட்டாங்க.'

'ஏய்...' என்று அடிக்கடிச் செல்லமாய்க் கை ஓங்கி... சேர்ந்து சிரித்து...

வசந்தி நீண்ட நேரமாய்ப் பல் விலக்கிக் கொண்டிருப்பதை உணர்ந்து, பைப் திறந்து கொப்பளித்தாள். அவசரமாகக் குளிக்க ஆரம்பித்தாள்.

இந்த முறை என்ன பரிசு கொண்டு வருவார் என்று யோசித்துக் கொண்டே பெட்டியிலிருந்து இதுவரை கட்டாத புதிய காட்டன் சேலை ஒன்றை எடுத்துக் கட்டிக் கொண்டாள்.

மேக்கப் செய்து கொள்வதற்கு முன்னர் வாசலில் கோலம் போட்டுவிட்டு வந்துவிடலாமென்று தீர்மானித்து கோலப் பொடியுடன் வெளிக் கதவைத் திறந்து கால் வைத்தவளை வரவேற்றது...

Happy birthday

ஒவ்வொரு எழுத்தும் ஒவ்வொரு வர்ணத்தில் எழுதப்பட்டிருக்க... நிமிர்ந்து மேலே பார்த்தாள்.

பால்கனியின் கைப்பிடிச் சுவரில் சாய்ந்து அமர்ந்து சிகரெட் பிடித்துக் கொண்டிருந்த ஸ்ரீராம் இவளைப் பார்க்கவே, "தாங்க் யூ" என்றாள்.

"ஆச்சரியமா இருக்கட்டும்னு எழுதினேன். நீங்க அதை அழச்சுட்டுக் கோலம் போடுங்க."

"பரவாயில்லை. அதுபாட்டுக்கு இருக்கட்டும். கொஞ்சம் தள்ளிப் போட்டுக்கறேன்."

"கேக் வெட்றதெல்லாம் இல்லையா?"

"எட்டு மணிக்கு பாஸ்கர் கேக்கோட வர்றதா சொன்னார்."

எட்டு மணியிலிருந்து மூவரும் தாங்கள் படித்த ஜோக்ஸ், சினிமா, நடப்பு அரசியல் என்று பேசிக்கொண்டு பாஸ்கருக்காகக் காத்திருக்க...

எட்டரை மணிக்கு ஒரு ஆட்டோ வந்து நின்றது. ஒருவன் பெரிய பார்சலோடு இறங்கி உள்ளே வந்தான்.

"நீங்கதானேம்மா வசந்தி? இந்தாங்க. நான் பங்களால வேலை பார்க்கறேன். பாஸ்கர் சார் திருச்சிலேர்ந்து போன் செஞ்சாரு. இந்தப் பார்சலை உங்ககிட்ட கொடுக்கச் சொன்னாரு. இன்னிக்குத் திரும்பிடறதா இருந்தாராம். வேலை முடியாததால திரும்ப முடியலைன்னு சொல்லச் சொன்னாரு. உங்க ஆபீஸீக்கு போன் பண்றேன்னாரு, நான் வர்றேங்க."

வசந்தியின் முகம் ஏமாற்றத்தில் சுருங்குவதைப் பார்த்த வெங்கடேஷ், "வசந்தி ஆபீஸ் வேலையா போறப்போ அவசரமா திரும்ப முடியாதுங்க. இட்ஸ் ஆல்ரைட், சீக்கிரம் பார்சலைப் பிரிங்க. பசிக்குது."

வசந்தியின் மனம் குமுற ஆரம்பித்தது.

'அப்படி என்ன வேலை? எதுவாக இருந்தாலும் அட்ஜஸ்ட் செய்ய முடியாதா? வேலைக்காரன் மூலம் பார்சல் அனுப்புவது என்ன முறை? நான் என்ன மூன்றாம் மனிஷியா? வெறும் பரிசுப் பொருள் மட்டும் என்னை சந்தோஷப்படுத்திவிடும் என்று எப்படி நம்பினார்? பரிசுப் பொருளா சந்தோஷம் தரும்? அதைத் தருபவரின் வருகை, அருகாமை, தரும் முறை, நேரடி வாழ்த்து இதுதானே இனிமை தர முடியும்?'

அமைதியாகப் பார்சலைப் பிரித்தாள் வசந்தி.

உள்ளே இரண்டடுக்கில் ஒரு கேக். அதன்மேல் 'லாங் லிவ் வசந்தி' என்று க்ரீமால் எழுதப்பட்டிருக்க... ஒரு கேண்டில் பாக்ஸ் இருக்க... தவிர ஒரு சின்ன பார்சல். அதற்குள் வெள்ளியில் சாவிக் கொத்து.

"வெரிகுட்! கல்யாணத்துக்கு முன்னாடியே பாஸ்கர் சாவிக்கொத்தைக் கொடுத்தாச்சு" என்ற வெங்கடேஷின் கமெண்ட்டுக்கு ஸ்ரீராமிடம் இருந்துகூட ரெஸ்பான்ஸ் இல்லை.

அமைதியாகக் கைகளைக் கட்டிக் கொண்டிருந்த ஸ்ரீராம், ஏமாற்றத்தை மறைக்க முயற்சிக்கும் வசந்தியின் முகத்தையே பார்த்துக் கொண்டிருந்தான்.

“ஸ்ரீராம், வசந்தி எதுக்காக அமைதியாயிட்டாங்க தெரியுமா? இப்போ மெழுகுவர்த்திகளைச் செருகறப்போ தன் வயசு தெரிஞ்சு போயிடுமேன்னு கவலை. நகருங்க. இதுக்கு ஒரு வழி இருக்கு” என்று வெங்கடேஷ் வண்ண வண்ண மெழுகுவர்த்திகளில் ஒன்றை மட்டும் எடுத்து கேக் மத்தியில் நிற்க வைத்துவிட்டு, சமையலறை போய் தீப்பெட்டியும் கத்தியும் கொண்டு வந்தான்.

கொளுத்திவிட்டு, கத்தியை நீட்டி, “கமான், சியர் அப் வசந்தி! பாஸ்கர் வராதது உங்களுக்கு எவ்வளவு கஷ்டமா இருக்கும்னு எங்களுக்குத் தெரியும். ஆனா, எட்டு மணிக்குள்ளே டிபன் சாப்பிடலைன்னா எவ்வளவு பசிக்கும்னும் உங்களுக்குத் தெரியும். ஊதுங்க... வெட்டுங்க” என்றான்.

வசந்தி நிதானமாக ஊதி, கலகலப்பு உண்டாக்கிக் கொண்டு கேக்கைத் துண்டு போட்டாள். கைத்தட்டினார்கள்.

வெங்கடேஷ் காந்தியின் சத்திய சோதனை புத்தகத்தில் கையெழுத்திட்டு, “எளிமையான ஆனா, கனமான பரிசு” என்று வாழ்த்திக் கொடுத்தான்.

“ஒரு நிமிஷம்” என்று ஸ்ரீராம் வெளியேறி, மாடிக்கு ஓடி, திரும்பி வந்து..

“இந்தாங்க. உங்களையே உங்களுக்குப் பரிசா கொடுத்தாச்சு” என்று சுருளாக அந்த ஓவியத்தைக் கொடுத்தான்.

ஆர்வமாய் விரித்தாள் வசந்தி.

கழுத்து செயினைப் பற்களில் கடித்துக் கொண்டு, உயரப் பார்வை பார்த்துக் கொண்டிருந்தாள் வசந்தி அப்படியே அச்சாச, இம்மி பிசகாமல், கழுத்தருகின் பூனை ரோமங்கள் உள்பட.

“ரொம்ப தாங்கஸ் ஸ்ரீராம். எவ்வளவு நேரம் ஆகும் இப்படி வரைய?”

“எட்டு மணி நேரம்” என்றான் வெங்கடேஷ். “ராத்திரி ஃப்ளாஸ்க்ல டீ வாங்கிட்டு வந்து பத்து மணிக்கு வரைய உக்கார்ந்தான். ஆறு மணிக்குத்தான் முடிச்சான். தூங்கவே

இல்லை. பிரஷ் ஷைக் கையில் எடுத்தாச்சின்னா ஸ்ரீராமுக்குப் பசி, தூக்கம் எதுவும் கிடையாது. அப்புறம் வசந்தி, பாஸ்கர் ஊர்லேர்ந்து வந்துடட்டும். வந்ததும் உங்க ட்ரீட் வச்சிக்கலாம். இன்னிக்கு நான் கொஞ்சம் சீக்கிரம் போக வேண்டிருக்கு பிரிண்ட்டிங் தினம். வரட்டுமா?"

வெங்கடேஷ் வாசலுக்கு நடக்க...

"நான் இன்னிக்கு மத்தியானத்துக்கு மேலதான் ஆபீஸ் வருவேன். கண் எரியுது. அங்கே வந்தாலும் ஒண்ணும் ஓடாது. எம்.டி.கிட்டே சொல்லிடுங்க." என்றான் ஸ்ரீராம்.

"அப்படி ஏன் ராத்திரி எல்லாம் கண்ணு முழிச்சு வருத்திக்கிட்டீங்க?"

"எனக்கு வரையறது வருத்திக்கிற விஷயமே இல்லைங்க. கமர்ஷியல் வேலைக்கு இப்படி கண் முழிக்கறதே இல்லை. மனசுக்கு ரொம்ப பிடிச்சுப் போன சப்ஜெக்ட்னா, வெங்கடேஷ் சொன்ன மாதிரி எல்லாத்தையும் மறந்துடுவேன்."

ஸ்ரீராம் வெளியேறி நடக்க... அவன் முதுகையே பார்த்துக் கொண்டிருந்தாள். திரும்பி சாவிக் கொத்தைப் பார்த்தாள். சற்றுத் தள்ளி விரித்து வைத்த வெயிட் வைக்கப்பட்ட செயின் கடிக்கும் தன் ஓவியத்தைப் பார்த்தாள்.

'பார்சலை உங்ககிட்டே கொடுக்கச் சொன்னாரு!'

'பத்து மணிக்கு வரைய உக்காந்தான். ஆறு மணிக்குதான் முடிச்சான். தூங்கவே இல்லை.'

'மனசுக்கு ரொம்ப பிடிச்சப்போன சப்ஜெக்ட்னா எல்லாத்தையும் மறந்துடுவேன்.!'

வாயில் எடுத்து வைத்துக்கொண்ட கேக் ருசிக்கவே இல்லை.

எவ்வளவு சொல்லியும் கேட்காமல் அலைகள் மறுபடி மறுபடி வந்து, கரை மணலைக் காயவிடாமல் செய்துகொண்டிருக்க... குழந்தைகள், பெரியவர்கள் என்று வித்தியாசம் இல்லாமல் கால்களை நனைத்துக் கொண்டு, பெரிய அலை வரும்போது,

கரைக்கு ஓடத் தயாராக நின்றார்கள். அலை அடித்து நீர் வடிகையில் குதிகாலுக்கடியில் மண் அரிப்பது சுகம். சிலீர் என்று முழங்கால் வரை உப்பு நீர் தொடுவது சுகம். காற்று சுகம். கொஞ்சமான வெளிச்சம் சுகம்.

"பேச மாட்டியா?" என்றான் பாஸ்கர்.

முழங்கால்களைக் கட்டிக் கொண்டு, அலையும் கூந்தலை லட்சியம் செய்யாமல் ஹார்பரில் நிறுத்தப்பட்டிருந்த கப்பல்களை பார்த்தாள் வசந்தி.

"தப்புதான். நேர்ல வந்து வாழ்த்துச் சொல்லாதது தப்புதான். என் சூழ்நிலை அப்படி. என்னை என்ன பண்ணச் சொல்றே? வேலை கொடுத்த முதலாளி போடான்னா போக வேண்டியது என் கடமை. ஆபீஸீக்குப் போன் பண்ணிப் பேச நினைச்சேன். லைன் கிடைக்கலை. இப்படி உம்முனு முறைச்சிக்கிட்டு உக்காந்திருந்தா, எனக்கும் உக்காரத் தெரியாதா? நீ கப்பல் பாரு. நான் லைட்அவுஸ் பார்க்கறேன்."

அவனைத் திரும்பி ஒரு தரம் பார்த்துவிட்டு, "திருச்சிக்கு என்ன வேலையா போனீங்க?" என்றாள்.

"ஆபீஸ் வேலையா!"

"ஸ்ரீரங்கம், முக்கொம்பு, கல்லணை இங்கேயும் ஆபீஸ் வேலையா?"

"ஸ்டுபிட் மாதிரி பேசாதே வசந்தி. எனக்குத் தெரியும். நீ ஆபீஸ்லேர்ந்து பங்களாவுக்கு போன் பண்ணி விசாரிச்சது தெரியும். 'பெரிய ஐயா, மஞ்சு அம்மா எல்லாரும் போயிருக்காங்க. திருச்சி பக்கத்திலே சுத்திப் பார்த்துட்டு வர்றதுக்கு ரெண்டு நாளாகும்'னு சொன்னதும் எனக்குத் தெரியும். இப்ப உன் மனசிலே என்ன நினைக்கிறேன்னும் எனக்குத் தெரியும்."

"என்ன நினைக்கிறேன்?"

"என்னை நம்பலை. நீ சந்தேகப்படறே. நான் அவங்களோட ஜாலியா டூர் போய்ட்டு வந்ததா நினைக்கிறே. நான் போனது

ஆபீஸ் வேலையா. அவங்க ரெண்டுபேரும் வந்து திருச்சிலதான் டூர் விஷயம் சொல்லி என்னைக் கலந்துக்கச் சொன்னாங்க. மறுத்தேன் விடலை. கட்டாயப்படுத்தினாங்க. என்ன பண்றது?"

"இதை நான் நம்பணும்."

"சொல்லிட்டேன். நம்பறதும், நம்பாததும் உன் இஷ்டம். தப்பா எடுக்கிறதுன்னா எதையும் தப்பா எடுக்கலாம். உன்னை கடற்கரைக்கு அழைச்சுட்டு வர்றதுக்காக வீட்டுக்கு நான் வந்தப்போ, ஸ்ரீராம் வரைஞ்சு கொடுத்த ஓவியத்தை ஆர்வமா காட்டினே. இதை வரைய எட்டு மணி நேரமாச்சாம்னு சொன்னே. ராத்திரி பூரா தூங்காம வரைஞ்சாராம்னு சொன்னே. நான் கொடுத்த சாவிக் கொத்தைப் பத்தி ஒரு வார்த்தை சொன்னியா நீ?"

"பாஸ்கர், வார்த்தைகளை யோசிச்சுப் பேசலைன்னா வேற வேற அர்த்தங்கள் வந்துவிடும். நீங்க நினைச்சிருந்தா 'டூர் வரலை'னு வலுக்கட்டாயமா கழண்டுக்கிட்டு வந்திருக்க முடியாதா உங்களால? மனசைத் தொட்டுச் சொல்லுங்க?"

பாஸ்கர் கோபமாக அவளைத் திரும்பிப் பார்த்து, "இப்ப என்ன சொல்றே? அந்த மஞ்சுவோட சேர்ந்து சுத்தணுங்கிறதுக்காகத்தான் நான் திருச்சி போனேன்னு சொல்றியா...? வச்சிக்க. அப்படியே வச்சிக்க" என்றான் சத்தமாக, ஆத்திரமாக.

காதல் என்பது...

தோல்வி எனில்

தாடி வளர்ப்பது

அடுத்த அழகான பெண்ணைச்

சந்திக்கும் வரை!

குளிக்கும்போது, கோலம் வைத்தபோது, காபி போட்டபோது, தெருவில் நடந்தபோது, பஸ்ஸில் டிக்கெட் எடுத்தபோது, பதிலுக்கு குட்மார்னிங் சொன்னபோது, டைப் அடிக்கும்போது... அந்த வார்த்தைகள் விடாமல் துரத்திக் கொண்டு வந்தன.

புதிய வார்த்தைகள், அலட்சியம் சுமந்த வார்த்தைகள்... அமிலத்தில் நனைத்த வார்த்தைகள்..!

'அப்படியே வச்சிக்கயேன்...!'

'பாஸ்கர், பேசினது நீங்கள்தானா..?'

எத்தனை சந்திப்டகள். எத்தனை பேச்சுக்கள், ஜோக்குகள், சிரிப்புகள். ஆனால், இந்த அலட்சியம் புத்தம் புதியது உங்களிடம்.

இந்தக் கோபம் எனக்கு இப்போதுதான் அறிமுகம்.

ஏன் இந்த அலட்சியம்..?

என்ன இதன் பின்னணி..?

அலுவலக வேலைகளின் பளுவின் காரணமாக டென்ஷனாகி, அதை இறக்கி வைத்துச் சமனப்படுத்திக் கொள்ள என்னைப் பயன்படுத்தியிருந்தால் சந்தோஷப்பட்டிருப்பேன்.

நேசிப்புக்குரியவளின் பிறந்தநாளுக்கு வருவதைவிட, முதலாளியின் குடும்பத்துடன் டூர் போனது நியாயமா என்ற நியாயமான கேள்விக்கு, இத்தனை சூடும் கோபமும் தேவைக்கு அதிகம்.

ஸ்ரீராமின் ஓவியத்தைப் பற்றியே பேசுகிறாயே என்ற கேள்விக்கு அர்த்தம் என்ன? குற்றம் காணலா? சந்தேகமா! பாஸ்கர், இந்தக் கண்ணோட்டமும் உங்களிடம் முற்றிலும் புதிது.

பாஸ்கர், உங்களுக்குத் தெரியும் நான் உங்களை எவ்வளவு நேசிக்கிறேன் என்று. நாம் இருவரும் இணைந்து கற்பனை செய்த உன்னத வாழ்க்கைக்காக நான் எதையெல்லாம் உதறிவிட்டு வந்திருக்கிறேன் என்பதும் தெரியும்.

என் வீட்டில், என் உறவில், என் ஊரில், இந்த நிமிடம் எனக்கு மதிப்போ, மரியாதையோ இல்லை. ஓடுகாலி என்ற பட்டம் சுமத்தி, வாய் வலிக்க கதைப் பேசி முடித்திருப்பார்கள்.

இது எல்லாவற்றையும் ஈடு செய்வது உங்கள் அன்பு என்கிற ஆணித்தரமான உறுதியில்தானே நீங்கள் சொன்ன தினம், சொன்ன நேரம் உங்களுடன் புறப்பட்டேன்.

உங்க மூலம் அறிமுகமான உங்கள் நண்பர். என் மேல் காட்டும் பொறுப்பான அக்கறை. அதிக அறிமுகம் இல்லாமலேயே ஸ்ரீராம் என் வாழ்க்கை மேல் ஆர்வம் காட்டி, வேலை வாங்கிக் கொடுத்து, பண்பாடு மீறாமல், கண்ணியம் குறையாமல் காட்டும் அன்பு. இதையெல்லாம்விட ஒருபடி அதிகமான அன்பை நான் உங்களிடம் எதிர்பார்ப்பதில் என்ன தப்பு..?

வேலைக்கு நீங்கள் போகத் துவங்கியதிலிருந்தே உங்களிடம் ஏதோ ஒரு சின்ன மாற்றம். என்ன அது..? ஏன் அது..?

“வசந்தி, என்ன ஆச்சு..? உடம்பு சரியில்லையா..?”

தோளில் கைப்பட்டதும்தான் கலைந்து, தான் டைப்ரைட்டர் மேல் கவிழ்ந்து கீ-போர்டில் கன்னம் பதித்துக் கொண்டிருப்பதை உணர்ந்து, நிமிர்ந்தாள்.

“ஒண்ணுமில்லைங்க பத்மா...” என்று மேட்டர் பார்த்து, விட்ட இடத்திலிருந்து டைப் செய்ய ஆரம்பித்தாள் வசந்தி.

ஒரே வரியில் ஐந்து தப்புகள். பேப்பரை உருவிக் கிழித்துப் போட்டாள்.

“ஏங்க... கார்பன் பேப்பரையும் சேர்த்துக் கிழிக்கிறீங்க..?”

“ஓ... ஸாரி..!” என்றாள். காகிதம் எடுத்து தலைவலி என்று காரணம் எழுதி, எடுத்துக் கொண்டு எம்.டி. அறைக்குச் சென்று திரும்பினாள்.

ஸ்ரீராமின் அறைக்குள் தட்டிவிட்டு நுழைந்தாள்.

வெள்ளை அட்டையில் ஸ்கேல் வைத்து பிளேடால் கோடு போட்டுக் கொண்டிருந்த ஸ்ரீராம் நிமிராமல் கேட்டான்.

"என்னங்க வசந்தி, அதுக்குள்ளே பசிக்குதா... லஞ்சுக்கு இன்னும் கால் மணி நேரம் இருக்கே..?"

"மத்தியானம் லீவ் எடுத்திருக்கேன்... வீட்டுக்குப் போறேன். சொல்லிட்டுப் போகலாம்னு வந்தேன்."

"லீவா..! என்ன விஷயம்..? எதுவும் புரோக்ராமா..?"

"இல்லை. லேசா தலைவலி... வர்றேன்."

அவன் பதிலை எதிர்ப்பார்க்காமல் வெளியேறி நடந்தாள். படியிறங்கிக் கட்டடத்தை விட்டு வெளியே வந்து நடந்தாள்.

விரைவாய் நடந்து, பொதுத் தொலைபேசியை அடைந்து எண்கள் சுழற்றினாள்.

"ஹலோ, திஸ் ஈஸ் மஞ்சு ஃபெர்ட்டிலைசர்ஸ்..?"

"அங்கே மிஸ்டர் பாஸ்கரோட நான் பேசணும்..."

"எந்த செக்ஷன் மேடம்..?"

"எம்.டி. யோட பி.ஏ...."

"ஒரு நிமிஷம் லைன்ல இருங்க..."

படபடப்பாக நகம் கடித்துக் கொண்டு காத்திருந்தாள்.

"ஹலோ! பாஸ்கர் பேசறேன். யாரு..?"

"நான்தான் வசந்தி பேசறேன்..."

"என்ன..?"

"நான் உங்ககூடப் பேசணும் பாஸ்கர்."

"அதான் பேசிக்கிட்டிருக்கியே, சொல்லு, என்ன..?"

"நேர்ல சந்திச்சுப் பேசணும்."

“நேத்துதான் பேசினமே..”

“நீங்க சொன்னதை நினைச்சுப் பார்க்கப் பார்க்க எனக்கு எதுவுமே ஓடலை பாஸ்கர். நான் ஆபீஸீக்கு லீவு போட்டுட்டேன். இப்போ நேரா வீட்டுக்குத்தான் போறேன். உங்களை எதிர்பார்க்கிறேன்.”

“எப்போ...?”

“இப்போதான் இன்னும் ஒரு மணி நேரத்திலே...”

“இங்கே எனக்கு நிறைய வேலை இருக்கு...”

“யார்கிட்டேயாவது ஒப்படைச்சுட்டு வாங்க...”

“அப்படியெல்லாம் செய்ய முடியாது வசந்தி. என்ன விஷயம் சொல்லேன்..?”

“சாயங்காலமாவது வர்றீங்களா ஆபீஸ் முடிஞ்சி.”

“சந்தேகம்தான். ஒரு மீட்டிங் இருக்கு. எம்.டி-கூட நானும் போக வேண்டியிருக்கு.”

“பாஸ்கர், சாயங்காலம் நீங்க வீட்டுக்கு வர்றீங்க, வர்றீங்க...”

“என்ன இது, சின்னக் குழந்தையாட்டம் அடம் பிடிக்கிறே... நினைச்ச உடனே வர்ற மாதிரியான உத்தியோகம் இல்லை இது...”

“அதெல்லாம் எனக்குத் தெரியாது. எனக்கு மனசே சரியில்லை. உங்ககூட நிறைய பேசணும். நீங்க வந்தே ஆகணும்...”

“அறிவுகெட்டத்தனமா பேசாதே...”

“என்ன சொன்னீங்க...?”

“பின்னே என்ன, நானும் பொறுமையா எடுத்துச் சொல்லிக்கிட்டே இருக்கேன். திரும்பத் திரும்ப என்னமோ பொண்டாட்டி மாதிரி உத்தரவு போடறியே. நான் இன்னும் உனக்குத் தாலி கட்டலை. ஞாபகத்திலே வச்சிக்கோ... எனக்கு வந்து பார்க்கத் தெரியும். ஆபீஸ் நேரத்திலே தொந்தரவு பண்ணாதே.”

பாஸ்கர் போனை வைத்துவிட, அப்படியே அதிர்ந்து நின்றாள் வசந்தி.

முகம் முழுக்க உஷ்ணம் ஏறி, கண்களில் கரகரவென்று நீர் உற்பத்தியாக... போன் பேசுவதற்குக் காத்திருந்த நபரைப் பார்த்து முகத்தைத் திருப்பிக் கொண்டு, உதடுகளைக் கடித்து விம்மல்களை வலுக்கட்டாயமாகத் தடுத்து, வெளியேறி, அருகே இருந்த ஆட்டோவில் ஏறிக் கொண்டாள்.

வீடு வந்து, அறைக்குள் வந்து கதவைச் சாத்திக் கொண்டு, அப்படியே உட்கார்ந்து ரொம்ப நேரம் அழுது கொண்டிருந்தாள்.

ரிசீவரை வைத்த அடுத்த நிமிடமே தான் பேசினது மிகக் கடுமையான வார்த்தைகள் என்பதை உணர்ந்தான் பாஸ்கர்.

கைக்குட்டையைப் பிசைந்தான்.

'என்ன ஆயிற்று எனக்கு..? ஏன் இப்படி வசந்தியின் மேல் திடீர் திடீரென்று வெறுப்பு வெடிக்கிறது? என்ன கேட்டாள்? வீட்டுக்கு வரச் சொன்னாள். பேச வேண்டும் என்றாள். இப்போது இயலாது நாளை வருகிறேன் என்று சாந்தமாக, பொறுமையாகச் சொல்லியிருக்கலாமே..'

'ஏன் இப்படி எரிந்து விழுந்தேன்..? என்ன கோபம் அவள் மேல்? பங்களாவுக்கு போன் செய்து நான் மஞ்சுவுடன் டூர் போனதை அவள் தெரிந்து கொண்டு விட்டாளே என்கிற கோபம்.'

'அதற்காக? மேலே மேலே அவளை ரணப்படுத்துவது... சேச்சே..! யார் நான்தானா..? எனக்குள்ளே எப்போது வளர்ந்தது இந்த மிருகம்..? எனக்குள்ளே இன்னொரு நான் எப்படிச் சாத்தியம்..?'

'அபத்தமாகச் செயல்பட்டுவிட்டு, அப்புறம் தாமதமாக உணரும் புத்தி புதிதாக வந்திருக்கிறது.'

'சே! என்ன நினைத்திருப்பாள் வசந்தி? அதிர்ச்சியடைந்திருப்பாள். ஆத்திரப்பட்டிருப்பாள். என்மேல் வைத்திருந்த மரியாதையும், மதிப்பும் லேசாகக் கலைந்திருக்கும்.'

உடனே போனை எடுத்து, வசந்தியின் அலுவலக எண்ணில் தொடர்பு கொண்டான்.

“அரை நாள் லீவு போட்டுவிட்டு வீட்டுக்குப் போயிட்டாங்க சார்…”

வைத்தான். அப்படியென்றால் அலுவலகத்திலிருந்து பேசவில்லை. வழியில் எங்கிருந்தோ பேசியிருக்கிறாள்.

வீட்டுக்குப் போவதாகச் சொன்னாள். வீட்டுக்குப் போய் என்ன செய்வாள்? அழுவாளா? நிச்சயம் அழுவாள். நேரில் போய்… இப்போதே போய்…’

வாட்ச்சில் நேரம் பார்த்தான். நாற்காலியைப் பின்தள்ளி எழுந்தபோது…

இன்டர்காம் அழைத்தது.

“யெஸ்” என்றான் எடுத்து.

“சார், எம்.டி-யோட பொண்ணு ஆபீஸ் வந்திருக்காங்க. உங்களைப் பார்க்கணுமாம்…”

“வரச் சொல்லுங்க மேடம். அவங்களுக்கு எதுக்கு அனுமதி..?”

“இல்லை. உங்களை வரச் சொல்றாங்க…”

“எங்கே இருக்காங்க…?”

“போட்டிகோவில. கார்ல காத்துக்கிட்டிருக்காங்க”

“போய்ப் பார்க்கறேன்…”

தனியறையை விட்டு வெளியே வந்து, ஹாலில் நடந்து, திரும்பி வாசலுக்கு வந்தான்.

காரில் ஓட்டுநர் இருக்கையில் சிவப்பு நிற டூ-பீஸ் மிடியில் இருந்த மஞ்சு, இவனை நோக்கிக் கையை அசைத்து,

“ஹரி அப் மேன், எவ்வளவு முக்கியமான விஷயமா வந்திருக்கேன். இவ்வளவு மெதுவா வர்றீங்களே..!”

அவளருகில் வந்து... "என்ன மஞ்சு?"

"இப்படி டிரைவ்-இன்-ஓட்டல் சர்வர் மாதிரி வெளியே நின்னு கேட்டா எப்படிச் சொல்றது..? உள்ளே வாங்க..." என்று சாய்ந்து எதிர்ப்புறத்தின் கதவைத் திறந்து வைத்தாள்.

"ஆபீஸ் வாசல்ல... என்ன இதெல்லாம், என்ன நினைப்பாங்க..?"

"எனக்குக் கவலை இல்லை, வரப் போறீங்களா, இல்லையா..?"

உரிமையாய் கையைப் பற்றி காருக்குள் இழுத்தாள். இழுத்த வேகத்தில் உள்ளே வந்து, தடுமாறி அவள்மேல் முழுவதும் சரிந்து, பின்னர் நகர்ந்த பாஸ்கர், முழுங்கால் அருகே மிடி சற்று விலகியிருப்பதை வெறிக்க...

காரை அவள் ஸ்டார்ட் செய்ததும் பதறினான். "எங்க போறோம்? எனக்கு நிறைய வேலை இருக்கு."

அதற்குள் கார் சாலைக்கு வந்து சீராக ஓடத் துவங்கியிருந்தது.

"கிட்டத்தட்ட உங்களைக் கடத்திக்கிட்டே வந்தாச்சு இல்லே..?"

"இது நல்லால்லை மஞ்சு..."

"எது, இந்த உடையா?"

"நடந்துக்கிற விதம்..."

"ஏன், ஆபீஸ்ல கிசுகிசு பேசுவாங்களா? கவலையே படாதீங்க. அதுக்கெல்லாம் அவசியமே இல்லை."

"என்ன சொல்றீங்க..?"

"இந்த மரியாதையை விடமாட்டீங்களா..? சரி போட்டோஸ் பார்க்கவே இல்லையே நீங்க..."

ஒரு கையால் தன் கைப்பையைத் திறந்து, உள்ளேயிருந்து டூரில் எடுத்த ஒரு கற்றை போட்டோக்களை எடுத்துக் கொடுத்தாள்.

"இதைக் காட்டத்தான் இந்த கடத்தலா..?"

"பொறுமையா பாருங்க... இதிலே ஒரு விசேஷம் இருக்கு..?"

பாஸ்கர் ஒவ்வொரு புகைப்படமாகப் பார்த்தான்.

கல்லணையில், முக்கொம்பில், மலைக்கோட்டையில் கௌதமனையும், மஞ்சுவையும் இயற்கைக் காட்சிகளையும் எடுத்த போட்டோக்கள்.

சிலவற்றில் பாஸ்கரும் இருந்தான். பார்த்ததை அடியில் செருகி, அடுத்ததைப் பார்த்து, “என்ன விசேஷம் இதிலே..?” என்று கேட்டுக் கொண்டே பார்த்தவன், சட்டென்று திகைத்தான்.

அடுத்த, புகைப்படத்தில் மஞ்சுவின் தோளில் கை போட்டு அணைத்த நிலையில் பாஸ்கர் இருந்தான்.

“மஞ்சு, இது... இது என்ன..?”

“பயந்துட்டீங்களா..? எப்படி போட்டோ ட்ரிக்..? ஒரு சிலையை அணைச்சுக்கிட்டு போஸ் கொடுத்தீங்களே, நினைவிருக்கா..? அதிலே சிலையை எடுத்துட்டு, என்னை இணைச்சு சாமர்த்தியமா போடச் சொன்னேன்... நல்லா இருக்கா..?”

“மஞ்சு, இதெல்லாம் என்ன விளையாட்டு...?”

“விளையாட்டு இல்லை பாஸ்கர், உண்மை. இதை டாடிகிட்டே காமிச்சேன். உங்ககிட்டே சொல்றதுக்கு முன்னாடி, அவர்கிட்டே மனசில இருக்கிறதையெல்லாம் சொல்லிட்டேன். கோபப்படுவார்னு நினைச்சேன். இல்லை. எவ்வளவு சந்தோஷப்பட்டார் தெரியுமா..? ‘உடனே போய் கையோட பாஸ்கரை கூட்டிக்கிட்டு வா. நான் பேசணும்’னு சொன்னார்.”

“மஞ்சு, என்ன பேச்சு இது..? எனக்கு எதுவும் புரியலை..?”

“புரியலையா..!” என்று காரைச் செலுத்திக் கொண்டே, பார்வையை மட்டும் திருப்பி அவனைப் பார்த்துவிட்டு விலக்கி, “புரியலை..!” என்றாள்.

கார் இதற்குள் பங்களாவின் காம்பவுண்டுக்குள் நுழைந்திருக்க... பாஸ்கர் அவள் முகத்தையே சலனமில்லாமல் பார்த்தான்.

காரை நிறுத்தி, இன்ஜினை அணைத்துவிட்டு, இறங்காமல் முகத்தைத் திருப்பி, அவனை ஆழமாகப் பார்த்து, கீழுதட்டை உள்புறமாக மடித்துக் கடித்து விடுவித்து, படக்கென்று கண்ணடித்து,

"இன்னும் புரியலையா..? ட்ரிக் இல்லாம, இதே மாதிரி நிறைய போட்டோ நாம் எடுத்துக்கப் போறோம் கழுத்தில் மாலைகளோட... இறங்குங்க..." என்றாள்.

"மஞ்சு... மஞ்சு..." என்று அதிர்ச்சியாய், அதற்குமேல் வார்த்தை வராமல் தவித்த பாஸ்கரைப் பார்த்து,

"என்ன, இன்ப அதிர்ச்சியா..? இல்லை, நேரா கனவுக்காட்சிக்குப் போயிட்டீங்களா..? வாங்க டாடி, இங்க பாருங்க... பாஸ்கர் காரைவிட்டு இறங்க மாட்டேங்கறாரு..." என்றாள் மஞ்சு.

"பாஸ்கர், வாங்க... உள்ளே போய் விவரமா பேசலாம்..." என்றார் கௌதமன்.

காதல் என்பது...

ஒரு மணி நேரம்

போனில் பேசுவது

விஷயமே இல்லாமல்!

கண்ணாடி அணிந்த இரண்டு பெரிய ஜன்னல்களை இளம் பச்சைநிற முரட்டுத் திரைகள் மறைத்து சூரிய வெளிச்சத்தைக் கட்டுப்படுத்தியிருந்தன.

அறையின் கதவைத் திறந்ததும் ஆட்டோமேடிக்காக இரண்டு விளக்குகள் எரிந்தன. ஏர்கண்டிஷனர் இயங்கிக் கொண்டிருந்தது.

"இதான் என் பெட்ரூம். சும்மா உள்ளே வாங்க பாஸ்கர்" என்று சொல்லிவிட்டு, உள்ளே சென்று வசதியான நாற்காலியில் அமர்ந்து கொண்டார், கௌதமன்.

பாஸ்கர் மௌனமாக உள்ளே வந்து நின்றான்.

"அட! உக்காருங்களேன்" என்று அவன் கையைப் பிடித்து எதிரே அமர்த்தினாள் மஞ்சு. "இன்னிக்கு ஷேவ் பண்ணலைதானே?"

"மஞ்சு, கதவைச் சாத்திட்டு உன் ரூமுக்குப் போ. நான் பாஸ்கரோட தனியா பேசணும்" என்ற கௌதமன், சிகரெட் எடுத்துக் கொண்டார்.

"என்னைப் பத்திதானே பேசப் போறீங்க... நானும் இருக்கேன்..."

"நோ... நான் சொல்றதைக் கேளு மஞ்சு."

"பாவம்ப்பா அவரு இன்னும் அதிர்ச்சில இருக்கார். அவரை போரடிக்காதீங்க. அப்புறம்... நான் சொன்னதை நினைவில வச்சிக்கங்க..."

மஞ்சு எழுந்து, "ஒரு நிமிஷம், இதோ போயிடறேன்" என்று, டெலிவிஷனை நெருங்கி அதனருகே ஒழுங்காக அடுக்கியிருந்த காஸெட்டுகளைக் கலைத்து இரண்டை எடுத்துக்கொண்டு வெளியேறினாள்.

கௌதமன், பாஸ்கரை நிதானமாகப் பார்த்தார்.

"என்ன சொன்னா மஞ்சு?"

"சார், அவங்க என்னென்னமோ சொன்னாங்க, எனக்குப் புரியலை."

"அவ குழந்தை. பக்குவம் பத்தாது. முறையில்லாம எதாச்சும் சொல்லியிருந்தா மறந்துடுங்க. எப்படிச் சொல்றதுன்னு அவளுக்குத் தெரியாது. மஞ்சுவோட அம்மாவை நீங்க பார்த்தில்லையே..?"

கௌதமன் எழுந்து படுக்கையின் தலைமாட்டில், இரண்டடிக்கு இரண்டடி சதுரத்தில் பெட்டிபோல் சுவருடன் பதிந்திருந்த மரஅலமாரியின் இரட்டைக் கதவுகளைத் திறந்து, அங்கே சுவிட்ச் போட்டார்.

ஒரு இளம்பெண்ணின் போட்டோவைப் பார்த்து பெரிய சைஸில் வரையப்பட்ட ஓவியம் தங்க ஃப்ரேமுக்குள் இருக்க... அந்த ஃப்ரேமில் சீரியல் பல்புகள் வெளிச்ச எல்லை கட்டின.

கொண்டை போட்ட தலையில் வளைத்து வைத்த ஒற்றைச்சரம். நடுவகிடு. வகிடு ஆரம்பத்தில் குங்குமம். நெற்றியில் விபூதி, குங்குமம். காதில் ஜிமிக்கிகள், கழுத்தில் தடிமனாய் சங்கிலி. கன்னத்தில் ஒரு கூந்தல் சுருள், காதருகிலிருந்து தவழ்ந்து வந்திருந்தது.

"ராஜாத்தின்னு பேரு... ராஜாத்தி மாதிரிதான் வச்சிருந்தேன்... எங்கப்பா பாத்து கட்டி வச்சாரு... கல்யாணத்தன்னிக்குதான் முகத்தையே பார்த்தேன். ஒரு வாரம் கழச்சுதான் நேருக்கு நேரா என் முகத்தைப் பார்த்தா அவ. ராஜாத்தி இறந்தப்போ மஞ்சுவுக்கு மூணு வயசு. மாரடைப்பு. ஒரே அட்டாக்தான் மூணே நிமிஷத்திலே போயிட்டா..." கலங்கினார்.

கண்களைத் துடைத்துக்கொண்டு, "உறவு பூரா சொன்னாங்க. இன்னொரு கல்யாணம் பண்ணிக்கச் சொல்லி. முடியாதுன்னுட்டேன். பயம். சித்தி கொடுமை மஞ்சுவுக்கு ஏற்பட்டுடுமோனு பயம். ஒரே பொண்ணுங்கிறதாலே ரொம்ப செல்லம் கொடுத்தே வளர்த்துட்டேன். எந்த விஷயத்துக்கும் கண்டிச்சதா நினைவே இல்லை."

சுவிட்ச்சை அணைத்துவிட்டு, கதவுகளைச் சாத்திவிட்டு, மறுபடி வந்து அவன் எதிரே அமர்ந்துக்கொண்டு அமைதியாய் சிகரெட்டைத் தொடர்ந்தார்.

பாஸ்கர் எதுவும் பேசாமல் பார்த்துக் கொண்டிருந்தான்.

"எதுக்காக சரித்திரம் எல்லாம் சொல்றேன்னு பார்க்கிறீங்களா? எல்லாம் சொல்லிடறேன். முழுக்க கேட்டுக்குங்க..."

"சார்... நானும் முழுசா..." என்று சொல்ல ஆரம்பித்தான் பாஸ்கர்.

உடனே கையை உயர்த்தி, அப்புறம் பேசுங்க. மஞ்சுவோட அம்மா இறந்தப்போ, எனக்கு இவ்வளவு வசதி இல்லை. ஃபாக்டரி இல்லை. வெறும் ஸ்டாக்கிஸ்ட்டுதான். எனக்குக் கெட்ட பழக்கங்கள் கம்மி. வீட்லயும் மனைவி இல்லை. அதனால சிந்திக்க நிறைய நேரம். வாழ்க்கைல எதாச்சும் ஒரு குறிக்கோள் வேணுமே... ஒரு பெரிய பணக்காரனாகணும்னு லட்சியம் வச்சிக்கிட்டேன். அதை நோக்கி மெல்ல மெல்ல முயற்சிகள் செஞ்சேன். அதிர்ஷ்டமும், உழைப்பும் சேர்ந்து என்னைத் தூக்கி உயரத்திலே வச்சிடுச்சு. இன்னைய தேதியிலே எனக்கு என்ன என்ன சொத்துக்கள் இருக்கு, தெரியுமா? ஒரு நிமிஷம்..."

சுவருடன் இணைந்திருந்த பெரிய சைஸ் லாக்கரை, சாவிகளை மாற்றி மாற்றிப் போட்டுத் திறந்து ஏழெட்டு ஃபைல்களோடு வந்தார்.

"மஞ்சு ஃபெர்ட்டிலைசர்ஸ் ஃபாக்டரி நிலம், கட்டடம் எல்லாம் சொந்தம். இது சிக்மகர்ல இருக்கிற காபி எஸ்டேட் பத்திரம். நூத்தெழுபது ஏக்கர்."

"சார். ப்ளீஸ்...! ஏன் இதெல்லாம் எனக்கு..!"

"இருங்க பாஸ்கர். பொறுமையா இருங்க. இன்னும் பாருங்க. ஊட்டில இருக்கிற பங்களாவோட பேர் 'மஞ்சு வில்லா'. அப்புறம் இது பம்பாய்ல இருக்கு. நாலு மாடிக்கட்டடம். லீஸிக்கு

விட்டிருக்கேன். அப்புறம்... சைதாப்பேட்டையிலே வைஃப் நினைவா கட்டின காலனி, ராஜாத்தி காலனி. இருபத்தாறு வீடுகள் மொத்தம். இதைத் தவிர... பாங்க் டெபாசிட்ஸ், அக்கவுண்டஸ், நகைகள் தனி.”

பாஸ்கருக்கு மனத்தில் வியாபித்த வியப்பும், பிரமிப்பும் மேலும் மேலும் உள்ளே விஸ்தீரணமாகிக் கொண்டிருந்தது. இந்த பங்களாவும், ஃபாக்டரியும் மட்டுமே அவனறிந்தது.

எனவே, மற்ற விவரங்கள் அவர் சொல்லச் சொல்ல... இவ்வளவு பெரிய ஆசாமி முன்னால் உட்கார்ந்திருப்பதே பெரிய விஷயம், என்கிற மலைப்பு ஏற்பட்டது.

“பாஸ்கர், இப்போ உங்களோட பொது அறிவைப் பார்க்கலாமா? நான் சொன்னேனே, இந்த சொத்துக்கள் எல்லாம் சேர்த்து சும்மா தோராயமா ஒரு மதிப்பு சொல்லுங்க, பார்க்கலாம்.”

“என்ன சார் நீங்க! அதெல்லாம் எனக்குத் தெரியாது”

“இப்படி நழுவக்கூடாது. சும்மா யோசனைதான் பண்ணிப் பாருங்களேன்.”

“அவ்வளவுக்குப் பத்தாது சார்.”

“பரவால்லை. நினைக்கிறதைச் சொல்லுங்க.”

“அறுபது, எழுபது லட்சம் இருக்குமா சார்?”

“சொத்து வரிக் கணக்குக்காகக் காட்ற மதிப்பு அவ்வளவுதான். உண்மையான மதிப்பு கிட்டத்தட்ட ரெண்டரைக் கோடி!”

பாஸ்கர், உடனே தன்னை ஒரு மலையோரத்துப் புல்செடியாய் உணர்ந்தான்.

“ரைட்! இப்போ இன்னும் ஒரு டாக்குமென்ட்டை உங்களுக்குக் காட்டணும் நான்.”

அடுத்த ஃபைலுக்குள்ளிருந்து கிளிப் நீக்கி, பிரௌன் நிற கவர் எடுத்தார். உள்ளிருந்து காகிதங்களை எடுத்தார்.

"இதுதான் நான் எழுதி வச்சிருக்கிற உயிலோட காப்பி. முறைப்படி பதிவு செஞ்சுட்டேன்."

"உயிலா?"

"ஆமாம்..." என்று வலது கையைத் திருப்பிக் காட்டி...

"ஒரு வருஷத்துக்கு முன்னாடி ஒரு சின்ன கார் விபத்து எனக்கு, கையிலே சின்ன எலும்பு முறிவோட தப்பிச்சேன். அப்பத்தான் உயில் எழுதிடணும்னு எண்ணம் வந்திச்சி, எழுதிட்டேன். எனக்கு ரெண்டு பங்காளிங்க இருக்காங்க. நாளைக்கு எந்த வில்லங்கமும் வந்துடக்கூடாது பாருங்க. இதிலே அவ்வளவும் படிக்கிறதுன்னா நேரமாகும். இருங்க, வர்றேன்..."

பக்கங்களைப் புரட்டி, "உம் படிக்கிறேன் கேளுங்க. மேலே குறிப்பிட்ட அத்தனை வகை சொத்துக்களும், மேலே குறிப்பிட்ட மூன்று வகையான தர்ம செலவினங்களுக்கான தொகை போக மற்றவை எனது காலத்துக்குப் பின்னர், எனது ஒரே மகள் ஜி. மஞ்சுளா ராணிக்கே ஏகபோக உரிமையாக வேண்டுமென்றும்.."

கௌதமன் காகிதங்களை முன்போல மடக்கி கவரில் போட்டு. எல்லா ஃபைல்களையம் லாக்கருக்குள் வைத்துப் பூட்டிவிட்டுத் திரும்பி வந்தார்.

"ஏதாச்சும் சாப்பிடறீங்களா பாஸ்கர், கொண்டாரச் சொல்லட்டுமா?"

"வேணாம் சார்."

"மஞ்சுவோட முழுப் பேரு இன்னிக்குத்தானே தெரிஞ்சுக்கிட்டீங்க?"

"ஆமாம் சார்."

"மஞ்சுவோட முழு கதையும் இப்போ தெரிஞ்சுக்கங்க. நான் எதையும் மறைக்க விரும்பலை. வியாபாரத்திலே கூட நான் பொய் வெச்சுக்கறதில்லை. ஒரு பொய் நான் உங்ககிட்டே சொல்லிட்டேன். அதுக்காக நீங்க என்னை மன்னிச்சுக்கனும்."

“சார், என்ன சார் நீங்க போயி... என்கிட்டே...”

“யாரா இருந்தா என்ன? நான் கொலை செஞ்சா, பணக்காரன்னு சும்மா விட்டுடுவாங்களா? சட்டம், தர்மம், நியாயம் எல்லாருக்கும் ஒண்ணுதான். மஞ்சுவோட சிநேகிதி ஒருத்தி செத்துப் போயிட்டா. அந்த விபத்தைப் பார்த்துட்டு மனசுல பாதிப்படைஞ்சு கொஞ்சநாள் மஞ்சு இருந்தானு நான் உங்ககிட்டே சொன்னது பொய். அதுக்குக் காரணம் வேற.”

கௌதமன் தன் வைர மோதிரத்தைக் கழற்றி கோட்டில் துடைத்து மாட்டிக் கொண்டார். தன் விரல்களைப் பார்த்துக் கொண்டார்.

“பாஸ்கர், பெங்களூர்ல என் ஃப்ரெண்டு வீட்டுக்கு அவளையும் அழைச்சுட்டுப் போயிருந்தேன். இவளோட துடுக்குத்தனம்தான் உங்களுக்குத் தெரியுமே. ஃப்ரெண்டோட பையனுக்கு கார் ஓட்டக் கத்துத் தர்றேன்னு ராத்திரில வண்டி எடுத்துட்டுப் போய் ஒரு பைக் மேல மோதிட்டாங்க ரெண்டு பேரும். பைக்ல வந்தவனுங்க மூணு பேரும் ரௌடிப் பசங்க. அது தனியான ரோடு, கத்துக்கப் போன பையனை அடிச்சுப் போட்டுட்டு... மஞ்சுவை காருக்குள் வச்சி... எப்படி சொல்வேன் பாஸ்கர், சேதப்படுத்திட்டானுங்க.”

“சார்!” என்று திடுக்கிட்டான்.

“ஆமாம். போலீஸ்ல சொல்றதிலே அவமானம்தான் மிஞ்சும்னு ட்ரீட்மென்ட் பண்ணி, ஆறுதல் சொல்லி ஊருக்கு அழைச்சுட்டு வந்துட்டேன். அந்த சம்பவம் ஒரு பெரிய அடியா அவ மனசில இறங்கிடுச்சு. இடிஞ்சு போயிட்டா. ரூமுக்குள்ளேயே அடைபட்டுக்கிட்டு, தான் இனிமே எதுக்கும் பிரயோஜனம் இல்லைனு ஒரு எண்ணத்தை வளர்த்துக்கிட்டா. அவ மனநிலை மாறணும்னு அதுக்கும் வைத்தியம் செஞ்சேன். பெரிய பலன் இல்லை. அப்பதான் நீங்க வேலைக்கு வந்து சேர்ந்தீங்க?”

பாஸ்கர் அதிர்ச்சியில் உறைந்து போய், ஆடாமல் உட்கார்ந்திருந்தான்.

இவர் சொல்வதெல்லாம் உண்மைதானா? இந்த மஞ்சுக்குத்தானா?

“பாஸ்கர், மஞ்சுக்கு உங்க அறிமுகம் கிடைச்சதுமே அவகிட்ட மாற்றங்கள் ஆரம்பமாயிடுச்சி. உங்களோட பேசப்பேச, பழகப்பழக... அது கலகலப்பாகி, தன்னோட இறுக்கத்தை உடைச்சு, அந்த சம்பவத்தையே மறந்து இப்போ கிட்டத்தட்ட பழைய மஞ்சுவாவே மாறிட்டா. அதுக்கு நான் உங்களுக்கு நன்றி சொல்லியே ஆகணும்.”

“என்ன சார் இது, நான் என்ன செஞ்சேன்?”

“என்கூட ஒத்துழைச்சீங்க. அவளோட உணர்வுகளுக்கு மதிப்பு கொடுத்தீங்க... அவ முகத்திலே சிரிப்பு மாறாம பார்த்துக்கிட்டீங்க. போதும். இனிமேயும் சுத்தி வளைக்கலை. நேரா வர்றேன். மஞ்சுவைப் பத்தி உங்க அபிப்ராயம் என்ன?”

“ரொம்ப நல்ல பொண்ணு சார். நல்ல அறிவு படபடன்னு பேசினாலும் எதிரியைப் புண்படுத்தற பேச்சு இல்லை. எப்பவும் தானும் தன்னைச் சுத்தி இருக்கிறவங்களும் கலகலப்பா இருக்கணும்னு நினைக்கிறவங்க. ரொம்ப சோஷியல். நாகரிகத்திலே மோகம். ரொம்ப சுறுசுறுப்பு எதிலேயும். அவங்களுக்குப் போய் இந்த மாதிரின்னு... என்னால இப்பக்கூட நம்ப முடியலை. ரொம்ப கஷ்டமா இருக்கு சார் மனசு.”

“நான் எதிர்பார்த்த ஒரு அபிப்பிராயம் உங்ககிட்டேருந்து வரலை பாஸ்கர்.”

“என்ன எதிர்பார்த்தீங்க..?”

“அது இருக்கட்டும். உங்களைப் பத்தி மஞ்சு என்கிட்ட சொன்ன அபிப்பிராயம் என்ன தெரியுமா? ரொம்ப இனிமையா பழகறவர். கலகலப்பா பேசறவர். பொறுமை அதிகம். பண்பாடும் அதிகம். கடைசியா இன்னிக்கு ஒரு போட்டோல ட்ரிக் பண்ணி ஒட்டினதைக் கொண்டு வந்து காட்டி, ‘ரொம்ப பொருத்தமா

இருக்குதில்லே டாடி'ன்னு கேட்டா. ஆமாம்னு சொன்னேன். பாஸ்கர், மஞ்சுவை நீங்க கல்யாணம் பண்ணிக்கிறீங்களா?"

கௌதமன் இவ்வளவு நேரம் சுற்றி வளைத்ததில் பாஸ்கரால் இந்தக் கேள்வியை ஓரளவு யூகம் செய்ய முடிந்ததால், அவ்வளவு அதிர்ச்சியாய் இல்லை. என்றாலும் உடம்பு முழுக்க ஒரு திடீர் மின்சாரம் பாய்ந்து கொண்டிருந்து.

"சார், நான் வந்து..."

"இருங்க பாஸ்கர், அவசரப்பட்டு எதையும் சொல்லிடாதீங்க. இன்னும் கொஞ்சம் நான் சொல்லிடறேன். உங்க முடிவை, உங்க பதிலை இப்பவே தயவுசெஞ்சு சொல்லிட வேணாம். நாளைக்குச் சொல்லுங்க... அடுத்த வாரம் வேணும்னாலும் சொல்லுங்க. ஆனா, ஒரு விஷயம். விஷயம் இல்லை. கேள்வி. மஞ்சுவுக்கு ஏற்பட்டதை ஒரு விபத்தாதான் நான் நினைக்கிறேன். அதே கருத்துதான் உங்களுக்கும்னு நான் நினைக்கிறேன். சரியா?"

"பாவம், இவங்க என்ன சார் தப்பு பண்ணாங்க? சந்தர்ப்பம் அப்படி! மூணு முரட்டுப் பசங்க முன்னாடி யார்தான் என்ன செய்ய முடியும்? புனிதம் உடம்பு சம்பந்தப்பட்டது மட்டுமில்லை. மனம் சம்பந்தம்தான் முக்கியம். அதெல்லாம் இல்லை சார் பிரச்னை. நான்... வந்து..."

"போதும்... நோ. இதுக்கு மேல எந்த பதிலும் விளக்கமும் இப்போ எனக்கு வேணாம். வாங்க கீழே போகலாம். நிதானமா யோசிங்க. பாஸ்கர், நீங்ககூட நினைக்கலாம். இவருக்கு இருக்கிற வசதிக்கு எத்தனையோ பேர் கிடைப்பாங்களேன்னு உண்மை. ஆனா, பெருந்தன்மையான மனசும் நல்ல பண்புகளும் உள்ளவங்க கிடைக்கிறது கஷ்டம். அதிலேயும்... அவங்களை என் மகளுக்குப் பிடிக்கணும்ங்கிறது முக்கியம் இல்லையா? மஞ்சுவுக்கு உங்களை ரொம்ப பிடிச்சிருக்கு. என்கிட்டே என்ன சொன்னா தெரியுமா? 'நீங்க அவர்கிட்டே உண்மையைச் சொல்லணும்'னா... சொல்லிட்டேன். வற்புறுத்தக் கூடாதுன்னா.

வற்புறுத்தலை. உங்களுக்கு சம்மதம் இருந்தாத்தான் இந்தக் கல்யாணம். இல்லைன்னா வேண்டாம். வாங்க, போகலாம்."

கௌதமனைத் தொடர்ந்து வெளியே வந்த பாஸ்கர். உள்ளுக்குள்ளே ஏகப்பட்ட குழப்பங்களோடு, தடுமாற்றங்களோடு சிந்தனை அலைய... இயந்திர கதியில் நடந்தான்.

மெதுவாக படியிறங்கினான் நேரே அவுட் ஹவுஸ் வந்து, ஃபேனைச் சுழலவிட்டுப் படுக்கையில் விழுந்தான். விட்டத்தைப் பார்த்தான்.

மதுரையில் ரயிலேறியவுடன், ரயில் புறப்பட்டவுடன் வசந்தி சொன்ன வார்த்தைகள், காதுக்கு அருகில் ஒலிந்தன.

"பாஸ்கர், அம்மா வேணாம்... தம்பி வேணாம்... தங்கச்சி வேணாம்... நகை வேணாம்... வசதி வேணாம்...எதுவும் வேணாம். நீங்க ஒருத்தர் போதும்னு புறப்பட்டு வந்துட்டேன். சந்தேகப்பட்டுக் கேக்கலை. என் மன தெம்புக்காகக் கேக்கறேன். என்ன சந்தர்ப்பம் நம்ம வாழ்க்கையிலே வந்தாலும், எந்தச் சூழ்நிலை எப்படி மாறினாலும் நீங்க என்னை விட்டுட மாட்டீங்களே... சொல்லுங்க பாஸ்கர்..."

பாஸ்கர் மின்விசிறியை மீறி வியர்ந்தான்.

காதல் என்பது...

இத்தனை வருடம் இல்லாமல்,

புதிதாகப் பிறந்தநாள்

கொண்டாட ஆரம்பிப்பது!

கிளிப்புகளை நீக்கி நீக்கித் துணிகளை எடுத்தாள் வசந்தி. சாயம் போன சாயங்கால வானத்தில் இரண்டு பட்டங்களின் வால்கள் துடித்துக் கொண்டிருந்தன.

'பாங்' என்று அலறி மின்சார ரயில் கடந்து போய்க் காட்சி முடியும் வரை பார்த்தாள்.

மொட்டை மாடிகளில் நான்கில் மூன்றில் ஆன்ட்டெனாக்கள் தலை நீட்டியிருக்க... சாலையிகளில் போக்குவரத்து நெரிசல் அதிகரித்தது. ஹாரன்கள் விதவிதமாய்.

கைப்பிடிச் சுவரில் சாய்ந்து கொண்டு தன் தெருவைப் பார்த்தாள். நிறைய சைக்கிள்கள் நடமாடின. குழந்தைகளை அடுக்கின ரிக்ஷா ஒன்று, உடம்பு முழுக்க டிபன்பாக்ஸ்களும் பாடப் பைகளும் மாட்டிக் கொண்டு போனது. டயர் வண்டியில் வாழைப்பழச் சீப்புகள்.

வீட்டுவாசலில் சைக்கிளை நிறுத்தி, தந்தி அலுவலர் வீட்டின் எண்ணைச் சரிபார்ப்பதை பார்த்து படியிறங்கி வந்து கதவு திறந்து வெளிப்பட்டாள்.

வெளிப்புறப் படிகள் வழியே மாடி போய் இறங்கி வந்த ஊழியர், "ஏம்மா, மேல் போர்ஷன்லதானே ஸ்ரீராம்ங்கிறவர் இருக்காரு..." என்றார் இவளிடம் வந்து.

"ஆமாம்."

"ரூம் பூட்டியிருக்கு. தந்தி ஒண்ணு வந்திருக்கு. நீங்க ஒப்படைச்சிடறீங்களா..?"

"கொடுத்துடறேன், கொடுங்க..."

கையெழுத்திட்டு வாங்கிக் கொண்டு, பிரித்துச் செய்தி பார்த்தாள்.

YOUR FATHER EXPIRED.

START IMMEDIATELY.

- KOUSALYA

வசந்திக்கு திகைப்பாக இருந்தது. முகவரி பார்த்தாள். ஸ்ரீராமுக்குத்தான். தனக்கு அம்மா, அப்பா ஏற்கெனவே இறந்துவிட்டதாகச் சொன்னாரே... தந்தி கொடுத்தவரின் பெயரைப் பார்த்தாள். கௌசல்யா என்று இருந்தது.

உள்ளே வந்து சுவர்க் கடிகாரத்தில் நேரம் பார்த்தாள். ஆறு ஆக ஐந்து நிமிடங்கள் இருந்தன. ஸ்ரீராம் அலுவலகத்தில் இருந்து வரும் நேரம்தான். ஒரு பத்து நிமிடம் பார்த்துவிட்டு, வரவில்லையென்றால் வெளியே சென்று போன் செய்து சொல்லிவிடலாம் என்று தீர்மானித்தாள்.

மாடியிலிருந்து எடுத்து வந்த துவைத்த துணிகளை மடிக்க ஆரம்பித்தாள்.

கொஞ்ச நேரத்தில் பைக் சத்தம் கேட்டு கதவைத் திறந்து பார்க்க, ஸ்ரீராம் வண்டியை நிறுத்தி ஸ்டாண்ட் போட்டுவிட்டு, ஹெல்மெட்டைக் கழற்றிக் கொண்டு இவளைக் கவனிக்காமல் மாடிப்படிகளை நோக்கி நடக்க...

"ஸ்ரீராம்! உங்களுக்கு ஒரு தந்தி வந்திருக்கு..." என்று உள்ளே சென்று புக் ஷெல்பில் செருகி வைத்ததை எடுத்தாள்.

"தந்தியா?" என்று உள்ளே வந்து, "உங்கள் தலைவலி எப்படி இருக்கு?" என்றான்.

"பரவாயில்லை... இந்தாங்க..."

வாங்கிப் பார்த்தவன். ஒரு நிமிடம் அமைதியாக இருந்தான். ஒரு பதட்டமோ, ஒரு அலறலோ, உடைப்பெடுத்த கண்ணீரோ எதுவும் இல்லை.

யாருங்க இறந்தது... உங்கப்பாவா..?"

"அந்த வார்த்தை வேணாங்க... ரொம்ப மரியாதைப்பட்ட வார்த்தை அது. அப்பான்னா நிறைய அர்த்தங்கள் இருக்கு. நிறைய கடமைகள் இருக்கு. நிறைய எதிர்பார்ப்புகள் இருக்கு. நான் உருவாக காரணமா இருந்த நடேசன்னு ஒரு நபர்னு வச்சிக்கங்களேன்."

“என்னங்க ஸ்ரீராம்! பெத்த அப்பா தவறிட்டார்னு தந்தி வந்திருக்கு. கொஞ்சம்கூடப் பதறாம தத்துவம் பேசறீங்க..? உங்களைப் பெத்தவர்தானே அவரு..?”

“அதைத் தவிர வேற எதையும் செய்யலை அவர்.”

“கௌசல்யா யாரு.?”

“அவரோட மனைவி.”

“உங்கம்மாதானே..?”

“இல்லை... நல்லவேளை, எனக்கு நாலு வயசு இருக்கிறப்பவே அவங்க செத்துப் போயிட்டாங்க...”

“உங்கப்பாவோட ரெண்டாவது மனைவியா இவங்க! சரி, போய் முதல்லே புறப்படற வேலையைப் பாருங்க ஸ்ரீராம்.”

“இல்லைங்க... நான் போகப் போறதில்லை. இவர் என்னிக்கோ செத்துப் போயாச்சு. என்னைப் பொறுத்தவரைக்கும். உங்ககிட்டேகூட அப்படித்தானே சொன்னேன்? நீங்க நினைக்கிற மாதிரி பல்கலைக்கழகம் மாதிரியான குடும்பம் இல்லை என்னது. படு குப்பைங்க... கிளறக் கிளற நாத்தம் தாங்காது... விடுங்க...” என்று ஸ்ரீராம் நகர்ந்தான்.

“நில்லுங்க ஸ்ரீராம். அறிவுரையும் ஆலோசனையும் நீங்க எல்லோருக்கும் சொல்லுவீங்க... ஆனா, பிறர் சொன்னா கேட்டுக்க மாட்டீங்களா... அப்படித்தானே..?”

“நோ... நோ... நான என்ன தப்பே செய்யாதவனா? எல்லாம் தெரிஞ்ச ஞானியா? என்ன செஞ்சேன்? சொல்லுங்க. தாராளமா எனக்கு நீங்க அறிவுரை சொல்லலாம்” என்று திரும்பி வந்து நாற்காலியில் அமர்ந்து கொண்டான்.

வசந்தி துணிகளை மடித்துக் கொண்டே, “உங்களுக்கும் உங்க குடும்பத்துக்கும் நடுவிலே என்ன பிரச்னைன்னு நான் தெரிஞ்சுக்க விரும்பலை. அது உங்க அந்தரங்க விஷயங்கள். உங்க அப்பா உங்களுக்குச் செய்ய வேண்டிய கடமைகளைச்

செய்ய தவறியிருக்கலாம். ஆனா, ஒரு மகன் தன் அப்பாவுக்குச் செய்ய வேண்டிய கடமைகள்னு சிலது இருக்கே...” என்றாள்.

“இருங்க. முதல்ல என் வாழ்க்கையிலே அந்தரங்கமே கிடையாது. எதையுமே மறைக்கிறதில்லை. சந்தர்ப்பம் வரலை. சொல்லலை. இப்போ இது சந்தர்ப்பம். நான் எதிர்பார்த்ததெல்லாம் பணமோ, சொத்தோ இல்லை. கொஞ்சம் அன்பு. கொஞ்சம் என் விருப்பங்களுக்கு மரியாதை. அது எனக்குச் சின்ன வயசிலேர்ந்தே கிடைக்கலை.

அப்பாகிட்டே இல்லாத கெட்ட பழக்கமே இல்லை. தினம் தண்ணி, தினம் சீட்டுக் கச்சேரி. நாலஞ்சு ஊர்ல வப்பாட்டி. கொஞ்சம் நிலம் இருந்திச்சி. வாடகை வர்ற ரெண்டு மூணு கட்டடம் இருந்திச்சி. அம்மாவோட நகைகள் இருந்திச்சி. செலவழிக்கிற வேகம் சம்பாத்தியத்திலே இல்லை. நான் சாப்பிட்டேனா... தூங்கினேனா... பள்ளிக்கூடம் போறேனா... ஒழுங்காப் படிக்கிறேனா... ஊஹீம். எந்தக் கவலையும் பொறுப்பும் கிடையாது.

சித்தி வந்து சேர்ந்தாங்க. அந்தக் கொடுமைகள் எல்லாம் சொன்னா நேரம் பத்தாது. கதைகள்ல வர்ற மாதிரியே இருக்கும். சித்திக்கு ஒரு பையன் பொறந்தவுடனே பத்ரகாளியாகிட்டாங்க. ‘உங்க பையனைக் கண்டிங்க. என்னை வாடி போடின்னு சொல்றான்’ம்பாங்க. அப்பா நடு வீட்ல பெல்ட்டை உருவிக்கிட்டு துரத்தித் துரத்தி அடிப்பாரு. இது மாதிரி நிறைய. என் கண்ல எப்பவும் நீர் வந்துக்கிட்டே இருந்தா அவங்களுக்கு சந்தோஷம்.

மென்மையான விஷயங்கள்தான் எனக்கு இஷ்டம். கவிதை படிப்பேன். எழுதிப் பார்ப்பேன். பாடம் படிக்காம எதை எதையோ படிக்கிறான்னு அப்பாகிட்டே சொல்லி, அவர் வெந்நீர் அடுப்புல போட்டு எரிச்சார் என் கவிதைகளை. காலேஜீக்குப் போக விடாம தடுத்தாங்க. கடைசிலே ‘பெண்டாட்டிதாசன் ஒழிக!’னு வாசல் சுவத்திலே எழுதினேன். புரட்டி எடுத்துட்டாரு. அன்னிக்கு ராத்திரிதான் வீட்டை விட்டுப் புறப்பட்டேன்.

சொந்தக்காரங்க வீடு, நண்பர்கள் வீடு, ஹாஸ்டல்னு தங்கி, ஓவியக் கல்லுரிலே ஓவியம் படிச்சேன். ரெண்டு வருஷம் வேலை கிடைக்கலை. சுவத்திலே, 'இங்கே சிறுநீர் கழிக்காதீர்கள்'னு எழுதற வேலை எல்லாம் செஞ்சிருக்கேன். அப்புறம்தான் வேலை கிடைச்சது. நடுவிலே எத்தனையோ தடைவ எத்தனையோ பேர் வந்து ஊருக்குக் கூப்பிட்டாங்க... மறுத்துட்டேன். இப்போ தந்தி கூப்பிடுது..."

கேட்டுக் கொண்டிருந்த வசந்தியின் மனத்தில் ஒரு திடீர் பாரம் வந்து உட்கார்ந்தது.

"எவ்வளவு காயங்கள் இவனுக்குள். சொன்னது குறைவு. இன்னும் சொல்லாமல் எவ்வளவு வேதனைகள்! சோதனைகளும் சோகங்களும் பெண்களுக்கு மட்டுமல்ல, சில ஆண்களுக்கும் உண்டோ? அதுதான் ஒரு நல்ல நட்புக்காக இத்தனை தவிப்பும் தாகமுமா? அதனால்தான் உண்மையான அன்புக்கு இவ்வளவு ஏக்கமா?"

"ஆக, நீங்க போகப் போறதில்லைன்னு முடிவு செஞ்சுட்டீங்க..." என்றாள்.

"எப்படிங்க போறது..? எதுக்குப் போகணும்? கடைசியா ஒரு தடைவ முகத்தைப் பார்க்கவா? அப்படியெல்லாம் ஒரு ஆசையோ, ஏக்கமோ எனக்கு ஏற்படலை. பாருங்களேன். உங்ககிட்டே வாதம் பண்ணிக்கிட்டு நிக்கிறேன். எனக்குள்ளே இந்த தந்தி எந்த பாதிப்பையும் ஏற்படுத்தலையே... அழுகை வரலைங்க. என்னால வேஷம் போட முடியாது. செயற்கையா ஒப்பாரி வைக்க முடியாது. எதுக்காகப் போகணும்..?"

"கொள்ளி வைக்க..." என்றாள்.

"யார் வச்சாலும் விறகு எரியும்ங்க. சித்தியோட புள்ளை இருக்கான். அவன் வைப்பான். நான் போனா ஆத்திரமாகி ரகளையாயிடும்."

"அதெல்லாம் ஒண்ணும் ஆகாது. போயிட்டு வாங்க..."

"ஏன் இதிலே நீங்க இவ்வளவு வற்புறுத்தறீங்க வசந்தி..?"

"சாவுங்கிறது பெரிய விஷயங்க. உங்களுக்கு எவ்வளவோ கசப்பு மனசில இருந்தாலும், ஸ்ரீராம்ங்கிற ஒரு மனுஷன் உருவாகக் காரணமாயிருந்த ஒரு மனுஷனா நினைங்க... அப்பாங்கிற வார்த்தை வேணாம்... போயிட்டு வாங்க. என்னமோ தெரியலை, உங்க பிடிவாதம் எனக்குப் பிடிக்கலை. அத்துமீறி உரிமை எடுத்துக்கிறதா நினைக்க வேணாம். என் வார்த்தைக்கு மதிப்புக் கொடுத்தாவது போயிட்டு வாங்க."

கொஞ்ச நேரம் அமைதியாக இருந்தான் ஸ்ரீராம். பார்வையை மட்டும் உயர்த்தி, அவள் முகத்தைப் பார்த்தான். எழுந்துக்கொண்டான்.

"போறேன் வசந்தி..." என்று சொல்லிவிட்டுப் போனான்.

ஸ்ரீராம் ஒப்புக் கொண்டது, தனது பிடிவாதத்தைத் தளர்த்திக் கொண்டது, தன் வார்த்தைக்கு மதிப்புக் கொடுத்தது, மனதுக்கு நிறைவாய் இருந்தது வசந்திக்கு. அவன்மேல் வைத்திருந்த மதிப்பும் அபிமானமும் சடாரென்று பெருகியது.

"சார், நீங்க ரொம்ப பிஸியான எழுத்தாளர்ங்கறதை மறக்கலை. ஒவ்வொரு அத்தியாயத்துக்கும் இப்படி லேட் பண்ணினா எப்படி? எல்லா வேலைகளும் தொடர்ந்து தாமதமாகும்னு உங்களுக்குத் தெரியாதா? போன வாரமும் உங்க கதை அத்தியாயம் கடைசி நிமிஷத்திலே வந்திச்சு. ராத்திரி ரெண்டு மணி வரைக்கும் உட்கார்ந்து வேலை பார்க்க வேண்டியதாயிடுச்சு. இன்னும் ஒரு மணி நேரத்திலே அனுப்பிடுங்க."

வெங்கடேஷ் போனை வைத்துவிட்டுப் பெருமூச்சு விட்டான். அறையைவிட்டு வெளியேறி, ஹாலில் இருந்த வாட்டர் கூலரில் தண்ணீர் பிடித்துக் குடித்தான்.

அலுவலகம், கிட்டத்தட்ட காலியாகிவிட்டது. ஒன்றிரண்டு பேர் தங்கள் மேஜையின் டிராயர்களைப் பூட்டிப் புறப்பட்டுக் கொண்டிருந்தார்கள்.

ராமமூர்த்தி டாய்லெட்டிலிருந்து வெளிப்பட்டு, “என்ன வெங்கடேஷ், புறப்படலையா..?” என்றார்.

“பையன் போய் ரெண்டுமணி நேரமாச்சு. இந்த வாரத்துக்கு தொடர்கதைக்கு மேட்டர் இன்னும் வரலை. இப்பதான் போன்ல பேசினேன். இதோ எழுதிட்டேன்னார்.”

“அப்ப சிவராத்திரிதானா உங்களுக்கு..? வரட்டுமா? எடிட்டர் போயாச்சா..?”

“இன்னும் இல்லை. ‘போறதுக்கு முன்னாடி வந்து பாருங்க. முக்கியமான விஷயம்’னு சொன்னார். என்னன்னு தெரியலை. போய்ப் பார்த்துட்டு வந்துடறேன்.”

வெங்கடேஷ் படிகள் ஏறி மாடிக்கு வந்தான். கதவைத் தட்டிவிட்டு, எடிட்டரின் அறைக்குள் வந்தான். இரண்டு மூன்று டிரான்ஸ்பரன்சிகளை மேஜை விளக்கின் ஒளியின் குறுக்கே பிடித்துப் பார்த்துக் கொண்டிருந்தார்.

“உக்காருங்க வெங்கடேஷ் ...” என்றவர், ஒலித்த டெலிபோனை எடுத்து, “என்ன கும்பகோணம் காலா..?”

“சார், நான் புக் பண்ணியிருந்தேன். ரூம்ல இல்லைன்னதும் இங்கே கனெக்ஷன் கொடுத்துட்டாங்க” என்ற வெங்கடேஷ் வாங்கிக் கொண்டு, “ஜானகிதானே, நான்தான் பேசறேன். எப்படி இருக்கே..? ரெகுலரா செக்கப் போய்க்கிட்டிருக்கியா..? ஒரு வாரம் தபாலே இல்லையேன்னுதான் போன் போட்டேன். நானா..? வர்றேன். இப்ப முடியாது. அடுத்த வாரத்திலே சனி, ஞாயிறு முடிஞ்சா வர்றேன். உறுதியா லெட்டர்ல எழுதறேன். அப்புறம்... அங்கே எல்லாரும் நல்லா இருக்காங்களா..? சரி, சரி, அவசியம் வர்றேன். வச்சிடட்டுமா..?” என்று வைத்தான்.

“என்ன, வரச் சொல்றாங்களா...? ரெண்டு நாள் லீவு போட்டுட்டுப் போயிட்டு வாங்களேன் வெங்கடேஷ்” என்று சிரித்தார் எடிட்டர்.

“அடுத்த வாரம் போகணும்னு இருக்கேன்.”

“வெங்கடேஷ், உங்களுக்கு ஒரு சந்தோஷமான செய்தி..”

“என்ன சார்..?”

“இன்னும் ரெண்டு வாரத்திலே இந்தத் தொடர் முடியுதா..? இடைவெளி விடாம ஒரு தொடர் ஆரம்பிக்கணும். புதுத் தொடரை நீங்களே எழுதறீங்க..?”

“சார் நானா..?”

“யெஸ். நீங்க கொடுத்த உங்க சிறுகதைத் தொகுப்பை முழுக்கப் படிச்சதுமே தீர்மானிச்சுட்டேன். நல்ல ஒரு காதல் கதையா எழுதுங்க. தீம் யோசிச்சு, அடுத்த வாரம் சொல்லுங்க. டிஸ்கஸ் பண்ணி உறுதி செஞ்சுடலாம்.”

“சார், ரொம்ப ரொம்ப தாங்க்ஸ்..!”

“திறமைக்கு மரியாதை கொடுத்தே ஆகணும். புனைபெயர் எல்லாம் தேவையில்லை. வெங்கடேஷ் னு பேர் போட்டே எழுதுங்க” என்று எழுந்து, கைகளைக் கோத்து உயர்த்திச் சோம்பல் முறித்துவிட்டு, “நான் வீட்டுக்குப் புறப்பட்டேன்...” என்று மணியடித்து, பையனை அழைத்தார்.

“இந்த வாய்ப்புக்கு ரொம்ப நன்றி சார்!” என்று உற்சாகமாக சொல்லி எழுந்து கொண்டான்.

தன் அறைக்கு வந்து மேஜையின் மேல் இருந்த பொருட்களை ஒழுங்குபடுத்தினான். வீட்டுக்குப் போகும்போது, பட்டை சாக்லேட்டுகள் வாங்கிக் கொண்டு போய் ஸ்ரீராமிடமும், வசந்தியிடமும் சொல்ல வேண்டும் என்று தீர்மானித்தான். கொஞ்சம் முன்னால் சொல்லியிருந்தால் போனிலேயே ஜானகியிடம் சொல்லியிருக்கலாம்.

உடனே ஒரு இன்லண்ட் கடிதம் எடுத்து எழுத ஆரம்பித்தான்.

டெலிபோன் அழைக்க எடுத்தான்.

“சார், உங்களைப் பார்க்க பாஸ்கர்னு உங்க ஃப்ரெண்டு வந்திருக்கார்.”

“வரச் சொல்லுங்க. போர்டை மூடிட்டு நீங்க புறப்படலாங்க. நேரமாச்சே.”

எழுத ஆரம்பித்த கடிதத்தை மடக்கி வைத்தான். பேனாவை மூடி ஸ்டாண்டில் செருகினான்.

பாஸ்கரை இப்போதெல்லாம் போனில் பிடிப்பதே அபூர்வமாகியிருக்க... தேடிக்கொண்டு நேராகவே வந்திருக்கான் என்றால், நிச்சயம் ஏதோ விஷயம் உண்டு. பாஸ்கர் இப்போது செய்தி இல்லாமல் போன் செய்வதோ விஷயம் இல்லாமல் சந்திப்பதோ கிடையாது.

ஷூக்கள் சப்திக்க, வாசனையாக, கையில் சுழற்றின் கார் சாவியுடன் உள்ளே வந்தான் பாஸ்கர்.

“வாப்பா, பரவாயில்லையே! நினைவு வச்சிருக்கியே என்னை...” என்றான் வெங்கடேஷ்.

“என்ன பண்றது வெங்கடேஷ்... வேலை ரொம்ப டைட்டு... என்ன ஆபீஸ் பூரா காலியா இருக்கு. நீ மட்டும் உட்கார்ந்திருக்கே..?”

“ஒரு மேட்டர் வந்து, அதை ப்ரஸ்ஸீக்கு அனுப்பிட்டுத்தான் நான் புறப்படணும். அப்புறம் ஒரு செய்தி, எங்க பத்திரிக்கையே நான் ஒரு தொடர்கதை எழுதப் போறேன் பாஸ்கர்.”

அவன் கையைப் பற்றி குலுக்கி, “வாழ்த்துக்கள்” என்று சொன்ன பாஸ்கர், “இதே மாதிரி நீயும் எனக்கு வாழ்த்துகள் சொல்லணும்னு விரும்பறேன்...” என்றான்.

“சொல்லிட்டாப் போச்சு. என்ன விஷயம்..?”

“என்னோட முதலாளி பொண்ண மஞ்சுவைத் தெரியுமில்லே. அவளை நான் கல்யாணம் பண்ணிக்கிறதா தீர்மானிச்சிருக்கேன்...” என்றான் அமைதியாக, மேஜையைப் பார்த்துக்கொண்டு.

காதல் என்பது...

பக் பக் என்னும் இதயத்துடன்

பயந்து பயந்து

பிக்னிக் போவது!

வெங்கடேஷ் பதறிப் போய் மேஜை மேல் வைத்திருந்த பாஸ்கரின் கைகைப் பற்றி அசைத்துக் கேட்டான், "எந்த எந்த விஷயத்திலே விளையாட்டாப் பேசறதுன்னு இல்லையா பாஸ்கர்? அப்படியே ஆடிப் போய்ட்டேன். சும்மாதானே சொன்னே?"

பாஸ்கர், ஸ்டாண்டில் இருந்து பேனா எடுத்து, முனை பிதுக்கி, மறுபடி உள்ளே இழுத்துக்கொண்டு,

"இல்லை வெங்கடேஷ்... நான் விளையாட்டுக்குச் சொல்லலை. உண்மையாத்தான் சொல்றேன். சீரியஸாத்தான் சொல்றேன். ரெண்டுநாள் யோசனைக்கு அப்புறம்தான் தீர்மானிச்சேன்..." என்றான்.

"பாஸ்கர், என் முகத்தைப் பார்த்துச் சொல்லு, என்னடா சொல்றே?"

"பதறாதே... என் மனசும் முதல்ல பதறிச்சு... அப்புறம் சரியாயிடுச்சு. விவரமா சொன்னாதான் என்னை உன்னால புரிஞ்சுக்க முடியும்."

கன்னத்தில் கை தாங்கி அவனை எரிப்பதுபோல் பார்த்துக்கொண்டு அமைதியாய் இருந்தான் வெங்கடேஷ்.

"நீ கோபப்படறது, ஆத்திரப்படறது எல்லாம் நியாயம். அதே மாதிரி நான் எடுத்திருக்கிற முடிவும் நியாயம். மஞ்சு என்னை நேசிக்கிறா... அவ அப்பாவும் என்னை மாப்பிள்ளையாக்கிக்க முழு மனத்தோட விரும்பறார். மஞ்சு ஒரே பொண்ணு. கௌதமன் சாரோட எல்லா சொத்துகளுக்கும் ஒரே வாரிசு? கிட்டத்தட்ட ரெண்டரை கோடி ரூபாய் சொத்துக்கள்! இந்தச் சூழ்நிலையிலே நீயா இருந்தாலும் இந்த முடிவைத்தான் எடுப்பே வெங்கடேஷ்."

"முடிச்சிட்டியா, இன்னும் இருக்கா?"

"அப்போ வசந்தியோட நிலைமை என்னன்னு நீ கேக்கறதுக்கு முன்னாடியே பதில் சொல்லிடறேன். வேலை பார்க்கறா சம்பாத்தியம் வருது. ஏதாவது பெண்கள் விடுதியில் சேர்ந்து கொஞ்சநாள் இருக்கலாம். மனசு ஆறினதும் கல்யாணம்

பண்ணிக்கலாம். இல்லைன்னா தன் அம்மா வீட்டுக்கே திரும்பப் போகலாம்."

"ம்... அப்புறம்?"

"நீதான் எனக்கு உதவி செய்யணும்..."

"என்ன செய்யணும் சொல்லு... வசந்தி தலையிலே பெட்ரோல் ஊத்திக் கொளுத்திடட்டுமா? பிரச்னையே இருக்காது பாரு!"

"ஆத்திரப்படாதே வெங்கடேஷ்... என் நிலைமையை யோசி."

"என்னடா உன் நிலைமை..? ராஸ்கல்! நீயெல்லாம் ஒரு மனுஷனாடா? மஞ்சுவைப் பத்தி நீ அப்பப்போ கமென்ட்ஸ் சொன்னப்பல்லாம்கூட எனக்கு லேசா ஒரு கவலை இருந்திச்சு. இது சும்மா விளையாட்டுக் குணம்னு நம்பினேன். இப்போ... பாஸ்கர், எப்படிடா உனக்கு மனசு வருது? உன்னையே நம்பி வந்தாளேப்பா அந்தப் பொண்ணு. இந்தத் துரோகத்தை எப்படிடா உன் மனசு ஏத்துக்குது?"

"வெங்கடேஷ், இது எப்படி துரோகம் ஆகும் ஒருவேளை, நான் வசந்தியோட அத்துமீறிப் பழகிட்டு, அனுபவிச்சிட்டுக் கைவிட்டா அது துரோகம்."

"மாஞ்சி மாஞ்சி காதல் செஞ்சியேடா... எந்தவிதப் பிடிப்பும் இல்லாம, அவ வேணும், அவளோட இணைஞ்ச வாழ்க்கை வேணும்னு வீட்டைவிட்டுப் பிரிச்சு அழைச்சுட்டு வந்தியேடா..."

"இல்லைன்னு சொல்றேனா..? வயசு அப்படி... ரத்தம் அப்படி... சபலங்கள் சகஜம்."

"டேய், டேய்... ஏண்டா இப்படி எல்லாம் பேசறே? காதல்ங்கிறது சபலமா? எவ்வளவு தீவிரமா பேசினே என்கிட்டே. நீ அன்னிக்கு இப்படி ஓடி வந்தது தப்புன்னு நான் பேசினப்போ, காதலைப்பத்தி எனக்குத் தெரியாதுன்னு உருகி உருகி எவ்வளவு சொன்னே... வயசு அப்படியா? இப்போ திடீர்னு வயசு கூடிடுச்சா? புதுசா பக்குவம் வந்துடுச்சா?"

"இல்லை. விவேகம் வந்துடுச்சி..."

வெங்கடேஷ் எழுந்து, மேஜையைச் சுற்றிக் கொண்டு அவனிடம் வந்து, "ஆத்திரமா பேசி உன்னை இப்போ வெளியே அனுப்பிடறதை நான் விரும்பலை. எப்போ உனக்கு வசந்தியே வேணாமோ, அப்புறம் வேற எதுதான் வேணும்? யார்தான் வேணும்? என்னோட நட்பு உனக்குப் பெரிய விஷயமா, என்ன? ப்ளீஸ்... உன்னை கெஞ்சிக் கேட்டுக்கறேன். அந்தப் பொண்ணுக்குத் துரோகம் செய்யாதே. வாழ்க்கைல கல்யாணம் ஒரு தடவைதான் பாஸ்கர்."

"அதே மாதிரி சந்தர்ப்பமும் ஒரு தடவைதான் வரும் வெங்கடேஷ். இப்டோ தொடர்கதை எழுதற வாய்ப்பை நீ வேணாம்னு சொல்வியா?"

"ஏன் சொல்லணும்?"

"அது மாதிரிதான் நானும். ஒரு பொன்னான வாய்ப்பை நான் எப்படி உதற முடியும்?"

"முட்டாள்தனமா பேசாதேடா... நான் ஒப்புக்கிறதாலே யாருக்கும் எந்த பாதிப்பும் இல்லை. நீ தனியாளா இருந்தா உன் முடிவு சரி. உன்னோட வாழத் துடிச்சி, உன்னை முழுக்க முழுக்க நம்பி ஒருத்தி வந்திருக்கிறப்போ, நீ எப்படி இந்த முடிவு எடுக்க முடியும்?"

"வெங்கடேஷ், என் கோணத்திலே நீ பிரச்னையைப் பார்க்க மாட்டேங்கிறே... கொஞ்ச நஞ்சம் இல்லை. ரெண்டரை கோடி ரூபாய் சொத்து இந்தக் கல்யாணத்திலே என்னைச் சேருது. என் வாழ்க்கையிலே நான் சம்பாதிச்சுட முடியுமா? காதல் பெரிசுதான். அதுக்காக நாங்க அவசரப்பட்டு உடனே கோயில்ல மாலை மாத்தி, தாலி கட்டி இணைய விரும்பலையே... ஏன்? வாழ்க்கைக்கு ஒரு ஆதாரம் வேணும்... நிலையான வருமானம் வேணும்னு காத்திருந்தோம். அது விவேகம். இப்போ அட்டகாசமா ஒரு எதிர்காலம் என்னைக் கை நீட்டிக் கூப்பிடறப்போ அதை

விரட்டி விட்டுட்டு, ஒவ்வொரு மாசமும் ஒண்ணாந்தேதி எப்போ வரும்னு எதிர்ப்பார்த்துட்டு இருக்கிறது புத்திசாலித்தனமா? நினைச்சுப் பாரு. எவ்வளவு வசதிகள்... எவ்வளவு மரியாதைகள்... சொடுக்கினா ஓடிவர, எத்தனை வேலைக்காரங்க. என்னோட கற்பனையையும் மீறின வாழ்க்கைடா."

அமைதியாய் நின்றான் வெங்கடேஷ்.

என்ன சொல்வது என்றே புரியவில்லை. பணம் பணம் என்று மனது அலைபாய்கிறது. சுத்தமாகத் தடுமாறி விழுந்துவிட்டான். பிரும்மாண்டமான பணத்தின் முன்னால் மனசாட்சியைக் கொன்றுவிடத் தயாராகிவிட்டான். எதைப் பற்றியும் கவலைப்படுவதாய் தெரியவில்லை.

"வெங்கடேஷ், நான் எடுத்த முடிவு சரியானதுன்னு உடனே உன்னால உணர முடியாது. ஒரு சமயம் நிச்சயம் உணர்வே. அடுத்த வெள்ளிக்கிழமை கல்யாணம். ஆடம்பரம் வேணாம்னு சொல்லிட்டேன். பங்களாலயே, எளிமையா, குறிப்பிட்ட விருந்தினர்களைத்தான் அழைக்கிறோம்."

பொறுமையாய்க் கேட்டுக் கொண்டிருந்த வெங்கடேஷ் திடீரென்று உஷ்ணமாகி, பாஸ்கரின் சட்டையைக் கொத்தாகப் பிடித்து முறுக்கி, "ராஸ்கல்! சரியான பணப் பொறுக்கிடா நீ. இந்தக் கல்யாணத்தை நீ பண்ணிக்கக் கூடாது. உறுதியா சொல்றேன். கூடாது" என்று அலறினான்.

"கையை எடு வெங்கடேஷ்."

எடுக்காமல், "வசந்தி பாவம்டா... சின்னப் பொண்ணுடா... உன்மேல உயிரையே வச்சிருக்குடா. உன்மேல ரொம்ப நம்பிக்கையா இருக்குடா. ரொம்ப பொஸசிவ்டா அந்தப் பொண்ணு. வசந்தி மாதிரி ஒரு மனைவி உனக்குக் கிடைக்கமாட்டா..." என்று தொடர்ந்து வெறியாய் கத்தினான்.

"சட்டையை விட்டு முதல்ல கையை எடு!"

"மாட்டேன். சொல்லு. பதில் சொல்லு. வசந்திக்குப் பதில் சொல்லு."

"சட்டையை விடு, சொல்றேன்."

வெங்கடேஷ் சட்டையை விட்டதும், பாஸ்கர் எழுந்தான்.

என்னையே நம்பி வந்தா, என்னையே நம்பி வந்தானு திருப்பித் திருப்பிச் சொல்றியே... வாழ்க்கையிலே எதுடா உத்தரவாதம்? கார்ல போறப்போ விபத்து ஏற்பட்டு நான் செத்துப் போய்ட்டேன்னு வச்சுக்க. வசந்தி என்ன செய்வா? அழுவா. எத்தனை நாளைக்கு அழுவா? மனசு சமாதானமாகி கொஞ்ச நாளைக்கப்புறம் ஒரு கல்யாணம் பண்ணிக்க மாட்டாளா? இல்லை, வாழ்க்கை பூரா வெள்ளைச் சேலை கட்டிக்குவாளா? தாலி கட்டாமலேயே நான் விதவைன்னு தமிழ் சினிமா வசனம் பேசுவாளா? வாழ்க்கையை லட்சியக் கண்ணோட்டத்தோட பார்க்காதே. யதார்த்தமா பாரு... வசந்தியை நான் நேசிக்கிறேன். உண்மை. மஞ்சுவையும் நான் நேசிக்கிறேன். அதுவும் உண்மை. ரெண்டுல எது சிறந்ததுன்னு கேள்வி வர்றப்போ... எனக்கு லட்சியவாதி பட்டம் எல்லாம் வேணாம். பிராக்டிகலாவே சராசரி மனுஷனாவே நடந்துட்டுப் போறேன். என்னைத் திட்டு... என்னைப் பத்தி ஊரெல்லாம் கேவலமா பேசு... எனக்குக் கவலை இல்லை... நான் முடிவு எடுத்திருக்கிறது எனக்கு நியாயமாகத்தான் படுது" என்று சொல்லிவிட்டு வேகமாக வெளியேறியவன்...

மறுபடி திரும்பி வந்தான்.

"வசந்திக்கு நீதான் சமாதானமா எடுத்துச் சொல்லணும். நியாயம் கேக்கறேன்னு எதாச்சும் பிரச்னை பண்ண நினைச்சா, அதை எப்படிச் சந்திக்கிறது, சமாளிக்கிறதுன்னு எனக்குத் தெரியும்."

பாஸ்கர், வெளியேறி காரின் சத்தம் கரைந்தும், அப்படியே நின்று கொண்டிருந்தான் வெங்கடேஷ்.

மனசு முழுக்க பரபர என்று இருந்தது. எவ்வளவு பெரிய கொடுமை! சுத்த அயோக்கியத்தனம். எப்படி இதை வசந்தியிடம்

சொல்வது? எப்படி இதைத் தாங்குவாள்? உடைந்து போய், மனம் வெறுத்து ஏதாவது விபரீதமாகச் செய்து கொண்டுவிட்டால்..? பேதை மனது...

கௌதமன் பழகின வரையில் மிகவும் பண்பானவர். நல்லது, கெட்டது அறிந்தவர். நியாயஸ்தர். எப்படி இந்த முடிவுக்கு வந்தார்? இவன் ஆரம்பத்தில் இருந்தே தன் காதலைப் பற்றி அவரிடம் சொல்லவே இல்லை.

இந்த நிமிடம் கௌதமனுக்குப் பாஸ்கரின் காதல் விவகாரமோ, வசந்தியோடு அவன் வந்த விவரமோ தெரியாது.

தெரிந்தால்?

என்ன செய்வார்?

பாஸ்கரின் சுயரூபம் தெரிந்து கொள்வார். நியாயம் உணர்வார். கல்யாணத்தை நிறுத்துவார். நிச்சயம் இதைச் செய்வார்.

வெங்கடேஷ் உடனே டெலிபோனை எடுத்தான்.

“ஹலோ, கௌதமன் சார் இருக்காரா?”

“ஒரு நிமிஷம்...”

காத்திருந்தான்.

“வீட்ல இருக்கார் சார்...”

உடனே வீட்டு எண்ணை முயன்றான்.

யாரோ வேலைக்காரன் எடுத்து, “அய்யா வெளியே புறப்பட்டுக்கிட்டு இருக்கார். உங்க பேரென்ன, சொல்லுங்க” என்றான்.

“வெங்கடேஷ் ன்னு சொல்லுங்க. அவருக்குத் தெரியும்.”

சற்று நேரத்தில், “ஹலோ, நான்தான் கௌதமன்.”

“சார், குட் ஈவினிங்.”

“குட் ஈவினிங். என்ன விஷயம் சொல்லுங்க?”

"சார், நான் உங்களைச் சந்திக்கணும்."

"ராத்திரி எட்டரைக்கு மேல வீட்டுக்கு வாங்களேன்."

"இல்லை சார். வீட்ல சந்திக்க விரும்பலை."

"அப்ப காலைல ஆபீசுக்கு வர்றீங்களா?"

"ஆபீஸ்லயும் வேணாம். வேற எங்காவது வெளியிடத்திலே சந்திச்சு ஒரு முக்கியமான விஷயம் பேசணும்."

"அப்படியா? இப்போ நான் கிளப்புக்குத்தான் போய்க்கிட்டிருக்கேன் பாண்டிபஜார் தாண்டி காஸ்மோபாலிட்டன் கிளப். ராணி சில்க்ஸ் பக்கத்திலே. தெரியுமா?"

"தெரியும் சார். நான் புறப்பட்டு வர்றேன்."

"வாங்க, சந்திக்கலாம்."

வெங்கடேஷ் போனை வைத்துவிட்டு வாட்ச்மேனைக் கூப்பிட்டு, "பையன் வருவான். ஒரு கவர் தருவான். வாங்கி என் மேஜை மேல வச்சிடுங்க. நான் ஒரு மணி நேரத்திலே திரும்பி வருவேன்" என்று சொல்லிவிட்டு, ஹெல்மெட் எடுத்துக்கொண்டு வெளியே வந்தான்.

ஸ்கூட்டரை எடுத்துக்கொண்டு சாலையில் கலந்தான்.

கௌதமனிடம் விவரமாக எல்லாவற்றையும் எடுத்துச் சொல்லிடவிட வேண்டும். இதனால் பாஸ்கர் ஆத்திரமடைவான். என்மேல் கோபமடைவான். பரவாயில்லை. கௌதமனை விட்டே அவனுக்குப் புத்தி சொல்லச் சொல்லி... அவர் முன்னிலையிலேயே வசந்தியைத் திருமணம் செய்து வைத்துவிட வேண்டும்.

குறிப்பிட்ட கிளப்பை அடையாளம் கண்டு, ஏராளமான கார்களுக்குப் பக்கத்தில் ஸ்கூட்டரை நிறுத்திப் பூட்டிக் கொண்டான்.

கட்டட வாசலில் ஒரு வாட்ச்மேன் தடுத்தார்.

"நீங்க மெம்பர் இல்லை போலிருக்கே?"

“இல்லை. ஒருத்தரைப் பார்க்க வந்தேன்.”

“அப்போ விசிட்டர்ஸ் ஹால்ல உக்காருங்க. யாரைப் பார்க்கணும்னு சொல்லுங்க. போய் சொல்றேன்.”

“மிஸ்டர் கௌதமன்னு... உரக் கம்பெனி...”

“தெரியும், தெரியும்... போய் அங்கே உக்காருங்க. அதான் ஹால்.”

காட்டப்பட்ட சின்ன ஹாலில் வட்டமாய் குஷன் நாற்காலிகளும், நடுவில் அதே நிறத்தில் டீப்பாயும், அதன்மேல் பீங்கான் வாஸில் பிளாஸ்டிக் மலர்களும் இருந்தன.

அமர்ந்து, எப்படி ஆரம்பிப்பது என்று ஒத்திகை பார்த்துக் கொண்டான்.

சில நிமிடங்களில் கௌதமன் வந்தார். கையில் புகையும் சிகரெட் வைத்திருந்தார்.

“என்னங்க வெங்கடேஷ், என்ன ரகசியம் சொல்லப் போறீங்க சொல்லுங்க?” என்று சிரித்துவிட்டு, எதிரே அமர்ந்தார்.

“சார், உங்க பொண்ணுக்கு...”

“ஆமாங்க. நானே சொல்ல இருந்தேன். நீங்க ஆரம்பிச்சுட்டீங்க, மஞ்சுவுக்கு உங்க ஃபிரெண்ட் பாஸ்கரைப் பிடிச்சுப் போச்சு... எனக்கும் பிடிச்சப் போச்சு. நைஸ் பாய். பாஸ்கர் சொன்னாரா? நான் முடிவு பண்ணினது சரிதானே?”

“சார், அதிலே ஒரு சிக்கல் இருக்கு.”

“என்ன சிக்கல்?”

“பாஸ்கர் ஏற்கெனவே...”

“ஏற்கெனவே... என்ன? கல்யாணமானவரா?”

“இல்லை சார். ஏற்கெனவே ஒரு பொண்ணை நேசிச்சி...”

“அந்தப் பொண்ணோட மதுரையிலேர்ந்து புறப்பட்டு உங்க வீட்டுக்கு வந்து தங்கிட்டார். அந்தப் பொண்ணு பேரு வசந்தி. அதைத்தானே சொல்றீங்க?” என்றார் கௌதமன்.

காதல் என்பது...

சந்தோஷமானது - கல்யாணப் பேச்சை

எடுக்கும் வரை!

கௌதமனின் முகத்தை ஆச்சரியமாகப் பார்த்தான் வெங்கடேஷ்

"சார்... உங்களுக்கு..."

"எல்லாம் தெரியும்... பாஸ்கரே சொல்லிட்டார். விவரமா சொன்னார் 'ஒரு சபலம்... இள ரத்தத்தோட வேகம்... கூட அழைச்சுட்டு வந்துட்டேன். ஆனா, தப்பு எதுவும் செஞ்சதில்லை'ன்னு உண்மைய ஒப்புக்கிட்டார். அந்த நேர்மை எனக்குப் பிடிக்கும்."

"சார், இது எவ்வளவு பெரிய துரோகம்? நீங்களே சொல்லுங்க..."

"இருங்க வெங்கடேஷ்... படபடக்காதீங்க. எதையும் ரொம்ப முக்கியத்துவம் கொடுத்துப் பார்க்கக்கூடாது. இப்ப என்ன? அந்தப் பொண்ணு வேலைக்குப் போகுது. இல்லையா? பாஸ்கர் சொன்ன மாதிரி ஒரு லேடீஸ் ஹாஸ்டல்ல சேர்த்து விட்டுடுங்களேன்."

திக் என்றது வெங்கடேஷ்க்கு. நியாயம் புரிந்தவர் என்று இவரிடம் வந்தால், பாஸ்கர் மாதிரியே இவரும் பேசுகிறாரே...

"என்ன சார் நீங்க இப்படிச் சொல்றீங்க? பாஸ்கரையே நம்பி வந்துருக்கா சார் அந்தப் பொண்ணு..."

"யாரும் யாரையும் நம்பி நிரந்தரமா வாழ முடியாதுங்க வெங்கடேஷ். எதுக்குமே உலகத்திலே உத்தரவாதம் இல்லை. பாஸ்கரோட வாழணும்னு விரும்பிக்கூட ரயிலேறி வந்தா. அது முடியலைங்கிறப்போ மனசை மாத்திக்க வேண்டியதுதான்."

"எப்படி சார் முடியும்?"

"ஏன் முடியாது? இப்போ பாஸ்கரோட மனசு மாறலையா?"

"நீங்கதான் சார் அவனை மாத்திட்டீங்க..."

"அப்படியே வச்சுக்கங்களேன்... பாஸ்கரை எனக்குப் பிடிச்சிருந்தது. என் மகளுக்குப் பொருத்தமானவரா நினைச்சேன். என் மகளோட பழகவிட்டேன். ரெண்டுபேரும் இப்போ ஒருத்தரையொருத்தர் விரும்பறாங்க."

"பாஸ்கர் விரும்பறது உங்க பணத்தை மட்டும்தான்."

"இல்லை. பணம் தடுமாற்றத்தைக் கொடுத்தது உண்மை. ஆனா, என் பொண்ணை பாஸ்கர் நேசிக்கிறார். அவளைக் கடைசி வரைக்கும் நல்லா வச்சிக்குவார். அதுக்கு என் பணம் உதவும். இந்தக் கல்யாணத்தைத் தடை செய்ய விரும்பாதீங்க வெங்கடேஷ்" என்றார் கௌதமன், தரையைப் பார்த்துக் கொண்டு.

"என் முகத்தைப் பார்த்துப் பேசுங்க சார். உங்களைப் பத்தி நான் எவ்வளவோ உயர்வா நினைச்சிக்கிட்டிருந்தேன். பாவம் சார் அந்தப் பொண்ணு..."

நிமிர்ந்தார் கௌதமன். இப்போது அவர் முகத்தில் லேசாகக் கடுமை சேர்ந்திருந்தது.

"லுக் மிஸ்டர் வெங்கடேஷ்... ஒண்ணு செய்யலாம். என்னோட கம்பெனியில... வேணாம். அங்கே வேணாம். எனக்குத் தெரிஞ்ச ஒரு நல்ல கம்பெனியில ஆயிரம் ரூபா சம்பளம் வர்ற மாதிரி அந்தப் பொண்ணுக்கு ஒரு வேலை ஏற்பாடு பண்ணித் தர்றேன். இதைத் தவிர, மொத்தமா ஏதாச்சும் ஒரு தொகை வேணும்னாலும் தர்றேன். பிரச்சனை பண்ணாம பாஸ்கரைவிட்டு விலகிடச் சொல்லுங்க."

"வியாபாரின்னு நிரூபிச்சிட்டீங்க சார். காதலைக்கூட விலை பேசறீங்க. அடுத்த கட்டமா 'உன்னால முடிஞ்சதைப் பார்த்துக்கோன்'னு சொல்லவும் தயங்க மாட்டீங்கன்னு தெரியும்" என்று எழுந்துக் கொண்டான் வெங்கடேஷ்.

"வெங்கடேஷ், நான் சொன்னதிலே தப்பிருந்தா ஸாரி. ஆனா, எந்தப் பிரச்னையையும் அவங்கவங்க கோணத்தில் பார்த்தாதான் நியாயங்கள் புரியும்."

"ஒரு அப்பாவிப் பொண்ணை நிர்க்கதியாக்கிட்டு உங்க மகளுக்கு மாப்பிள்ளை பிடிக்க விரும்பறீங்களே, இதிலே என்ன சார் நியாயம் இருக்கு?"

"இருக்குங்க. என்னால சொல்ல முடியாது. அந்தப் பொண்ணு வசந்தியை கல்யாணம் செஞ்சுக்க எத்தனையோ பேர் வருவாங்க. ஆனா, என் பொண்ணுக்கு பாஸ்கரை விட்டா வேற வழியில்லை..."

"என்ன சார் கதை விடறீங்க? உங்க சொத்துக்கு ஆயிரம் மாப்பிள்ளைங்க கியூவிலே வந்து நிப்பாங்க."

"வாஸ்தவம்... அவங்க எல்லோரும் என் மகளுக்காக வரமாட்டாங்க. என் சொத்துக்காகத்தான் வருவாங்க. அப்படியே என் மகளை உள்ளன்போடு விரும்ப சிலபேர் இருந்தாலும், அவங்களை என் மகள் விரும்பணுமே வெங்கடேஷ்?"

"ஏன் சார் இப்படிக் குழப்பறீங்க? சுத்தி வளைக்கிறீங்க? முடிவா என்ன சொல்றீங்க?"

"என்ன சொல்லணும்?"

"வசந்திக்கு என்ன பதில் சொல்றீங்க?"

"அந்தப் பதில் பாஸ்கர்தான் சொல்லணும்..."

"அவன் என்கிட்டே சொல்லியாச்சு. நீங்க அவனுக்கு எடுத்துச் சொல்வீங்கன்னுதான் உங்ககிட்டே வந்தேன்..."

"என் பதிலையும் நான் சொல்லிட்டேனே வெங்கடேஷ்..." என்று வாட்ச்சைப் பார்த்தார் கௌதமன்,

"ரைட்... எனக்கு நேரமாச்சு. நான் புறப்படறேன்."

கௌதமன் அந்த அறையை விட்டு வெளியேறி, கிளப் வாசலில் நிறுத்தியிருந்த தன் காரை நோக்கி நிதானமாக நடந்தார்.

தாடையின் நரம்புகள் துடிக்க... வெங்கடேஷ், ஸ்கூட்டர் கிக்கரின்மேல் தன் ஆத்திரத்தை எல்லாம் செலுத்தினான். மீண்டும் ஆபீஸ் போக மனமில்லாமல் வீட்டை நோக்கி வண்டியைச் செலுத்தினான்.

விக்கெட் கேட்டைத் திறந்து வைத்து, ஸ்கூட்டரை உள்ளே ஏற்றி போர்ட்டிகோவில் நிறுத்தினான் வெங்கடேஷ். கேட்

சத்தத்தில் வரவைப் புரிந்துகொண்டு வாசல் கதவைத் திறந்து அவனைப் பார்த்தாள் வசந்தி.

“என்ன இன்னிக்கு இவ்வளவு லேட்?”

“ஒரு ஃப்ரெண்டைப் பார்த்தேன். பேசிட்டு வர்றதுக்கு நேரமாயிடுச்சி. ஸ்ரீராம் ஊர்லேர்ந்து வந்தாச்சா?”

“இன்னும் வரலை.”

ஸ்கூட்டரை கவர் போட்டு மூடிய வெங்கடேஷ், “மாடி சாவி எடுத்துட்டு வாங்க...” என்றான்.

உள்ளே சென்று எடுத்துவந்து தந்துவிட்டு, “உங்ககிட்டே ஒண்ணு மனம்விட்டுச் சொல்லணும்னு நினைக்கிறேன்” என்றாள். கதவில் விரல் நகம் கோலமிட்டது.

“என்னங்க? சொல்லுங்க...”

“வர வர பாஸ்கரோட போக்கு சரியில்லை. என்னைக் கொஞ்சம் அலட்சியப்படுத்தறார். என்ன காரணம்னே தெரியலை. என்னை விட்டு விலகிப் போறதா நினைக்கிறேன்.”

வெங்கடேஷின் மனம் குமுறியது. ‘பேதைப் பெண்ணே, கொஞ்சமில்லை... நிரந்தரமாகவே உன்னை விட்டு விலகிவிடத் தீர்மானித்து விட்டான். எப்படிச் சொல்வேன்? ஸ்ரீராம் வந்துவிடட்டும். அவனிடம் கலந்துக்கொண்டு, அதன் பிறகுதான் வசந்தியிடம் பக்குவமாகச் சொல்ல வேண்டும்.’

“சேச்சே... அப்படியெல்லாம் எதுவும் இருக்காதுங்க வசந்தி. நீங்க ஏன் திடீர்னு இப்படி நினைக்கிறீங்க?”

“இல்லைங்க. என்மேல ரொம்ப வெறுப்பா பேசறாரு”

“ஆபீஸ்ல ஏதாச்சும் பிரச்னையா இருக்கும். நீங்க கவலைப்படாதீங்க. நான் பார்த்துப் பேசறேன் அவன்கிட்டே. சாப்பிட்டீங்களா?”

“இனிமேதான். சப்பாத்தி இன்னிக்கு. ரெண்டு சாப்பிடறீங்களா?”

"நான் ஓட்டல்ல சாப்பிட்டுட்டு வந்துட்டேங்க. நான் மேலே போறேன். கதவைத் தாழ்ப்பா போட்டுக்குங்க"

வெங்கடேஷ் ஹெல்மெட்டுடன் சிந்தனையாக படிகளேறி, மாடி வந்து ஸ்ரீராமின் போர்ஷனைத் திறந்து, உள்ளே வந்து விளக்குகளைப் போட்டான்.

பொத்தென்று படுக்கையில் தொய்வாகச் சரிந்தான்.

என்ன இதற்கு வழி? பாஸ்கர் பிடிவாதமாகச் சொல்லிவிட்டான். கௌதமன் நாசூக்காகச் சொன்னாலும் சொன்னதில் உறுதியாய் இருக்கிறார். இனி... எப்படி இந்தத் திருமணத்தை நிறுத்துவது?

பாஸ்கரையும், வசந்தியையும் சேர்த்து வைக்க இயலுமா? சாத்தியமாகுமா? எவ்வளவு மென்மையான இனிமையான பெண் வசந்தி! பாஸ்கரை எப்படிப் பெரிய யோக்கியவானாகக் கருதினாள்? எப்படி நம்பினாள்.

கொஞ்ச நேரத்தில் அறைக் கதவு தட்டப்படவே, எழுந்து சென்று திறந்தான்.

கையில் சூட்கேஸீடன் நின்று கொண்டிருந்த ஸ்ரீராம், "அதுக்குள்ளேயா தூங்கியாச்சு? மூணு நிமிஷமா தட்டறேன்" என்று உள்ளே வந்தான்.

"கவனிக்கலை ஸ்ரீராம். அப்பாவோட காரியம் எல்லாம் ஆச்சா..?"

"சாம்பலாக்கிக் கரைச்சு விட்டாச்சு... அப்பாவோட சொத்துல ஒரு பைசாகூட தேவையில்லைன்னு சித்திக்கு எழுதிக் கொடுத்துட்டு வந்தாச்சு."

"ஏன்ப்பா அப்படிச் செஞ்சே?"

"பின்னே, கொள்ளி வைக்கத்தான் தந்தி கொடுத்து வரவழைச்சாங்கன்னு நினைச்சீங்களா? அப்பாவோட பொணத்தை நடுக்கூடத்திலே வச்சிக்கிட்டே நாக்கிலே நரம்பில்லாம பேச ஆரம்பிச்சிட்டாங்க. அப்படியே, 'பாசம் பொங்கி வழிஞ்சுதான்

புள்ளை பொறப்பட்டு வந்துச்சாக்கும். என்ன சொத்து விட்டுட்டுப் போயிருக்கார் நமக்குன்னு கணக்குப் பார்க்கத்தான் பொட்டியைத் தூக்கிட்டு வந்தாச்சு. இத்தனை வருஷத்திலே ஒருநாள் வந்து பார்க்கத் தோணிச்சா... அது... இது'ன்னு பேச ஆரம்பிச்சிட்டாங்க. எனக்குத் தாங்கலை. உடனே ஒரு அஞ்சு ரூபா பத்திரம் வாங்கி கிறுகிறுன்னு எழுதி மூஞ்சிலே விட்டெறிஞ்சுட்டேன். எங்கப்பாகிட்டே நான் எதிர்பார்த்தது சொத்து இல்லைங்க வெங்கடேஷ்... அன்பு! இதை அவரு ஒரு துளிக்கூட கொடுத்ததில்லை. வசந்தி அவ்வளவு தூரம் சொல்லலேன்னா நான் போயிருக்கவே மாட்டேன்."

"உக்காருப்பா முதல்ல. நீ வந்துட்டது வசந்திக்குத் தெரியுமா?"

"தெரியும். கதவைத் தட்டி 'நீங்க சொன்னீங்கன்னு போனதுக்கு நல்லா வாங்கிக் கட்டிக்கிட்டு வந்தேன்'னு சொல்லிட்டுத்தான் மேலே வர்றேன்."

ஸ்ரீராம் சூட்கேஸைக் கட்டில்மேல் வைத்துத் திறந்து, உள்ளேயிருந்து சிகரெட் பெட்டியையும், துண்டும், சோப்புப் பெட்டியும் எடுத்துக் கொண்டான். சிகரெட்டைப் பற்ற வைத்துக்கொண்டு, "கசகசன்னு இருக்கு. குளிச்சிட்டு வந்துடறேன். இங்கே எதுவும் விசேஷம் உண்டா?" என்றான்.

"இப்பவே சொல்லட்டுமா, குளிச்சிட்டு வந்ததும் சொல்லட்டுமா?"

"என்னங்க வெங்கடேஷ், என்ன ஆச்சு?" என்று அருகில் அமர்ந்தான் ஸ்ரீராம்.

"ஸ்ரீராம், பாஸ்கர் சரியான பொறுக்கின்னு அடையாளம் காட்டிட்டான்."

"விவரமா சொல்லுங்க வெங்கடேஷ்."

"அவன், 'முதலாளி பொண்ணு மஞ்சுவோட டேபிள் டென்னிஸ் விளையாடுவேன்'னு சொல்லியிருக்கான். நினைவிருக்கா?"

"ஆமாம்."

"கொஞ்சம் கொஞ்சமா அவங்க ரெண்டு பேருக்கும் லவ் ஆகியிருக்கு."

"என்ன இது..? அயோக்கியத்தனமா இருக்கு!"

"கேளு... இன்னிக்குச் சாயங்காலம் பாஸ்கர் ஆபீஸீக்கு வந்தான். 'நான் அந்த மஞ்சுவைக் கல்யாணம் பண்ணிக்கப் போறேன்'னு சொன்னான்."

"என்னங்க! நிஜமாத்தான் சொல்றீங்களா?"

"ஆமாம் ஸ்ரீராம் எனக்கு எதுவுமே புரியலை. அவன் விளையாட்டுக்குச் சொல்றான்னு நினைச்சா... ரொம்ப சீரியஸாவே பேசினான்."

அன்று நடந்தவை எல்லாவற்றையும் வெங்கடேஷ் சொல்லச் சொல்ல, ஸ்ரீராமின் முகம் கோபத்தில் சிவந்தது.

"அடி செருப்பால! இதையெல்லாம் கேட்டுக்கிட்டு நீங்க சும்மாவா இருந்தீங்க... கால்ல போட்டிருக்கிறதைக் கழட்டியிருக்க வேணாம்?"

"என்ன லாபம் ஸ்ரீராம்? ஆத்திரத்தை வேணும்னா தணிச்சுக்கலாம். பிரயோஜனம் என்ன?"

ஸ்ரீராம் பற்களை நெரிந்தான். "மை காட்! மை காட்!" என்று நெற்றியில் அடித்துக் கொண்டான். "வசந்தி எவ்வளவு எதிர்பார்ப்புகளோட இருக்காங்க. இந்த பாஸ்டர்ட் இப்படி செஞ்சுட்டானே... வெங்கடேஷ், இதெல்லாம் வசந்திக்குத் தெரியுமா?"

"தெரியாது. எனக்குச் சொல்ல தைரியம் வரலை. ஸ்ரீராம், எப்படிச் சொல்றது?"

"பர்த்டேக்கு வரலைங்கறதுக்கே இவ்வளவு தூரம் மனசுடைஞ்சு நின்னாங்க. ஐயோ! இதை எப்படிங்க சொல்றது? தாங்குவாங்களா? ரொம்ப சென்ஸிடிவ் இதயம் சார் அவங்களுக்கு. எல்லாத்தையும் உதறிட்டு, 'இனி நீதான் எனக்கு எல்லாம்'னு வந்த

பொண்ணை இப்படி... ஊஹீம்... இதை சும்மா விடக்கூடாதுங்க வெங்கடேஷ்..."

"என்ன செய்யலாம் சொல்லு..? உன் யோசனை தெரிஞ்சுக்கத்தான் நான் பேசாம இருந்தேன்."

ஸ்ரீராம் எழுந்து, சுவரில் மாட்டின கண்ணாடி முன் நின்று அவசரமாகத் தலையை மட்டும் வாரிக் கொண்டான்.

"புறப்படுங்க."

"எங்கே?"

"நானும் வர்றேன். கடைசியா ஒரு தடைவ பாஸ்கரைப் பார்த்துப் பேசிடலாம். பிடிவாதம் பிடிச்சான்னா, நேரா போலீஸ் ஸ்டேஷன் போயிடலாம்."

"போயி?"

"இந்த மாதிரி நம்பி வந்த பொண்ணை அம்போன்னு விட்டுட்டு, பணத்துக்காக வேற ஒருத்தியைக் கல்யாணம் பண்ணிக்கப் பார்க்கறான்னு கம்ப்ளெயின்ட் கொடுக்கலாம்."

"இரு ஸ்ரீராம். சரியா வருமா? நாம செய்யற முயற்சி பாஸ்கரையும், வசந்தியையும் சேர்த்து வைக்கிறதா இருக்கணும். போலீஸ்னு போயிட்டா, பாஸ்கர் இன்னும் சூடாயிடுவான். நம்ம புகார்னால ஒருவேளை இந்தக் கல்யாணத்தை நிறுத்தலாம். ஆனா, வசந்தியை ஏத்துக்க வைக்கிறது எப்படி? மனப்பூர்வமா ஏத்துக்க வைக்கணும்."

"அதுக்கு என்ன வழி?"

"அதுதான் புரியலை."

இருவரும் சற்று மௌனமாக இருக்க... ஸ்ரீராம் சுற்றும் முற்றும் தேடி, "ஒரு ஸ்டவ் வாங்கிட்டு வந்தேனே... எங்கே? கீழே வசந்திகிட்டே பேசிட்டிருந்தப்போ, எங்கயோ வச்சிட்டேன்னு நினைக்கிறேன்" என்று சொல்ல...

வாசல் கதவு திறந்து, ஸ்டவ் அட்டைப் பெட்டியை நீட்டிக்கொண்டு நின்றாள் வசந்தி. கண்களில் இருந்து நீர்க்கோடுகள் உதடுகளைத் தொட்டுப் பார்த்துக் கொண்டிருந்தன.

வெங்கடேஷ் திடுக்கிட்டு, "வசந்தி... நீங்க எப்ப வந்தீங்க?" என்று கேட்டான்.

பெட்டியை வைத்துவிட்டு, விசும்பலுடன் திரும்பிப் படிகளில் விரைவாகக் கீழே இறங்கினாள் வசந்தி.

காதல் என்பது...

முதல் காரியமாக

போட்டோ வாங்கி

வைத்துக் கொள்வது!

தோட்டத்துச் செடி மலர்கள், புது வெளிச்சத்தை வரவேற்று, உற்சாகமாகத் தலையசைத்துக் கொண்டிருந்தன. கண்ணாடி ஜன்னல்கள் வழியாக அறைக்குள் நுழைந்து இருட்டைத் துடைத்துக் கொண்டிருந்தன கதிர்கள்.

எலெக்ட்ரிக் ஷேவரில் சவரம் செய்துகொண்டிருந்த கௌதமன், பணியாள் கொண்டுவந்து நீட்டின ட்ரேயிலிருந்து காபி எடுத்துக்கொண்டு, "மஞ்சு எழுந்திருச்சாச்சா?"

"இன்னும் இல்லைங்க."

"போய் எழுப்பு. என்னைப் பார்க்கச் சொல்லு."

"சரிங்கய்யா."

அவன் போனதும் இன்டர்காம் எடுத்து அவுட் ஹவுஸ் எண் அழுத்தினார்.

"ஹலோ பாஸ்கர், குட்மார்னிங்!"

"குட்மார்னிங் சார்!"

"இந்த சார் இன்னும் வேணுமா? அங்கிள்னு சொல்லுங்க. நீங்க இன்னிக்கு ஆபீஸ் வரவேணாம். மஞ்சுவை அழைச்சுக்கிட்டு பஜார் போய் கல்யாணததுக்கு வேண்டிய எல்லா உடைகளையும் வாங்கிட்டு வந்துடுங்க."

"சரி மாமா."

"நேத்து அழைப்பிதழ்கள் சில டிசைன்ஸ் மாதிரி வரவழைச்சேன். மஞ்சுகிட்டே கொடுத்துட்டுப் போறேன். ரெண்டுபேரும் சேர்ந்து பிடிச்சதைத் தேர்ந்தெடுத்து வையுங்க."

"சரி மாமா."

இன்டர்காமை வைத்துவிட்டு, பாத்ரூமுக்குள் நுழைந்தார். குளித்து, கோட் சூட் அணிந்து, டை கட்டிக் கொண்டிருந்தபோது, இரவு அணிந்த அதே முழு கவுனில் இன்னும் தூக்கம் கலையாத கண்களுடன் உள்ளே வந்தாள் மஞ்சு.

"குட்மார்னிங் டாடி!"

"என்ன மஞ்சு, மணி பார்த்தியா, எட்டாகப் போகுது."

"ராத்திரி ஒரு படம் பார்த்துட்டுப் படுக்கிறப்போ, ஒரு மணி ஆயிடுச்சி டாடி. அதுசரி, நீங்க என்ன இவ்வளவு சீக்கிரம் புறப்படறீங்க?"

"திருவொற்றியூர் வரைக்கும் போக வேண்டிருக்கு. போயிட்டு அப்படியே ஆபீஸ் போயிடுவேன்" என்று சென்ட் எடுத்து, கோட்டின் உள்பக்கங்களில் பீய்ச்சிக் கொண்டார்.

"என்னை எதுக்குக் கூப்பிட்டீங்க டாடி?"

"பாஸ்கர்கிட்டே சொல்லிட்டேன். இன்னிக்கு அவர் இங்கேயேதான் இருப்பார். நீ ரெடியானதும் ரெண்டுபேரும் போய் கல்யாணத்துக்கு வேண்டிய துணி எல்லாம் எடுத்து தைக்கக் கொடுத்துடுங்க..."

"எத்தனை செட் டாடி!"

"எத்தனை வேணும்னாலும் எடுத்துக்க!"

"தாங்க்யூ டாடி!"

"அப்புறம்... என் சூட்கேஸை திற. உள்ளே நாலஞ்சு மாதிரி அழைப்பிதழ்கள் இருக்கு. எடு."

மஞ்சு சின்ன சூட்கேஸை எடுத்துக் கட்டிலின் மேல் வைத்துத் திறந்து எடுத்தாள்.

"பாஸ்கரும் நீயும் சேர்ந்து எந்த டிசைன் வேணும்னு தேர்ந்தெடுத்து, பின்னாடி போட்டிருக்கிற நம்பரை எனக்கு போன்ல சொல்லிடுங்க."

சூட்கேஸில் சிறிய பிளாஸ்டிக் பெட்டிக்குள் இருந்த கால் ரூபாய் சைஸில் கறுப்பாய் இருந்ததை எடுத்து, "இது என்ன டாடி?" என்றாள் ஆர்வமாய். "பென்சில் சீவறமெஷினா..?"

"வயர்லெஸ் மைக்ரோ போன்..."

“எதுக்கு இது உங்களுக்கு?”

“வியாபாரத்திலே பயன்படுத்தறதுக்கு.”

“புரியலை டாடி.”

“ஒரு நாளாவது ஆபீஸீக்கு வந்தாத்தானே புரியும். வந்திருக்கிற பார்ட்டிகளை ‘என் ரூமிலே பேசிட்டிருங்க, இதோ வர்றேன்’னு சொல்லிட்டு, இதை பட்டனைப் போட்டு வச்சிட்டுப் போயிடுவேன். நான் இல்லைங்கிறதாலே, அவங்க சுதந்திரமா பேசிக்குவாங்க. அவங்க பேசற எல்லா விஷயமும் இன்னொரு ரூமிலே டேப்பிலே பதிவாகிட்டிருக்கும். அதை வெச்சு வந்திருக்கறவங்களோட வியாபார நோக்கத்தையும், என்ன விலைக்குத் தயாரா இருக்காங்கங்கிறதையும் தெரிஞ்சுக்கிட்டு, அதுக்குத் தகுந்த மாதிரி வியாபாரம் பேசிடுவேன்.”

“கிரேட் டாடி. எவ்வளவு தூரம் இதைப் பயன்படுத்தலாம்?”

“முந்நூறு அடி தூரம் வரைக்கும் இதைப் பயன்படுத்தலாம்?”

“ஏன் டாடி, என் ரூமுக்கும் நம்ம அவுட் ஹவுஸ்க்கும் எவ்வளவு தூரம் இருக்கும்?”

“நூத்தம்பதடித்தான் இருக்கும். ஏன்?”

“ஐயோ..! இன்னிக்கு ஒருநாள் இதை எனக்குக் கொடுங்களேன், ப்ளீஸ்!”

“எதுக்கும்மா?”

“இதை வச்சி பாஸ்கரோட ஒரு சின்ன வேடிக்கை நடத்தப்போறேன்.”

“சரி, கீழே போட்டுடாதே. விலை ரொம்ப அதிகம். நான் புறப்படட்டுமா?”

கௌதமன் புறப்பட்டுப் போனதும், மஞ்சு தன் அறைக்கு வந்தாள். டெலிபோனை எடுத்து மடியில் வைத்துக்கொண்டு டயல் சுழற்றினாள்.

"ஹலோ ப்ரியா! நான் மஞ்சு பேசறேன். இன்னும் அரைமணி நேரத்திலே நான் உங்க வீட்டுக்கு வர்றேன். எங்கேயும் போயிடாதே."

"சரி வா... என்ன விசேஷம்?"

"உங்க வீட்டு போன்லேர்ந்து பாஸ்கரோட ஒரு சின்ன விளையாட்டு நடத்தணும்."

மஞ்சு போனை வைத்துவிட்டு, அவசரமாகக் குளித்தாள். அவசரமாக அலங்காரம் செய்துக்கொண்டாள். தனது டேப்ரிக்கார்டரை எடுத்து, புதிய காஸெட் ஒன்றைப் பொருத்தி, பதிவு செய்யும் பித்தானை அழுத்தினாள். நூடா மெதுவாகச் சுழல ஆரம்பித்தது.

வேகமாகப் படிகள் இறங்கி அவுட் ஹவுஸ் வந்தபோது, பாஸ்கர் கன்னத்தில் சோப்பு தடவிக் கொண்டிருந்தான்.

"என்ன மஞ்சு, இவ்வளவு சீக்கிரம் ரெடியாயிட்டே? நான் இன்னும் குளிக்கவே இல்லை."

"அவசரமே இல்லை. மெதுவாக குளிங்க. நான் ஒரு ஃப்ரெண்டு வீட்டுக்குப் போயிட்டு அரைமணி நேரத்திலே வந்துடறேன். அப்புறம் டிபன் சாப்பிட்டுட்டு வெளியே கிளம்பலாம்" என்று அவனுடன் இயல்பாகப் பேசிக்கொண்டே, முதுகுக்குப் பின்னால் வைத்திருந்த மைக்ரோ போனை இயக்கும் பட்டனைப் போட்டுவிட்டு, அவன் கவனிக்காமல் மேஜை மேல் இருந்த பூச்சாடியில் பிளாஸ்டிக் மலர்களுக்கு நடுவில் புதைத்து வைத்தாள்.

"அப்பா சொன்னாரா? துணியெல்லாம்..."

"எல்லாம் சொன்னார். நான் போயிட்டு வந்துடறேன்"

அவசரமாக வெளியேறி, காரை எடுத்துக்கொண்டு பத்தே நிமிடத்தில் ப்ரியாவின் வீட்டில் இருந்தாள் மஞ்சு.

“ப்ரியா, காஸெட் ஓடிக்கிட்டிருக்கு. இங்க பாரு, நீ என்ன செய்யறே... பாஸ்கருக்கு போன் செஞ்சு, என்னைக் கல்யாணம் பண்ணிக்கப் போறதுக்கு வாழ்த்துக்கள் சொல்றே, அப்புறம் மஞ்சுவைப் பத்தி என்ன நினைக்கிறீங்க சார், அது இதுன்னு எது வேணும்னாலும் கேளு. மடக்கி மடக்கிக் கேக்கணும். என்ன? சீக்கிரம்...”

மஞ்சுவே டயல்செய்து, போனை வேலைக்காரன் எடுத்ததும், அவுட்ஹவுஸ் எக்ஸ்டென்ஷனுக்குத் தொடர்பு கொடுக்கச் சொல்லி, ரிஸீவரை ப்ரியாவிடம் கொடுத்தாள்.

குளித்துவிட்டு வந்து கண்ணாடி முன்நின்று கழுத்தெல்லாம் பவுடர் அடித்துக் கொண்டிருந்தபோது டெலிபோன் அடிக்க... பாஸ்கர் எடுத்தான்.

“ஹலோ! பாஸ்கர் ஹியர்.”

“சார், நான் ப்ரியா பேசறேன். மஞ்சுவோட ஃப்ரெண்டு. அவளை நீங்க கல்யாணம் பண்ணிக்கப் போறதுக்கு என்னோட வாழ்த்துக்கள்.”

“ரொம்ப நன்றிங்க!”

“மஞ்சு கொஞ்சம் முன்கோபி. நீங்கதான் சார் அட்ஜஸ்ட் பண்ணிக்கணும்.”

“முன்கோபியா? யார் சொன்னது? மஞ்சு கோபப்பட்டு நான் பார்த்ததே இல்லை.”

“என்ன, கொஞ்சம் உயரம் குறைச்சல்.”

“அஞ்சு, ரெண்டு நல்ல உயரம்ங்க. மஞ்சுவோட உடம்புக்கு அது போதுங்க.”

“நான் மஞ்சுவைப் பார்த்து நாளாச்சு. இப்போ மூஞ்சில பரு எல்லாம் போயிடுச்சா?”

“மஞ்சு முகத்திலே பருவே நான் பார்த்ததில்லையே... மொழு மொழுன்னு இருக்கு. நீங்க தப்பா சொல்றீங்க.”

“ஒண்ணு கேட்டா தப்பா நினைக்காதீங்க. சொத்துக்கு ஆசைப்பட்டுத்தானே நீங்க சம்மதிச்சீங்க?”

“நான்சென்ஸ். இதே கேள்வியை நேர்ல கேட்டிருந்தா அறைஞ்சிருப்பேன். ரொம்ப சின்ஸியரா அவளை நான் நேசிக்கிறேன்.”

“இவ்வளவு உருகற அளவுக்கு அவ அழகு ராணியா என்ன?”

“நீங்க மஞ்சுவுக்கு ஃப்ரெண்டா, இல்லை எதிரியா? மஞ்சுவை அழகில்லைன்னு எப்படிக் கூசாம சொல்றீங்க? அந்த முகத்துக்கு என்னங்க? கண்ணை மட்டும் ஒரு முழுநாள் பார்த்துக்கிட்டே இருக்கலாம். அந்த லிப்ஸ்... சரி, வேற என்ன? வச்சிடட்டுமா?”

“கோபமாயிட்டீங்க போலிருக்கு...”

“உங்களையெல்லாம் ஃப்ரெண்டா வச்சிருக்கிற மஞ்சுமேலதான் கோபமா வருது. போனை வச்சிருங்க” என்று வைத்துவிட்டு நிமிர்ந்தவன், திடுக்கிட்டான்.

அறையின் வாசலில் மார்புக்குக் குறுக்கே கைகளைக் கட்டிக்கொண்டு, அவனையே சலனமில்லாமல் பார்த்துக் கொண்டிருந்த வசந்தி, “நான் உள்ளே வரலாமா?” என்றாள் அமைதியாக.

உறைந்துபோய் அப்படியே நின்றான் பாஸ்கர்.

வசந்தி அவளாக உள்ளே வந்து, “இங்கே போன் பண்ணக்கூடாது, நேர்ல வரக்கூடாதுன்னு நீங்க சொன்னதை மீறி வந்திருக்கேன். போன்ல யார்கிட்டயோ நீங்க பேசினதை எல்லாம் கேட்டேன். பழைய ஞாபகம் வந்துருச்சி. மதுரைல இதே வசனத்தை என்கிட்டேயும் சொன்னீங்க. ‘வசந்தி, உன் கண்ணை மட்டும் ஒரு முழுநாள் பார்த்துக்கிட்டே இருக்கலாம்’னு சொன்னீங்க. நினைவிருக்கும்னு நினைக்கிறேன்” என்றாள், நேராகப் பார்த்து,

"வசந்தி, உக்காரு. என்னைப் புரிஞ்சுக்க, நான் சொல்றதை அமைதியா கேளு."

"இனிமேதான் பாஸ்கர் புரிஞ்சுக்கணும். ஆரம்பத்திலேயே புரிஞ்சுக்காம போயிட்டேன்."

"இரு, ஆத்திரப்படாதே. வாழ்க்கைல சந்தர்ப்பம் அமையறது ரொம்ப அபூர்வம். வெங்கடேஷ்கிட்டே விவரமா சொன்னேன். எல்லாம் சொல்லியிருப்பான்னு நினைக்கிறேன். மனசை தைரியப்படுத்திக்கோ. கொஞ்ச நாள்ல ஆறிடும்."

"எப்படி பாஸ்கர் உங்களால இப்படி எல்லாம் பேச முடியுது?"

"யாரும் நூறு சதவிகிதம் யோக்கியன் இல்லை வசந்தி. இதே மாதிரி ஒரு வாய்ப்பு உனக்கு ஏற்பட்டாலும், நீ என்னைவிட்டு உதறிட்டுப் போயிருப்பே..."

"பாஸ்கர்! நீங்க செஞ்ச துரோகத்துக்கு நியாயப்படுத்த என்னை அவதூறாப் பேச வேணாம். பொம்பளைங்க ஒருத்தனை மனசில் எழுதிட்டா அழிக்கிறதில்லை பாஸ்கர்."

"ஆமாம், தெரியாதா எனக்கு. காதலிக்கிறப்போ தைரியமா சுத்திட்டு, கல்யாணம்னு வர்றப்போ, அப்பா அம்மா பேச்சைக் கேட்டுக்கிட்டு, என்னை மறந்துடுங்கன்னு சொல்ற எத்தனையோ கேஸை நானும் பார்த்திருக்கேன்."

வசந்தி அவனை நெருங்கி வந்தாள்.

"என் முகத்தைப் பார்த்துப் பேசுங்க பாஸ்கர். இவ்வளவுக்கு அப்புறமும் உங்களுக்கு மரியாதை கொடுத்துப் பேசிக்கிட்டிருக்கிற என்னைப் பார்த்துப் பேசுங்க. மெட்ராஸீக்குப் போயிடலாம்னு சொன்னது, வற்புறுத்தினது, என் தயக்கத்தை உடைச்சது நீங்கதான் பாஸ்கர். அன்பான அம்மாவை, தங்கையை, தம்பியை, எல்லாரோட உறவையும் அறுத்துக்கிட்டுப் புறப்பட்டேன் பாஸ்கர்."

"நானும்தான் வீட்டுக்குத் தெரியாம வந்தேன். கல்யாணம்கூட என் வீட்டுக்குத் தெரிவிக்கப் போறதில்லை."

“பாஸ்கர், நீங்க பழகினது பூரா பாசாங்கா?”

“இங்க பாரு, இப்ப எதுக்கு வந்திருக்கே? பளிச்னு சொல்லிடு.”

“பாஸ்கர், எனக்கு உங்களைவிட்டா யார் இருக்காங்க?”

“வசந்தி, தெளிவா சொல்றேன். உன்னை நான் மனப்பூர்வமா நேசிச்சேன். அதை மறுக்கவே இல்லை. மஞ்சு அறிமுகமானா. என் மனசிலே சலனம் ஏற்பட்டுச்சி. அது மெல்ல மெல்ல வளர்ந்திச்சி. ரகசியமான நேசிப்பு. இப்போ கல்யாணங்கிற கட்டம் வர்றப்போ, எந்த முட்டாப் பயலும், கோடிக்கணக்கான சொத்தோட பொண்ணைத் தர்றேன்னு சொல்ற மாமனார்கிட்டே மறுத்துச் சொல்லமாட்டான். இன்னொரு வகையிலே பார்த்தா, மஞ்சுவுக்கு நான் ஒரு வாழ்க்கை தர்றேன். அதிலே ஒரு ரகசியமான தியாகமும் இருக்கு. அது என்னன்னு சொல்ல விரும்பலை. ஏன்னா, இனிமே அது என்னோட வாழ்க்கை ரகசியம். இதுக்குமேல உன்கிட்டே நான் பேச விரும்பலை.”

பொங்கி வந்த கண்ணீரை, உதடுகளை உட்புறமாக மடித்துக் கட்டுப்படுத்த முயன்றாள் வசந்தி. அவள் நிற்பதையே கவனிக்காதவன் போல, பாஸ்கர் பான்ட் அணிந்து கொண்டான்.

“அமைதியா நின்னாலோ, அழுது ஆர்ப்பாட்டம் பண்ணினாலோ நான் என் முடிவிலே மாற்றம் செய்யறதா இல்லை. விவேகமா யோசி. நான் செஞ்சது நியாயமாப் படும். மாமனார்கிட்டே சொல்லி நல்ல வேலை வாங்கித் தர்றேன். ஹாஸ்டல்ல தங்கிக்க.”

“நிறுத்துங்க பாஸ்கர். நான் என்ன செய்யணும்னு நீங்க உபதேசம் பண்ண வேண்டிய அவசியம் இல்லை. அதுக்கான உரிமையையும் நீங்க இழந்துட்டீங்க. தூக்கு மாட்டிக்கிட்டு செத்துப் போயிடுவேன்னு நினைக்காதீங்க. இது நீங்க செஞ்ச தப்பு இல்லை. நான் செஞ்ச தப்பு. தப்பான நபரை நேசிச்சது முதல் தப்பு. வயசுத் திமிர்லே வீட்டைத் தாண்டினது அடுத்த தப்பு. காதல்னா அது ரொம்ப பிரமாதமான விஷயமாக்கும், கஷ்டத்திலேயும் நஷ்டத்திலேயும் மாற்றமே இல்லாம நிலைச்சு

நிற்குமாக்கும்னு பொய்யா அபிப்பிராயம் வச்சிருந்தேன் பாருங்க. அது ஒரு தப்பு. நல்லா இருங்க பாஸ்கர். இந்தப் பெண்ணைக் கல்யாணம் பண்ணிக்கிட்டதுக்கப்புறம் இவளை விடப் பணக்காரியா யாரையாச்சும் சந்திச்சா... சந்தர்ப்பம்தான் முக்கியம்னு இவளையும் நடுத்தெருவிலே நிக்க வச்சிடாதீங்க."

விருட்டென்று வெளியேறி, வேகமாக நடந்து போன வசந்தியைப் பார்த்த பாஸ்கரின் மனம் ஒரு நிமிடம் பாரமாகிப் போக... மேஜை மேல் ஸ்டாண்டில் பொருத்தி வைத்திருந்த மஞ்சுவின் சிரிக்கிற முகத்தைப் பார்த்ததும், தோள்களை ஒரு தரம் குலுக்கிக் கொண்டு, ஷூ அணிய ஆரம்பித்தான்.

"போய் ரொம்ப நேரமாச்சு இல்லே..?" என்றான் ஸ்ரீராம். சிகரெட் புகைத்துக் கொண்டே. பேசிப் பார்க்கிறேன்னு போனாங்க. ராஸ்கல! நிச்சயமா காது கொடுத்துக் கேட்டிருக்க மாட்டான்" என்ற வெங்கடேஷ், பான்ட் அணிந்து கொண்டான்.

"ஆபீஸ் போறீங்களா நீங்க? நான் போறதா இல்லை. இந்த விவகாரத்துக்கு ஒரு முடிவு தெரிஞ்சாகணும் எனக்கு. வசந்தி வரட்டும். கீழே போய்ப் பார்க்கிறேன் வர்றாங்களான்னு..."

ஸ்ரீராம் படிகள் இறங்கி, வாசல் விக்கெட் கேட்டில் சாய்ந்து நின்றுகொண்டு, தெரு முனையைப் பார்க்க ஆரம்பித்தான்.

வெங்கடேஷ் சட்டை அணிந்துக்கொண்டு, பால்கனிக்கு வந்து அங்கிருந்தே கேட்டான். "ஸ்ரீராம், நானும் லீவு போடட்டுமா? இன்னிக்கு. இஷ் யூ அச்சாகிற தினம். போயிட்டு ரெண்டு மணி நேரத்திலே வந்துடலாம்னு பார்த்தேன்."

"நீங்க போங்க. போயிட்டு வாங்க. நீங்க வராம நான் எந்த முடிவும் எடுக்கமாட்டேன்."

"ஒரு ஐம்பது ரூபாய்க்கு சில்லறை இருக்குமா ஸ்ரீராம்?"

"மேஜை டிராயர்ல சிவப்பு கலர் போட்ட என் டைரி இருக்கும் பாருங்க. அதுக்குள்ளேயே இருபது ரூபா, பத்து ரூபா

நோட்டெல்லாம் வச்சிருக்கேன். எடுத்துக்குங்க. என்ன, இன்னும் வசந்தியைக் காணோம்?"

வெங்கடேஷ் அந்த சிவப்பு கலர் டைரியை எடுத்துப் பிரித்து, பணம் இருந்த பக்கத்தைப் புரட்டி, ஐம்பது ரூபாய் நோட்டை வைத்து, சில்லறை எடுத்துக் கொண்டு மூடப் போனபோது, யதேச்சையாக அந்தப் பக்கத்தில் ஸ்ரீராம் எழுதியிருந்த வாசகம் கண்ணில் பட்டது.

வசந்தி. உங்களை நான் எவ்வளவு நேசிக்கிறேன் என்பது உங்களுக்குத் தெரியுமா?

காதல் என்பது...

தனிமையில் இருக்கும்போது

திடீரென்று

புன்னகைத்துக் கொள்வது!

டைரியில் அந்த வாசகத்தைப் பார்த்துத் திடுக்கிட்ட வெங்கடேஷ், இரண்டு மூன்று பக்கங்களை முன்பக்கமாகப் புரட்டினான். படித்தான்...

என் கனவுகளில் எப்போதும் ஒரு குதிரை வரும். அதன்மேல் ஒரு இளவரசி வருவாள். புன்னகைப்பாள். மறைவாள். இதற்கு அர்த்தம் புரியாது. எனக்கு. ஆனால், அடிக்கடி நிகழும். நீ நம்பமாட்டாய். யாரும் நம்பப் போவதில்லை. அந்த இளவரசி அப்படியே நீதான். இது எப்படி? உன்னைச் சந்திப்பதற்கு முன்பே என் கனவுகளில் நீ வந்தது எப்படிச் சாத்தியம்?

எனக்கும் அதிர்ஷ்டத்துக்கும் ஆயிரம் கிலோமீட்டர் வித்தியாசம் வசந்தி. என் முறை வரும்போதுதான் தியேட்டரில் டிக்கெட் முடிந்து போகும். பொதுத் தொலைபேசி எனக்கு மட்டும் ஒத்துழைக்காமல், காசு வாங்கிக் கொண்டு ஏமாற்றிவிடும். தோல்விக்ளே என் தினசரி நிகழ்ச்சி நிரல். அப்படியிருக்க, மனைவி என்கிற விஷயத்தில் மட்டும் எப்படி எனக்கு வெற்றி கிடைக்கும்? என் குதிரை என்றைக்குமே ஜெயித்ததில்லை வசந்தி.

அழகான பெண்கள் எனக்குள் ஒரு கவர்ச்சிப் பதில் அச்சத்தையே விதைத்தார்கள். ஆனால்.... உன் அழகு என்னை, எனக்குள் இருந்த இறுக்கத்தை, வேரோடு அறுத்தது, எனக்குள் மென்மை பூசினது. உன் இனிய பேச்சு என்னைத் தொட்டிலில் இட்டுத் தாலாட்டுகிறது வசந்தி. மனதில் எப்போதோ வாங்கின ரணங்களின் தழும்புகள்கூட இப்போது மறைந்து வருகிறது. நம்மை முழுதாய்ப் புரிந்து கொள்பவர்கள் நமக்குப் பிடித்துப் போவது இயல்புதானே...? எனக்கு உன்னை எவ்வளவு பிடிக்கிறது தெரியுமா?

இந்த ரகசியமான என் நேசிப்புக்கு வார்த்தை கொடுக்க எனக்கு விருப்பமில்லை வசந்தி. வார்த்தை அதன் அர்த்தத்தோடு நின்று விடுமே! இந்த நேசிப்பு அந்த அர்த்தங்களை மீறினதாக நான் நினைக்கிறேன். என்ன ஒரு முரண்பாடு பார் வசந்தி. என்

மனம் முழுக்க நீ ஆக்கிரமித்திருக்கிறாய். உன் மனம் முழுக்க பாஸ்கர். சத்தியமாக எனக்கு பாஸ்கரின் மேல் பொறாமையும் இல்லை. கோபமும் இல்லை. என் மோசமான அதிர்ஷ்டம் விளையாடிய விளையாட்டு இது.

வசந்தி. உங்களை நான் எவ்வளவு நேசிக்கிறேன் என்பது உங்களுக்குத் தெரியுமா? 'நான் உங்களை நேசிக்கிறேன்' என்று எனக்குள்ளேளே தினம் உரக்கச் சொல்லிக் கொள்கிறேன் தெரியுமா? இந்த நேசிப்பு எனக்காக. எனக்கு மட்டுமே. ஆழகான இயற்கைக் காட்சியை ரசிக்கும் நாம். அந்த இயற்கை நம்மை ரசிக்க வேண்டுமென்று எதிர்பார்ப்பது எவ்வளவு அபத்தமோ, அவ்வளவு அபத்தம் நீயும் என்னை நேசிக்க வேண்டுமென்று விரும்புவது. வேண்டாம். உன் மனம் விரும்பிய பாஸ்கரோடு நீ சந்தோஷமாக வாழ வேண்டும் வசந்தி. என்னைப் பொறுத்தவரையில் ஒரு நல்ல மதிப்பீட்டை உன் மனத்தில் பெற்றிருக்கிறேன். அது போதும், என்றென்றும் போதும்.

டைரியிலிருந்து நிமிர்ந்த வெங்கடேஷின் கண்கள் லேசாகக் கலங்கியிருந்தன. மனதில் இனம் புரியாத உணர்வுகள் அலையடித்தன. டைரியை மூடி அதனிடத்தில் வைத்துவிட்டுப் புறப்பட்டான்.

ஸ்கூட்டரைத் தெருவில் இறக்கிக்கொண்டு, “ரெண்டு மணி நேரத்திலே வந்துடறேன் ஸ்ரீராம். வசந்திக்கு ஆறுதலா பேசிக்கிட்டிரு....” என்று சொல்லிவிட்டுச் சாலையில் செலுத்தினான்.

அலுவலகம் வந்தும்கூட மனம் முழு ஈடுபாட்டுடன் வேலைகளில் ஒட்டவில்லை. டைரியின் வாசகங்கள் வந்து வந்து போயின. என்ன கேரக்டர் இவன்? கவிதைபோல் வாழ்வார்கள் சிலர். இவன் வாழ்க்கையே ஒரு கவிதையாய் இருக்கிறது. வரம்பு மீறாமல் எத்தனை இதமாக மனதில் இவ்வளவு எண்ணங்களைப் பாதுகாத்திருக்கிறான்!

வசந்தியின் மேல் இத்தனை நேசம் கொண்டவன், பாஸ்கர் அவளை உதறுகிறான் என்று அறியும்போது, சராசரியாய்

இருந்தால் சந்தோஷப்பட்டிருப்பான். இவன் துடித்துப் போகிறானே... வசந்தியின் காதல் நிறைவேற வேண்டும் என்று இவ்வளவு ஆர்வம் காட்டுகிறானே... ஸ்ரீராம், உண்மையில் நீ ஒரு உன்னத மனிதனப்பா.

"சார், எடிட்டர் உங்களைக் கூப்பிடறார்."

வெங்கடேஷ் எடிட்டர் அறைக்கு வந்தபோது, வெற்றிலை முதுகில் சுண்ணாம்பு தடவிக் கொண்டே, "உக்காருங்க வெங்கடேஷ் ..." என்றார்.

எதிரே அமர்ந்தான்.

"தொடர்கதைக்கு தீம் தீர்மானிச்சிட்டீங்களா?"

"நேத்து வரைக்கும் தீர்மானிக்கலை. இன்னிக்குத்தான் தீர்மானிச்சேன்."

"என்ன தீம்? குடும்பக் கதையா?"

"லவ் சப்ஜெக்ட் சார்."

"தடுக்கி விழுந்தா காதல் கதையா இருக்கே... புதுசா என்ன சொல்ல முடியும்?"

"சொல்ல முடியும் சார்."

"என்னன்னு சொல்லுங்க?"

"காதல்ங்கிறது உன்னதமான விஷயம் சார். அதிலே சந்தேகமே இல்லை. ஆனா, உண்மையான காதல் எதுங்கிறதுதான் ஜனங்களுக்குத் தெரியலை. காதல் ரொம்ப அபூர்வமான விஷயம் சார். வால் நட்சத்திரம் மாதிரி ரெண்டு தடவை பார்த்து, ரெண்டு தடைவ பேசி, ரெண்டு தடைவ ஹோட்டலுக்கு, பீச்சுக்கு, சினிமாவுக்குப் போயிட்டா, அது காதல்னு என்னால ஒப்புக்க முடியலை. ஏதோ சடங்கு மாதிரி பாவிக்கிறாங்க. எல்லாத்திலேயும் ஒரு பொய்மையும் பாசாங்கும் தெரியுது. இன்னிக்குக் கதைகளோ, சினிமாவோ சொல்ற காதல் எல்லாம் அஸ்திவாரமே இல்லாதது.

நிலையானதில்லை சந்தர்ப்பம் அமைஞ்சா இந்தக் காதல் சிதிறிப் போகத் தயாரா இருக்கு."

"என்ன வெங்கடேஷ், ஒரு தியரியே வாசிக்கிறீங்க? சொந்த அனுபவமா?"

பார்த்த அனுபவம் சார். கண்கூடாகப் பார்த்த அனுபவம். அதைத்தான் அப்படியே கதையாக்கப் போறேன் கொஞ்சம்கூட மாத்தாம..."

"வெரிகுட்! செய்யுங்க... உங்க நோக்கத்துக்கு விட்டுடறேன். ஆல் த பெஸ்ட்."

"தாங்க்யூ சார்...!" என்று வெளியே வந்தான் வெங்கடேஷ்.

மஞ்சு மெதுவாக காரை ஓட்டிக் கொண்டிருந்தவள், அந்தப் பெரிய ஜவுளிக் கடையைப் பார்த்தும் பிரேக் அடித்து நிறுத்தினாள்.

"ஏன் நிறுத்தினே மஞ்சு?" என்றான் அருகில் அமர்ந்திருந்த பாஸ்கர்.

"ஷோ கேஸ்லே அந்த நீலநிறச் சேலை ரொம்ப டாப்பா இல்லே! வாங்க, வாங்கிடலாம்."

"கார் பின் சீட் முழுக்க பார்சலா நிரப்பியாச்சு மஞ்சு. இன்னுமா ஆசை தீரலை? எத்தனை டிரஸ்தான் எடுப்பே?"

"உன் இஷ்டத்துக்கு எத்தனை வேணும்னாலும் எடுத்துக்கோ"னு டாடி சொல்லிட்டார். அட வாங்கன்னா...!"

இருவரும் இறங்கி, அந்தக் கடைக்குள் நுழைந்து அந்தச் சேலையை வாங்கிக் கொண்டு திரும்பி வந்து மறுபடி பயணம் தொடர்ந்தார்கள்.

"பாஸ்கர்!"

"உம்?"

"எங்கே போகலாம்?"

“வீட்டுக்குதான்.”

“அதில்லை. ஹனிமூனுக்கு எங்கே போகலாம்?”

“நீ எங்கே சொல்றியோ அங்கே போகலாம்.”

“முதல்ல கோவா. அங்கே நாலு நாள்... அங்கேருந்து காஷ்மீர். ஒரு படகு வீட்டை வாடகைக்கு எடுத்துக்கிட்டு, ஒரு வாரம் தங்கலாம். டாடி சிங்கப்பூர் போறீங்களான்னுகூடக் கேட்டார். இதை முடிச்சுக்கிட்டு சிங்கப்பூருக்குப் போகலாம். என்ன?”

“போகலாம் மஞ்சு.”

“பாஸ்கர், என்னை லவ் பண்றீங்களா?”

“சின்ஸியரா.”

“பின்னே ஏன் நீங்களா சொல்லலை?”

“உன் எண்ணம் தெரியாம எப்படிச் சொல்றது மஞ்சு?”

“நிஜமா என்னைப் பிடிச்சிருக்கா?”

“அதிலே உனக்கென்ன சந்தேகம்?”

“நான் அழகா பாஸகர்?”

“பரவாயில்லை. அட்ஜஸ்ட் பண்ணிக்கலாம்.”

ஒரு கையை ஸ்டிரியங்கிலிருந்து எடுத்து அவன் தொடையில் கிள்ளிவிட்டு, “என்னது, அட்ஜஸ்ட் பண்ணிக்கிறீங்களா? என்ன சொன்னீங்க? என் மூஞ்சி மொழு மொழுன்னு இருக்கா?” என்றாள் உதட்டுக்குள் சிரித்தபடி.

“எப்ப சொன்னேன்?”

“நீங்க இப்படிக் கேட்பீங்கன்னு தெரியுமே... நீங்க சொன்னதைக் கேக்கறீங்களா?”

மஞ்சு காரை ஓட்டிக்கொண்டே கைப்பையைத் திறந்து, அந்த காஸெட்டை எடுத்தாள். “ஷாப்பிங் வர நேரமானதாலே, நானே

இன்னும் கேக்கலை. ரிவர்ஸ் பண்ணி அப்படியே எடுத்துட்டு வந்துட்டேன்."

"என்ன சொல்றே? எதுவும் புரியலை."

"இருக்கு, வர்றேன்" என்று காரின் டேப்பில் காஸெட்டைச் செருகி ஓடவிட்டாள்.

சில விநாடிகள் அமைதிக்குப் பிறகு...

டெலிபோன் மணி ஒலிப்பது கேட்டது. அதைத் தொடர்ந்து....

"ஹலோ, பாஸ்கர் ஹியர்."

சில விநாடிகள் அமைதி.

'ரொம்ப நன்றிங்க.'

மறுபடி அமைதி.

'முன்கோபமா? யார் சொன்னது? மஞ்சு கோபப்பட்டு நான் பார்த்ததே இல்லை...'

இப்படி ப்ரியா பேசினதற்கு, பாஸ்கர் போனில் சொன்ன பதில்கள் மட்டும் இடைவெளி விட்டுவிட்டு ஒலித்தது.

மஞ்சு, எப்படிப் பதிவு செஞ்சே?" என்றான் பாஸ்கர் ஆர்வமாக. அதன் பிறகு வசந்தியிடம் பேசினதும் பதிவாகியிருக்குமோ என்கிற சிந்தனை சற்றும் அவனுக்கு வரவில்லை.

பாஸ்கரின் ஒவ்வொரு பதிலுக்கும் வாய்விட்டுச் சிரித்த மஞ்சு...

"உங்களையெல்லாம் ஃப்ரெண்டா வச்சிருக்கிற மஞ்சுமேலதான் கோபமா இருக்கு. போனை வச்சிருங்க" என்று பாஸ்கர் சொன்னதும்...

டேப்பை அணைத்து காஸெட்டை வெளியே எடுத்தாள். மேற்கொண்டு ஓடவிட்டிருந்தால், வசந்தியுடன் பாஸ்கர் பேசியது ஒன்றுவிடாமல் கேட்டிருக்கலாம்.

“எப்படி நம்ம பேட்டி...?” என்றாள். மறுபடி கைப்பைக்குள் வைத்துக் கொண்டாள்.

“எப்படிப் பதிவு செஞ்சே? சொல்லேன்.”

“அது சஸ்பென்ஸ்.”

“இனிமே உன்கிட்டே ரொம்ப ஜாக்கிரதையா இருக்கணும்மா.”

“எப்படி எப்படி? என் கண்ணை ஒருநாள் முழுக்கப் பார்த்துக்கிட்டே இருக்கலாமா? என் லிப்ஸ்னு ஆரம்பிச்சு, முடிக்காம விட்டுட்டீங்களே... என்ன சொல்ல வந்தீங்க?”

“இரு... இரு... இதே மாதிரி உன்னை நான் அசடு வழிய வைக்கிறேன்.”

“முடிஞ்சா முயற்சி பண்ணிப் பாருங்க டார்லிங்...” என்று காரை பங்களாவின் போர்ட்டிகோவில் குலுங்கலாக நிறுத்தினாள் மஞ்சு.

வெங்கடேஷ் பர்மிஷன் கேட்டுக்கொண்டு வீட்டுக்கு வந்தபோது, கீழே வாசல் கதவு உட்புறம் தாழிட்டிருப்பதை உணர்ந்து வசந்தி வந்துவிட்டது புரிந்தது.

ஸ்ரீராமைப் பார்த்துவிட்டு வசந்தியைப் பார்க்கத் தீர்மானித்து, வெங்கடேஷ் படிகளேறி மேலே வந்து லேசாகத் திறந்திருந்த கதவை மேலும் தள்ளிக் கொண்டு உள்ளே நுழைந்தான்.

கட்டிலில் குப்புறப் படுத்தத் தலையணையை அணைத்திருந்த ஸ்ரீராம், அவசரமாக நிமிர்ந்து பார்த்து, தன் கண்களைத் துடைத்துக் கொண்டான்.

“என்ன ஸ்ரீராம், கண் இப்படிச் சிவந்திருக்கு... அழுதியா...?”

“என்னால தாங்க முடியலைங்க. வசந்தி பாவம் வெங்கடேஷ்.”

அவன் தோளில் ஆறுதலாகத் தட்டி, “பேசினியா...? என்ன சொன்னானாம் பாஸ்கர்.”

“உங்ககிட்ட சொன்னதையேதான் சொன்னானாம் ரொம்ப அலட்சியமா எடுத்தெறிஞ்சுப் பேசினானாம்”

“அப்படியே அழுதுட்டா பரவாயில்லையே சார். வந்ததிலேர்ந்து ஒரு சொட்டுக் கண்ணீர்கூட இல்லை. வெறிச்சுப் பார்க்கறாங்க. அமைதியா உட்கார்ந்திருக்காங்க. அதான் எனக்கு ரொம்ப கவலையா இருக்கு. போலீஸ்ல புகார் செய்யலாமானு கேட்டேன். ‘எனக்கு இஷ்டமில்லை’னு சொல்லிட்டாங்க. ஆனா பாஸ்கரை சும்மா விடக்கூடாது வெங்கடேஷ்.”

“அமைதியா இருங்க ஸ்ரீராம். நான் மட்டும் போய் வசந்திகிட்டே ரெண்டு வார்த்தை பேசிட்டு வந்துடறேன். என்ன பண்றதுன்னு எனக்கும் எதுவும் புரியலை”

வெங்கடேஷ் கீழே வந்து காலிங் பெல்லை அடித்தான்.

சில விநாடிகளுக்குப் பிறகு, திறந்த வசந்தியின் முகத்தில் எந்தச் சலனமும் இல்லை.

ஹாலில் அவளுடைய சூட்கேஸ் திறந்த நிலையில் இருக்க, சுற்றிலும் உள்ளே எடுத்து வைக்கத் தயாராய் அவளின் பொருட்கள் இருந்தன.

“என்னங்க வசந்தி, எங்கே புறப்படறீங்க?”

“விமன்ஸ் ஹாஸ்டலுக்கு. இனிமே நான் எப்படி உங்களுக்குப் பாரமா இருக்கிறது?”

“என்ன பேச்சுங்க இது. இத்தனை நாள் இல்லாத பாரம் திடீர்னு வந்துடுமா? ஏன் இப்படித் திடீர்னு அந்நியப்படுத்திப் பேசறீங்க வசந்தி?”

“தற்காலிகம்னு தெரிஞ்சதாலே பாரமா படலை. எனக்கும் வித்தியாசமாப் படலை. நிரந்தரமா நான் எப்படிங்க இங்கே இருக்க முடியும்?”

கொஞ்ச நேரம் அமைதியாக இருந்த வெங்கடேஷ், “இப்போ நீங்க இருக்கிற மனநிலையிலே எந்த ஆறுதலும் எடுபடாதுன்னு

தெரியும். பாஸ்கரோட சுயரூபம் நல்ல வேளையா கல்யாணத்துக்கு முன்னாடியே தெரிஞ்சுதேன்னு சந்தோஷப்படறதுதான் இப்போ விவேகம். எந்த உணர்வுக்குமே முழுமையா அர்ப்பணிச்சுக்கிறது முட்டாள்தனம். அது பக்தியாகட்டும், காதலாகட்டும், கடமையாகட்டும். வாழ்க்கைக்குள்ளேதான் காதல் குறுக்கிடுது. காதலே வாழ்க்கை இல்லை. நீங்க ஹாஸ்டல்ல தங்கறதிலே எனக்கு மறுப்பு இல்லை. அதான் நல்ல முடிவு. ஆனா, அதுக்கு முன்னாடி...” என்றான்.

‘வசந்தி, உங்களை நான் எவ்வளவு நேசிக்கிறேன் என்பது உங்களுக்குத் தெரியுமா?’ – என்ற ஸ்ரீராமின் டைரி வாசகம், வெங்கடேஷின் மனத்தின் குறுக்கே ஓட...

“நான் சொல்றதை, தப்பா எடுத்துக்கக் கூடாது. அப்படியே கேட்டுக்குங்க. எந்த முடிவும் உடனே சொல்ல வேணாம். வந்து... இப்ப சொல்லலாமான்னும் தெரியலை. எப்படி ஆரம்பிக்கிறதுன்னும் புரியலை...” என்று தடுமாறினான் வெங்கடேஷ்.

காதல் என்பது...

நடிகையின் மேக்கப்பைப் போல

மிகைப்படுத்தப்பட்டது!

வெங்கடேஷ் சொல்வதைக் கேட்க, அமைதியாக அவன் முகத்தையே பார்த்தாள் வசந்தி. அவளுடைய முகத்தைப் பார்த்துப் பேசுவதில் தயக்கமாய் இருந்தது.

பார்வையை விலக்கித் தரையில் இருந்த சூட்கேஸைப் பார்த்துக் கொண்டு சொன்னான் "இப்பதான் தைரியமா செயல்படணும் வசந்தி. மனசை உடையவிடக் கூடாது... நான் என்ன சொல்றேன்னா... இருங்க, ஒண்ணு சொல்லுங்க. எந்த வகையிலாவது சமாதானப்படுத்தி பழைய பாஸ்கரை அடையணும்னு உங்களுக்குள்ளே துடிப்பு இருக்கா?"

கொஞ்சம் நேரம் மௌனமாய் இருந்தாள் வசந்தி.

"நான் முழுக்க நொறுங்கிப் பொய் நிக்கிறேன். மனசுக்குள்ளே ஒரே ரணகளமா இருக்கு. எனக்கு எதுவும் புரியலைங்க" என்று அப்படியே தலையில் கைவைத்து உட்கார்ந்து, சுவரில் சாய்ந்துக்கொண்டு கண்களை மூடிக்கொண்டாள்.

"அந்த பாஸ்கருக்கு முன்னாடி வாழ்ந்து காட்டணும் வசந்தி. 'நீ உதறிட்டதாலே நான் செத்துடலைடா, சந்தோஷமா வாழ்ந்துக்கிட்டுதான் இருக்கேன்'னு காட்டணும். அதுக்கு... இதுக்குமேல நான் வார்த்தையால சில விவரங்களைச் சொல்ல நினைக்கிறதைவிட, படிக்க வச்சா பரவாயில்லைன்னு படுது."

"என்ன சொல்றீங்க...?"

"ஒரு நிமிஷம், இதோ வந்துட்டேன்."

வெங்கடேஷ் மாடிக்கு வந்தான், கதவைச் சாத்தினான்.

"ஏன் கதவைச் சாத்தறீங்க?" என்றான் ஸ்ரீராம்.

"சும்மாதான்" என்று அவனை நெருங்கி, அவன் உதட்டில் இருந்த சிகரெட்டை எடுத்து ஆஷ் டரேயில் போட்டுவிட்டு, "என்னை நேரா பாருப்பா, பொய் இல்லாம பேசு. சுத்தி வளைக்கலை. பட்டுனு சொல்றேன். வசந்தியோட வேதனையைப் போக்க நீ தயாரா இருக்கியா, சொல்லு...?"

"என்ன செய்யணும், சொல்லுங்க...?"

"அவங்க கழுத்தில தாலி கட்டணும்!"

சட்டென்று அதிர்ச்சி வாங்கி, "வெங்கடேஷ்!" என்றான்.

"ஆமாம். சீரியஸா சொல்றேன். காலைல உன் அனுமதி இல்லாம உன் டைரியைப் படிச்சுட்டேன் நான். படிக்கணும்னு படிக்கலை. வசந்தின்னு பேரு யதேச்சையா கண்லபட்டதால படிச்சுட்டேன். முதல்ல அதுக்காக மன்னிச்சிடுப்பா. எனக்குத் தெரியும். நீ அதிலே எழுதியிருக்கிற ஒவ்வொரு வார்த்தையும் சத்தியமான வார்த்தை!"

"ஐயோ! வெங்கடேஷ், என்னைப் புரிஞ்சுக்குங்க. அது... அது... எனக்குள்ளே மட்டும் வச்சிருக்கிற உணர்வுகள். அதை வெளிப்படுத்தி தயவுசெய்து கொச்சைப்படுத்த முயற்சி செஞ்சிடாதீங்க..."

"ஆகாயத்திலே பறக்காதேப்பா ஸ்ரீராம்! தரைக்கு வா, யதார்த்தமா நடந்துக்க. யதார்த்தமா பேசு, உன் உணர்வுகளும் புரியுது, பண்பாடும் புரியுது. வசந்தி ஏற்கெனவே ஒருத்தனை நேசிக்கிற காரணத்தால உன் மனசை டைரிக்குள்ளேயே புதைச்சு வச்சிட்டே, இப்போ வசந்தி மனசு காலியா இருக்கு. என்ன செய்யறது, ஏது செய்யறதுன்னு கலங்கி நிக்கறாங்க. இன்னமும் நீ உன் நேசிப்பை உனக்குள்ளே மட்டும் பூட்டி வச்சிக்கிறது முறையில்லை. இதுதான் சரியான நேரம். கம்பீரமா வெளிப்படுத்த வேண்டிய நேரம்..."

வேகமாகப் பேசிக்கொண்டே போன வெங்கடேஷின் முகத்துக்கெதிரே கைகளை அசைத்துத் தடுத்தான் ஸ்ரீராம்.

"என்னைப் பேச விடுங்க. அவசரப்படாதீங்க. என்னைப் புரிஞ்சுக்கங்க. வசந்தி என்னைப்பத்தி ரொம்ப உயர்வா நினைச்சிட்டிருக்காங்க. அதே நினைப்பு எப்பவும் இருக்கணும்னு நான் விரும்பறேன். சத்தியமாச் சொல்றேன். இப்பக்கூட, பாஸ்கர்

விலகிட்டதாலே வசந்தியை சொந்தமாக்கிக்கலாம்னு ஒரு சின்ன எண்ணம்கூட எனக்கு இல்லை, அப்படி ஆசைப்படலை நான்...”

“ஸ்ரீராம், நீ ஆசைப்படாம இருக்கலாம். இப்போ அதுக்கு அவசியம் வந்துடுச்சி. உன்னைப்பத்தி என்கிட்டே எத்தனையே தடைவ வசந்தி பேசியிருக்காங்க. உன் மேல அவங்களுக்கு அன்பு இருக்கு. உன்னை வசந்திக்கு ரொம்ப பிடிக்கும். ஆனா, உன்னையே வாழ்க்கைத் துணையா அடையணுங்கிற எண்ணம் வராததுக்குக் காரணம் பாஸ்கர் மேல இருந்த காதல். அது கருகிப் போச்சுன்னதும் அழுவலை, விஷயத்தைத் தேடலை, வாழணும்னுதான் முடிவு பண்ணியிருக்காங்க. இப்போ, வசந்திக்குத் தேவை மனசுக்குக் கொஞ்சம் அமைதி. அடுத்து, கல்யாணம், முன்னே பின்னே தெரியாத எவனையோ தேர்ந்தெடுக்கிறதுக்கு... நீ சரியான பொருத்தமா நான் நினைக்கிறேன். தயவுசெஞ்சு முரண்டு பண்ணாதேப்பா...”

“வெங்கடேஷ்! நான் சொல்றதைப் புரிஞ்சுக்கவே இல்லை நீங்க..”

“எல்லாம் புரியுது. நீ பேசாம இருப்பா. பாஸ்கர்தான் அழைச்சுட்டு வந்தாலும், இந்த வீட்டுல எவ்வளவு உரிமையோட, அன்போட பழகினாங்க வசந்தி! அவங்களை ஒரு சகோதரியாத்தான் நினைக்கிறேன். ஒரு நல்ல வாழ்க்கை அமைச்சுத் தரவேண்டியது இப்போ என் பொறுப்புன்னு நினைக்கிறேன். நான் எது சொன்னாலும் ஏத்துக்க, என் முயற்சித் தடுக்காதேப்பா. ப்ளீஸ்...! உன் டைரியை எடுத்துக்கறேன்.”

“ஐயோ! எதுக்கு?”

“அத்துமீறி நடந்துக்கறதா நீ நினைச்சாலும் பரவாயில்லை. என்னை விடு...” எடுத்துக் கொண்டு வெளியேற... பின்னாலேயே தொடர்ந்து வந்த ஸ்ரீராம், “நான் சொல்றதைக் கேளுங்க!” என்று கத்தக் கத்த... வெங்கடேஷ் கீழே இறங்கினான்.

ஸ்ரீராம் என்ன செய்வது என்று புரியாமல், கைகளைப் பிசைந்து கொண்டு மாடிப்படிகளின் உச்சியிலேயே நின்றுவிட...

வெங்கடேஷ் உள்ளே வசந்தியிடம் வந்தான்.

“வசந்தி, நான் என்ன சொல்ல நினைச்சேன்கிறதை இந்த டைரி சொல்லும். நிதானமாப் படிங்க. இது ஸ்ரீராமோட டைரி ஒவ்வொரு பக்கமும் படிங்க. நான் சொல்ல வந்ததைப் புரிஞ்சுக்குவீங்க. அப்புறம் உங்க முடிவுதான். அவசரமே இல்லை. நிதானமா யோசிச்சு முடிவுக்கு வாங்க. அதுக்கப்புறம் ஹாஸ்டலுக்குப் போறதைத் தீர்மானிச்சுக்கலாம்...”

ஒன்றும் புரியாமல் பார்த்துக் கொண்டிருந்த வசந்தியின் கைகளில் அந்த சிவப்பு டைரியைக் கொடுத்துவிட்டு வேகமாக வெளியே வந்தான் வெங்கடேஷ்.

வசந்தி, டைரியின் பக்கங்களைப் புரட்டினாள்... மூலை மடக்கி அடையாளம் காட்டப்பட்டிருந்த பக்கங்களைப் படிக்க ஆரம்பிக்க...

குப்பென்று வியர்த்தது. டைரியைப் பிடித்துக் கொண்டிருந்த கரங்களில் லேசான நடுக்கம் ஏற்பட்டது தொடர்ந்து படித்தாள்.

மஞ்சு... வாங்கி வந்த உடைகளில் ரெடிமேடாய் இருப்பவற்றை, ஒவ்வொன்றாகப் போட்டுப் பிரித்துக் கண்ணாடிக்கு முன்னால் நின்று, எங்கெங்கே சின்னச் சின்ன அளவு மாற்றங்கள் செய்ய வேண்டும் என்று பார்த்துக் கொண்டிருந்தாள்.

“நீ இருக்கமாட்டேன்னு நினைச்சேன். நல்லவேளை, இருக்கே...” என்று வாசலில் குரல் கேட்க, திரும்பிப் பார்த்தாள்.

இரட்டைச் சடையை முன்பக்கமாகத் தவழ விட்டுக் கொண்டு பிரியா உள்ளே வந்தாள், சிரிப்பாக. “வீணை கிளாசுக்குப் போறேன். வழியில உன் வீட்டைப் பார்த்ததும் காலைல அடிச்ச லூட்டி நினைவு வந்துச்சி. என்னாச்சுன்னு கேட்டுப் போகலாம்னு வந்தேன். டேப்ல பதிவாச்சா மஞ்சு....?” என்று அமர்ந்தாள்.

நல்லா பதிவாயிருக்கு. அந்தக் கைப்பையிலேதான் காஸட் இருக்கு. எடுத்து போட்டுப் பாரேன்...” என்ற மஞ்சு, டூ-பீஸ்

மிடியைக் கழற்ற ஆரம்பித்தாள். "ஏய், வாசல் கதவைச் சாத்திடு முதல்ல..."

பிரியா சாத்திவிட்டு வந்து காஸெட் எடுத்து, படுக்கையின் தலைமாட்டில் இருந்த டேப்ரிக்கார்டரைக் கையில் எடுத்தாள்.

"இதை வச்சி அவரைக் கோட்டா பண்ணிட்டியா?"

"ஓ, ஆச்சரியமாயிடுச்சி! 'எப்படிப் பதிவு செஞ்சே'னு கேட்டார். நான் சொல்லலையே...'இதே மாதிரி உன்னையும் அசடு வழிய வைக்கிறேன் பாருன்னு சபதமே போட்டுட்டார்..."

மஞ்சு சுரிதாரை அணிந்து கொண்டாள். லேசாகக் கலைந்த தலையை மேலாக வாரிக் கொண்டு, போட்டுப் பார்த்துக் கழற்றிய உடைகளை ஒவ்வொன்றாக மடித்துக் கொண்டே, "ரிவர்ஸ் செஞ்சுப் போடு" என்றாள்.

பிரியா அதன்படி செய்து போட...

டேப் சுழன்று, பதிவான டெலிபோன் உரையாடலைக் கக்க ஆரம்பித்தது.

மடித்துக் கொண்டே ஜன்னல் வழியாக அப்பாவின் கார் காம்பவுண்டில் நுழைவதைப் பார்த்த மஞ்சு, "டாடி வந்துட்டார். அவர்கிட்டேயும் இதைப் போட்டுக் காட்டணும்" என்றாள்.

டேப்பில் பாஸ்கர் டெலிபோனில் பேசின கடைசி வாக்கியத்தை மறுபடி பேசிக் கொண்டிருந்தான்.

"உங்களையெல்லாம் ஃப்ரெண்டா வச்சிருக்கிற மஞ்சுமேலதான் கோபமா வருது. போனை வச்சிருங்க"

பிரியா உதட்டைப் பிதுக்கி, "பாருடி, உன் ஆளுக்கு உன்னைப் பத்தி ஒரு வார்த்தை சொன்னதுக்கு எவ்வளவு ரோஷம்!"

"அவ்வளவுதான் பிரியா. டேப்பை நிறுத்திடு."

பிரியா நிறுத்தப் போனபோது...

"நான் உள்ளே வரலாமா?" என்றாள் வசந்தி டேப்பில்.

"இது யாரு மஞ்சு..." என்றாள் பிரியா.

"தெரியலையே...!" என்று மஞ்சு டேப்பின் சுழற்சியைப் பார்க்க...

"இங்கே போன் பண்ணக்கூடாது, நேர்ல வரக்கூடாதுன்னு நீங்க சொன்னதை மீறி வந்திருக்கேன். போன்ல யார்கிட்டயோ நீங்க பேசினதை எல்லாம் கேட்டேன். பழைய ஞாபகம் வந்துருச்சி."

மஞ்சுவுக்கு ஒருவிதப் படபடப்பு ஏற்பட்டு, புரியாமல் பிரியாவின் முகத்தைப் பார்த்தாள். பின், மறுபடி டேப்பைப் பார்த்தாள்.

"என்ன மஞ்சு இது?" என்று பதறின பிரியாவை, 'சும்மா இரு' என்பதுபோல கை ஜாடை காட்டி, கவனித்தாள்.

"வசந்தி, உக்காரு. என்னைப் புரிஞ்சுக்க, நான் சொல்றதை அமைதியா கேளு."

"மஞ்சு, இது பாஸ்கர் குரல்தானே..?"

"ஆமாம்!"

"இனிமேதான் பாஸ்கர் புரிஞ்சுக்கணும். ஆரம்பத்திலேயே புரிஞ்சுக்காம போயிட்டேன்."

'வசந்தி – பாஸ்கர்' உரையாடலை மேலே மேலே கேட்கக் கேட்கக், மஞ்சுவின் முகம் முழுக்கச் சிவந்து, காதோரங்கள் சூடாயின. கையில் வைத்திருந்த புதிய உடை, விரல்களின் பிசைவில் அவஸ்தைப்பட்டுக் கொண்டிருந்தது. படபடப்பு ஏறி மார்புகள் அவசரமாக ஏறி இறங்கிக் கொண்டிருந்தன.

கடைசி வரைக்கும் கேட்டு முடித்ததும் அவளின் இரண்டு கண்களும் நன்கு சிவப்பேறி, "யு... யு... கன்னிங் ஸ்கவுண்ட்ரல்!" என்று காலுக்கு அருகே இருந்த கண்ணாடி டீப்பாயை உதைத்தாள்.

அது சக்கரங்களில் உருண்டு போய் சுவரில் மோதி, 'பளீர்' என்று குறுக்காக விரிசல்கள் ஏற்பட்டு நின்றது.

பிரியாவுக்கு மஞ்சுவின் முகத்தைப் பார்க்கவே பயமாக இருந்தது. என்ன சொல்வது என்றே புரியாமல் கைகளைப் பிசைந்தாள். அவள் இருப்பதையே பொருட்படுத்தாமல், 'கடக்' என்று காஸெட்டை டேப்பைவிட்டு வெளியேற்றிக் கையில் எடுத்துக் கொண்டு சீறலாய் அறையைவிட்டு வெளிப்பட்டாள் மஞ்சு.

மூன்று மூன்று படிகளாக இறங்கினாள்.

எதிரே வந்த கௌதமன், "பார்த்து... பார்த்தும்மா... ஏன் இவ்வளவு வேகம்?" என்று பதற.. அவருக்கு நின்று பதில் சொல்லாமல், "டாடி, என்கூட அவுட் ஹவுஸீக்கு வாங்க" என்றாள், ஓடிக்கொண்டே.

கௌதமன் குழப்பமாகப் பின்தொடர்ந்தார்.

நேராக அவுட் ஹவுஸ் கதவைக்கூடத் தட்டாமல் உள்ளே நுழைந்தாள்.

தலைமாட்டில் மேற்கத்திய சங்கீதத்துடன், வெற்று மார்புடன் கட்டிலில் ஹாய்யாகப் படுத்திருந்த பாஸ்கர் சட்டென்று எழுந்து, "ஹேய்... என்ன மஞ்சு, கதவைக் கூடத் தட்றதில்லையா?" என்றவன், அவள் முகத்தைப் பார்த்து, "என்ன, என்னமோ போல பார்க்கறே..? என்ன மஞ்சு..?" என்றான்.

நேராக டேப்ரிக்கார்டரை அணுகி, நிறுத்தி, அந்தக் காஸெட்டைப் பொருத்தி, ரிவர்ஸ் செய்து ஓடவிட்டாள்.

"அமைதியா நின்னாலோ, அழுது ஆர்ப்பாட்டம் பண்ணினாலோ நான் என் முடிவிலே மாற்றம் செய்யறதா இல்லை. விவேகமா யோசி. நான் செஞ்சது நியாயமாப்படும். மாமனார்கிட்டே சொல்லி நல்ல வேலை வாங்கித் தர்றேன். ஹாஸ்டல்ல தங்கிக்க."

டேப்பை நிறுத்தினாள் மஞ்சு. "யார் இந்த வசந்தி..?" என்றாள் சத்தமாக.

பாஸ்கர் திகைத்து நின்றான். தடுமாறினான். எச்சில் விழுங்கி, நேர் பார்வையைத் தவிர்த்தான்.

"முழுக்க உங்க அற்புதமான உரையாடலைக் கேட்டுட்டேன். சொல்லுங்க, யார் இந்த வசந்தி..? இது மாதிரி இன்னும் எத்தனை பேரை ஏமாத்தியிருக்கீங்க...?"

"நான் சொல்றேன் மஞ்சு...." என்று உள்ளே வந்தார் கௌதமன். "உனக்குத் தெரியாமலேயே இருக்கட்டும்னு நினைச்சோம். இப்போ தெரிஞ்சு போச்சு. இனி மறைக்கலை, அவரை எதுவும் கேக்க வேணாம். வா, நான் சொல்றேன்..."

"என்னப்பா இது, ரெண்டுபேரும் சேர்ந்து நாடகம் போடறீங்களா...? இங்கேயே சொல்லுங்க டாடி...? இந்த காஸெட்ல இவருக்கும் வசந்திங்கிற பொண்ணுக்கும் நடந்திருக்கிற உரையாடலை முதல்ல கேளுங்க. அப்புறம் சொல்லுங்க..."

"கேக்க வேணாம். என்ன பேசியிருப்பாங்கன்னு என்னால ஊகிக்க முடியும். இதைப் பெரிசு பண்ணாதே. விவகாரம் முடிஞ்சு போச்சு. இப்போ எந்தப் பிரச்னையும் இல்லை. நம்ம பாஸ்கர் இந்தக் கல்யாணத்தை..."

"என்ன டாடி பேசறீங்க? ஒரு பொண்ணுக்குப் பச்சைத் துரோகம் செஞ்சிருக்கார். இன்னும் என்ன மரியாதை வேண்டிக்கிடக்கு. துரோகிப்பா இந்தாளு. இவனை நம்பி அந்தப் பொண்ணு ஊரைவிட்டு வந்திருக்கா டாடி. இதெல்லாம் தெரிஞ்சும் எப்படி நீங்க சம்மதிச்சீங்க... ஏன் என்கிட்டே மறைச்சீங்க...?"

பாஸ்கர் மரியாதைக் குறைவாகப் பேசப்பட்டவுடன் துடித்துப் போய், உதடுகள் துடிக்க நின்றான். கௌதமன் குரல் உயர்த்திப் பேசினார்.

"மஞ்சு! ரொம்பப் பேசாதே... எனக்கு நல்லது, கெட்டது தெரியும். நம்ம சைடுல ஒரு வீக்னெஸ் இருக்கிறதாலே நான் கொஞ்சம் விட்டுக் கொடுக்க வேண்டியாதப் போச்சு..."

மஞ்சு நேராகத் தன் அப்பா அருகில் வந்து, "என்ன சொன்னீங்க? வீக்னெஸா? நீங்க எதைச் சொல்றீங்கன்னு புரியுது

டாடி. இதையே அன்னிக்கு விபத்துன்னு சொல்லி மறக்கச் சொன்னீங்க. இப்போ நீங்களே குத்திக் காட்டிட்டீங்க. அதுக்காக ஒரு அயோக்கியனை நான் கல்யாணம் பண்ணிக்கணும்னு நீங்க நினைச்சா, எனக்கு இந்தக் கல்யாணமே வேணாம்...”

“மஞ்சு நாக்கை அடக்கிப் பேசும்மா, பாஸ்கர் ரொம்ப நல்லவர், முழு விவரம் தெரியாம நீ பேசறே..!”

“என்னப்பா நல்லவரு..? தன் வாயாலயே சொல்லியாச்சுப்பா, ‘கோடிக்கணக்கான சொத்தோட பொண்ணு தந்தா, எந்த மடப்பயலும் வேணாம்னு சொல்லமாட்டான். சந்தர்ப்பத்தைப் பயன்படுத்திக்கத்தான் செய்வான்’னு அற்புதமா வசனம் பேசியிருக்கார் டாடி. அந்த வசந்தி செருப்பால அடிச்ச மாதிரி கடைசியில கேட்டிருக்கா... ‘நாளைக்கு இவளைவிடப் பெரிய பணக்காரியைச் சந்திச்சா, இவளை அம்போன்னு விட்டுடாதே’ன்னுருக்கா... எவ்வளவு பெரிய துரோகம் டாடி இது! இவர்கூட நான் இத்தனை நாளா இவ்வளவு சகஜமா, அன்பாப் பழகினேன்னு நினைச்சா அருவருப்பா இருக்கு. முதல் காரியமா இவரை இங்கேர்ந்து வெளியில அனுப்புங்க. கல்யாண ஏற்பாட்டை நிறுத்துங்க. மீறி என்னை வற்புறுத்த நினைச்சா... இன்னும் கொஞ்சநாள் வாழணும்னு நினைச்சிக்கிட்டிருக்கிற என்னை, சீக்கிரமே வழியனுப்பி வைக்க நினைக்கறீங்கன்னு அர்த்தம்.” என்று திரும்பி பாஸ்கரைப் பார்த்து முறைத்தாள் மஞ்சு.

“பாஸ்கர், உங்களை இப்படிப்பட்ட ஆளா நான் கற்பனைக்கூடப் பண்ணலை, நீங்க யோக்கியன்னு நிரூபிக்க நினைச்சா, போங்க! அந்தப் பொண்ணுகிட்டே மன்னிப்புக் கேளுங்க. அவளுக்கு வாழ்வு கொடுங்க...”

படபடவென்று பொரிந்து தள்ளிவிட்டு வெளியேறிப்போன மஞ்சுவை, பாஸ்கரும் கௌதமனும் மௌனமாகப் பார்த்துக் கொண்டே நின்றார்கள்.

காதல் என்பது...

தொட்டால் தொடர்வது,

விட்டாலும் தொடர்வது!

மஞ்சள் நீராடிய மாலை வெளிச்சத்தில், தூரத்து வீடுகளும் அவற்றின் தலையில் செருகின ஆன்டெனாக்களும் வரைந்த ஓவியமாய்த் தெரிய... மொட்டை மாடியின் முன்புறக் கைப்பிடிச் சுவரில் சாய்ந்து நின்று கொண்டிருந்தாள் வசந்தி.

கைகளை மார்புக்குக் குறுக்காகக் கட்டிக்கொண்டு, அஸ்தமனச் சிவப்பு சூரியனை வெறித்துப் பார்த்துக் கொண்டிருந்தாள்.

ஏதோ கோபத்தில் எப்போதோ அம்மா சொன்ன வார்த்தைகள் இப்போது பெரிதுபடுத்தப்பட்ட ஒலியில் அதிர்ந்தன.

'அம்மா சொல்றது நல்லதுக்குத்தான் சொல்வா, படிச்சுட்டா எல்லாப் பக்குவமும் வந்துடுதா? நான் வாழ்ந்தவ, உன்னைவிட அனுபவம் பாத்தவ. சொன்னா எடுத்துக்கோ, இல்லேன்னா எக்கேடோ கெட்டுப்போ. பின்னாடி சீரழிவே.'

சாலையில் ஒரு லாரி, முழுக்க வாழையிலைக் கட்டுகளை ஏற்றிப் போய்க் கொண்டிருந்தது. இப்போதே வந்துவிட்ட ஒரு நட்சத்திரத்தை மறைத்து, விலகிக் கொண்டிருந்தது ஒரு மஞ்சள் பட்டம்.

அதன் வால் காற்றில் துடித்துக் கொண்டிருந்தது.

"வசந்தி...!"

திரும்பிப் பார்த்தாள்

இரண்டு கைகளிலும் இரண்டு மடக்கு நாற்காலிகளுடன் மிச்சப் படிகளையும் ஏறி மேலே வந்து, இரண்டையும் விரித்துப் போட்டுவிட்டு, ஒன்றில் அமர்ந்து கொண்டான் வெங்கடேஷ்.

"வாங்க, உக்காருங்க, தனியா மனசை அலையவிட்டா விபரீதமா எண்ணங்கள் போகும்."

அமைதியாக வந்து உட்கார்ந்தாள்.

“நேத்து முழுக்க நீங்க யோசனையிலே இருப்பீங்கன்னு தெரிஞ்சுதான் சந்திக்கவே இல்லை. விஷயத்தை உடைச்சிட்டதாலே ஸ்ரீராமுக்கு என்மேல் வருத்தம். ‘உங்களாலே அவங்க முகத்தைப் பார்க்கவே எனக்கு சங்கடமா இருக்கு’ன்னான். வசந்தி, என்கிட்டே நீங்க எதையும் மறைச்சுப் பேச வேண்டியதில்லை. என்ன நினைக்கிறீங்களோ, சொல்லுங்க. உங்க முடிவு எதுவா இருந்தாலும், அதுக்கு உதவி செய்ய நான் தயாரா இருக்கேன்.”

வசந்தி ஒருமுறை நிமிர்ந்து பார்த்துவிட்டு மௌனமாக ஆகாயம் பார்த்தாள்.

வெங்கடேஷ், அவளாகப் பேசட்டும் என்று காத்திருந்தான்.

வசந்தி தனது கைவிரல்களின் நகங்களை ஆராய்ந்துகொண்டு, “எனக்கு உண்மையிலே எதுவுமே புரியலைங்க. மனசு பூரா வெறுமையா இருக்கு. புயல் அடிச்சு ஓய்ஞ்ச மாதிரியிருக்கு. நடந்ததெல்லாம் பிரமையானுகூடத் தோணுது. ஸ்ரீராமை எனக்கு ரொம்பப் பிடிக்கும். அவரோட பண்பும், குணமும், ரசனையும், சிந்தனையும் என்னை ரொம்பக் கவருது. அவர்மேல நல்ல அபிமானத்தோடதான் இப்பவும் இருக்கேன். என்னைப் பத்தி டைரில் அவர் எழுதியிருக்கிற விதங்களிலேகூட ஒரு பண்புதான் தெரியுது. என்ன இப்படி எழுதியிருக்காரேன்னு ஆத்திரமா கோபமோ எனக்கு வரலை. ஆனா, நான் அந்தக் கோணத்திலே எப்பவுமே அவரை நினச்சதில்லைங்கிறதாலே, என்னவோ மாதிரியிருக்கு. பாஸ்கர் செஞ்ச துரோகம்தான் மனசுல திடுக் திடுக்னு தூக்கிப் போட்டுக்கிட்டிருக்கு. இந்த நிலமையில் என் கல்யாணத்தைப் பத்தி நான் யோசிக்கிறதே சரியாப் படலை. பாஸ்கரோட பேசிட்டு வந்தப்போ ஒரு துளிக்கூட அழலை. ஒரு வீறாப்பும் ஆவேசமும்தான் இருந்திச்சு. நேத்து தனிமையில நாங்க பழகினது, பேசினது எல்லாம் நினைக்க நினைக்க அழுகை வெடிச்சது. என்னால கட்டுப்படுத்த முடியலை. ஓ.. ன்னு குமுறிக் குமுறி அழுது தீர்த்துட்டேன். இப்போ மனசு கொஞ்சம் லேசா இருக்கு. மதுரைக்குப் போய் அம்மா கால்ல

விழுந்து கதறலாமானுகூட ஒரு எண்ணம் வருது. என் குழப்பம் எல்லாம் தீர்ந்து தெளிவாகிற வரைக்கும் எதைப் பத்தியும் தீவிரமா யோசிச்சு ஒரு முடிவுக்கு உடனே வர வேணாம்னு நினைக்கிறேன்."

"வெரிகுட் வசந்தி. இதான் தெளிவான பேச்சு. டேக் யுவர் ஓன் டைம். இது உங்க வீடு. இங்கே தங்கியிருக்கிறதைத் தயவுசெஞ்சு பாரமா நினைக்காதீங்க. ஒண்ணும் அவசரமில்லை. நிதானமா முடிவெடுத்துக்கலாம். இந்த சந்தர்ப்பத்திலே உங்களுக்கு ஆறுதலும் நீங்கதான்."

"ஸ்ரீராம்கிட்டே சொல்லுங்க. அவரை எப்பவும் போல பேசிக்கிட்டிருக்கச் சொல்லுங்க. எனக்கு அவர் மனசை நல்லாத் தெரியும். ஒளிவு மறைவே கிடையாது. குழந்தை மாதிரி. நேத்தும் இன்னிக்கும் அவர் பேசாம இருக்கிறதுதான் என்னவோ போல இருக்கு..."

"சரி, நான் கீழே போறேன். கொஞ்சம் எழுத வேண்டியிருக்கு..." என்று எழுந்த வெங்கடேஷ், தான் அமர்ந்திருந்த நாற்காலியை எடுக்க...

"இருக்கட்டும். கொஞ்ச நேரம் கழிச்சு நான் கீழே வர்றப்போ எடுத்துட்டு வர்றேன், நீங்க போங்க" என்றாள்.

கௌதமன் தன் அலுவலக அறையின் கதவின் தட்டலுக்கு நிமிராமல் ஃபைல் பார்த்துக்கொண்டே, "கமின்" என்றார்.

கதவைத் தள்ளிக் கொண்டு உள்ளே வந்தான் பாஸ்கர். முகத்தில் மூன்றுநாள் சவரம் பாக்கியிருந்தது. முகத்தில் களை இல்லை. மிகவும் சோர்ந்திருந்தான்.

"பாஸ்கர், உங்களைத்தான் நான் 'ஒரு வாரத்துக்கு ஆபீஸுக்கு வர வேணாம், வீட்லயே இருங்க'ன்னு சொன்னேனே..."

"இல்லை சார். நான் ஒரு தீர்மானத்துக்கு வந்துட்டேன். இந்த ரெண்டுநாள் தனிமை, நிறைய நினைச்சுப் பார்க்க வெச்சது."

“பாஸ்கர், மஞ்சுவோட குணமே அதான். முதல்ல எடுத்தெறிஞ்சு பேசிட்டு அப்புறம் வருத்தப்படுவா. இப்பதான் கொஞ்சம் கொஞ்சமா அவ மனசை மாத்த முயற்சி பண்ணிட்டிருக்கேன்... அவ பேசினதுக்காக நான்தான் மன்னிப்பு கேட்டுட்டேனே பாஸ்கர்.”

“மஞ்சு பேசினதிலே தப்பே இல்லை சார். வாழ்க்கையிலே எனக்கு ஒரு தெளிவு கிடைச்சது. உங்க அவுட் ஹவுஸைக் காலி பண்ணிட்டு பெட்டியோடதான் ஆபீஸ் வந்திருக்கேன். வெளில வச்சிருக்கேன். என் வேலையை ராஜினாமா செய்யறதா எழுதியிருக்கேன்.”

பாஸ்கர் மடக்கப்பட்ட காகிதத்தை பான்ட் பாக்கெட்டிலிருந்து எடுத்து நீட்ட... தன் நாற்காலியிலிருந்து எழுந்துக்கொண்ட கௌதமன் மேஜையைச் சுற்றி வந்து அவன் கைகளைப் பிடித்துக் கொண்டார்.

“அதுக்கெல்லாம் அவசியமே இல்லை பாஸ்கர். வேலையை எதுக்கு விடணும்...?”

“இல்லை சார். எனக்கு உறுத்தலா இருக்கு. இந்தப் பதவியும் பணமும் சொகுசும்தான் என்னை ஆட்டிப் படைச்சிடுச்சி. நான் ரொம்ப தடுமாறிட்டேன். நான் போறேன்...”

“இல்லை பாஸ்கர், நான் என்ன சொல்றேன்னா...”

அவர் தடுக்கத் தடுக்க, ராஜினாமா கடிதத்தை மேஜைமேல் இருந்த பேப்பர் வெயிட் அடியில் வைத்துவிட்டு, வெளியேறினான் பாஸ்கர்.

சாலையில் போக்குவரத்து குறைவாக இருக்க... பிளாட்பாரத்தில் அருகருகே நடந்துக் கொண்டிருந்தார்கள் வெங்கடேஷும் ஸ்ரீராமும். கட்டடங்கள் மின்சாரத்தில் நனைந்திருந்தன.

“தனியாப் பேசணும்னு அழைச்சுட்டு வந்துட்டு, மௌனமாவே வர்றீங்களே, என்ன சார் இது?” என்றான் ஸ்ரீராம்.

“நேரா சொல்லட்டுமா இல்லை, சுத்தி வளைச்சு சொல்லட்டுமா..?”

“சும்மா நேரா சொல்லுங்க...”

“மூணு நாள் முன்னாடி சொன்னதைத்தான் இப்பவும் சொல்றேன். புதுசா ஒண்ணும் இல்லை. வசந்தியோட மனசை ஓரளவுக்குப் பக்குவப்படுத்திட்டேன். யோசனையிலே இருக்காங்களே ஒழிய சடார்னு மறுத்திடலை. அவங்க ஒரு முடிவுக்கு வந்தப்புறம் நீ முறுக்கிக்கக் கூடாது பாரு... அதனாலதான் உன்கிட்ட உறுதி வாங்கிக்கத் தனியா அழைச்சுட்டு வந்தேன்...”

“என்ன உறுதி...”

“வசந்தி நான் சொன்ன யோசனைக்கு சம்மதிச்சா, வர்ற வெள்ளிக்கிழமையே கோயில்ல வெச்சி உங்க ரெண்டு பேருக்கும் கல்யாணம், என்ன சொல்றே..?”

“ஐயோ சார்! என்னோட உணர்வுக்கு மதிப்பே தரமாட்டேன்றீங்க... நான் என்ன நினைக்கிறேன்னு சொல்லத்தெரியலை. ரெண்டு நாளா வசந்திகூடப் பேசாம, பார்க்காம எனக்குள்ளேயே கூசிக் குறுகிப்போய் நிக்கிறேன். அவங்ககிட்டே என் மனநிலையை வெளிப்படுத்தற மாதிரி ஒரு லெட்டர் எழுதி வெச்சிருக்கேன். இன்னிக்கு ராத்திரி கொடுக்கலாம்னு இருக்கேன். இதோ பாருங்க...” என்று தன் சட்டையின் மேல்பாக்கெட்டிலிருந்து ஒரு மடிக்கப்பட்ட கடிதத்தை எடுத்து நீட்டினான்.

அதை வாங்கிக்கொண்ட வெங்கடேஷ், “இங்கே வெளிச்சம் இல்லை. வீட்ல போய் படிச்சுப் பார்க்கிறேன். என் யோசனைக்கேத்த மாதிரி எழுதியிருந்தால் வசந்திகிட்ட கொடுப்பேன். இல்லைன்னா லெட்டரைக் கிழிச்சுப் போட்டுடுவேன்” என்று அவசரமாகப் பைக்குள் வைத்துக் கொண்டான்.

“உங்ககிட்டே கொடுத்தது தப்பு. சொல்லாம நானே கொடுத்திருக்கணும்.”

கொஞ்ச நேரம் அமைதியாக நடந்தார்கள். முக்கிய சாலையைவிட்டு வெகுதூரம் வந்துவிட்டதை உணர்ந்தார்கள்.

குடிசைகள் துவங்கியிருந்தன. விளக்குக் கம்பங்கள் அடியில் குழந்தைகள் புரண்டு விளையாட... கயிற்றுக் கட்டில்கள் மேல், உலகக் கவலை எதுவும் இல்லாமல் வானம் பார்த்துப் படுத்திருந்தவர்கள் பீடி குடித்துக் கொண்டிருக்க... ஒரு பணக்காரக் குடிசைக்குள்ளிருந்து ரேடியோப் பாட்டு வந்துக்கொண்டிருந்தது.

"திரும்பிடலாம் சார்" என்றான் ஸ்ரீராம்.

"சரி..." என்று இருவரும் திரும்பினபோது... எதிரே சைக்கிளில் போதையில் கோணல்மாணலாய் ஓட்டிக்கொண்டு வந்தவன் தடுமாறிக் கீழே விழுந்தவன் உடனே எழுந்தான்.

"அட! ஸ்ரீராம் சாரா..? வா, சாரு... இப்படித்தான் என்னிக்காச்சும் எக்குத் தப்பா நம்ம கையில சிக்க மாட்டியான்னு அலைஞ்சேன் சாரு" என்று கிட்டே வந்தவன் மாதவ்.

"ஸ்ரீராம், அவன் தண்ணி போட்டிருக்கான். எதுவும் பதில் வார்த்தை வச்சிக்க வேணாம், வந்துடு..." என்றான் வெங்கடேஷ்.

இருவரும் விரைவாய் நடக்க...

"ஏய்... நில்லுடா சோமாறி, எங்கே ஓடறே. பதில் சொல்லிட்டுப் போடா கழுதை... வேலையை வுட்டு நிப்பாட்டினே. துட்டு இல்லை. ஒரு பொண்டாட்டி கோவிச்சுட்டுப் போயிட்டா. நீ இப்படி தனியா அகப்பட மாட்டியான்னுதானே அலைஞ்சேன்..." மாதவ் பின்னாலேயே ஓடிவந்து ஸ்ரீராமின் சட்டையை முதுகுப் பக்கமாக கொத்தாகப் பிடித்து நிறுத்தி இழுத்தான்.

அவன் ஆவேசமாக இழுத்ததில் 'டர்ர்ர்' என்று சட்டை கிழிய... ஸ்ரீராம் ஆத்திரம் வெடிக்கத் திரும்பி 'பளார்' என்று அறைந்ததில், போதையில் ஏற்கெனவே ஸ்டெடியாக இல்லாத மாதவ் தடுமாறி நடுசாலையில் விழுந்தான்.

இதற்குள் அங்கங்கே போய்க் கொண்டிருந்தவர்கள், திரும்பிப் பார்க்க, வெங்கடேஷ், ஸ்ரீராமின் கையைப் பிடித்து "அடிச்சது தப்பு, அவன் நிலையிலே இல்லை. வாப்பா போயிடலாம்..." என்று இழுத்தான்.

என் குடும்பத்து வயத்துலே அடிச்சுட்டு... என்னையும் அடிக்கறியாடா திமிர் பிடிச்ச நாயே... இன்னிக்குத் தீர்த்துடறேண்டா உன்னை. உனக்காகத்தாண்டா வாங்கி வெச்சிருந்தேன்" என்று மாதவ் இடுப்பில் செருகியிருந்த பட்டன் கத்தியை எடுத்து விரித்துக்கொள்ள... அபாயத்தை உணர்ந்த வெங்கடேஷ், "வா ஸ்ரீராம், சூழ்நிலை சரியில்லை... மல்லுக்கு நிக்க வேணாம், போயிடலாம்" என்று சொல்ல...

"அட! இருங்க. என்ன, இவன் பூச்சாண்டி காட்டறதுக்கெல்லாம் பயப்படறீங்க? டேய்! வாங்கின உதை போதாதா?" என்று விறைப்பாக ஸ்ரீராம் கேட்க...

மாதவ், "டேய்!" என்று உச்ச சத்தத்தில் கத்திக்கொண்டே பாய்ந்து வந்து சற்றும் எதிர்பாராத விதமாக, ஸ்ரீராமின் இடுப்புப் பக்கமாக சக், சக் என்று இரண்டுமுறை குத்திவிட்டு, ஒரே ஓட்டமாக ஓட ஆரம்பித்தான்.

ஸ்ரீராம் 'ஹக்!' என்று இடுப்பைப் பிடித்துக்கொள்ள... பீய்ச்சியடித்த ரத்தம் வெங்கடேஷ் சட்டையெல்லாம் தெறிக்க... சரேல் என்று சரிந்து நடுசாலையில் விழுந்தான் ஸ்ரீராம்.

வீட்டின் வாசலில் மூங்கில் கூடை நாற்காலி போட்டுக்கொண்டு அமர்ந்திருந்த வசந்தியை நோக்கி, கேட்டைத் திறந்துக்கொண்டு ஓடி வந்தாள் பக்கத்து வீட்டு சிறுமி.

"உங்க பேர்தானே வசந்தி அக்கா?"

"ஆமாம். ஏம்மா?"

"உங்களுக்கு போன் வந்திருக்கு. வந்து பேசுங்க."

வசந்தி எதுவும் புரியாமல், வீட்டைப் பூட்டிக்கொண்டு பக்கத்து வீட்டுக்கு வந்து, ரிசீவரை எடுத்து, "ஹலோ!" என்றாள் பதட்டமாக.

"வசந்தி, நான்தான் வெங்கடேஷ் பேசறேன். நீங்க உடனே புறப்பட்டு ஒரு ஆட்டோ பிடிச்சு ஜி. ஹெச்-சுக்கு வாங்க. எப்படிச்

சொல்றது? ஸ்ரீராமும் நானும் பேசிட்டு வந்துட்டிருந்தோம். யாரோ ஒருத்தன் ஸ்ரீராமைக் கத்தியால குத்திட்டு ஓடிட்டான்..."

"ஐயோ! என்னாச்சுங்க? சீக்கிரம் சொல்லுங்க"

"உடனே இங்கே கொண்டாந்துட்டேன். எனக்கு எதுவும் புரியலை. இடுப்புலதான் குத்து விழுந்திருக்கு. டாக்டர்ஸ் கவலைப்பட வேணான்னுதான் சொல்றாங்க. ரத்தம் கொஞ்சம் அதிகமா சேதமாயிடுச்சு. எனக்குப் பதறுது..."

"ஆண்டவனே! நான் உடனே வர்ரேங்க. எனக்கே மயக்கம் வர்ர மாதிரி இருக்கு..."

போனை வைத்துவிட்டு, வீட்டுக்காரர்களுக்கு சுருக்கமாகச் சொல்லிவிட்டு, பதைபதைக்கும் மனதுடன் ஆட்டோவில் ஏரி, "சீக்கிரம் போப்பா" என்று விரட்டி ஜி. ஹெச். வந்து சேர்ந்தாள்.

அவசர சிகிச்சைப் பிரிவு வாசலில் நின்றிருந்த வெங்கடேஷ் அருகில் ஓட்டமாக வந்தாள், "என்னங்க எப்படி இருக்கு?"

"ஒண்ணும் புரியலை. நேரா ஆபரேஷன் தியேட்டர் கொண்டு போய்ட்டாங்க. கிட்டத்தட்ட ஒரு மணி நேரமாச்சு."

'பளிச்'சென்று முன் நெற்றியில் அடித்துக்கொண்டு அப்படியே பெஞ்சில் உட்கார்ந்தாள் வசந்தி.

"ஐயோ! நான் அப்பவே சொன்னேன், விவகாரம் வேணாம்னு இதை மாதவ்தான் செஞ்சிருக்கணும். இவருக்கா இப்படியெல்லாம் ஆகணும்? ப்ளீஸ்! பொய் சொல்லாம சொல்லுங்க, கவலைப்பட வேணாம்னு டாக்டர்ஸ் சொன்னாங்களா?"

"ஆமாம் வசந்தி. அவங்களுக்கென்ன, சுலபமா சொல்லிடராங்க. நமக்குள்ள மனசு கிடந்து அடிச்சுக்கிறது. உங்ககிட்டே கொடுக்கப் போறேன்னு லெட்டர்கூட அப்பதான் என்கிட்டே கொடுத்தான்."

அந்தக் கடிதத்தை வாங்கி வராந்தாவின் டியூப்லைட்டுக்கு அடியில் சென்று, நின்று பரபரப்பாகப் படித்தாள் வசந்தி.

டியர் வசந்தி,

நான் உங்களை மனப்பூர்வமாக நேசித்தது உண்மை. நேசிப்பதும் உண்மை. ஆனால், இதைக் காலம் முழுவதும் ரகசியமாகவே, எனக்குள்ளாகவே வைத்திருக்க நினைத்திருந்தேன். வெங்கடேஷ் இதை வெளிப்படுத்திவிட... உங்கள் கண்களை நேராகச் சந்திக்கவே தயக்கமாக இருக்கிறது. 'இந்த எண்ணத்தோடுதான் இத்தனை நாளும் பழகினாயா பாதகா' என்று தயவுசெய்து நினைத்துவிடாதீர்கள். உங்களை ஆராதிக்கத்தான் மனம் துடித்தது. அடைய அல்ல. நீங்கள் இருக்கும் மனநிலையில் இந்தப் பிரச்னையை வெங்கடேஷ் எடுத்திருக்கவே வேண்டாம். தயவுசெய்து என்னைத் தப்பாக மட்டும் நினைத்து விடாதீர்கள். ப்ளீஸ்... ப்ளீஸ்... ப்ளீஸ்...

ஸ்ரீராம்

படித்துவிட்டு வெங்கடேஷிடம் நீட்டி, "சே! எவ்வளவு மிருதுவான மனசு. இந்த மனசுக்காகவே அவருக்கு ஒண்ணும் ஆகாதுங்க. நான் ஆபரேஷன் தியேட்டர் வாசல்வரைக்கும் போய்ப் பார்த்துட்டு வந்துடறேன்" என்று வராந்தாவின் கடைசிக்குச் சென்று திரும்பி மறைந்தாள்.

வெங்கடேஷ் பெஞ்சில் அமர்ந்து, பிரார்த்தனையில் இருக்க... திடீரென்று வாசலில் வந்து நின்ற ஆட்டோவிலிருந்து இறங்கின பாஸ்கரைப் பார்த்து வியந்தான்.

பாஸ்கர் இவனிடம் விரைவாக வந்து, "வீட்டுக்கு வந்தேன், பக்கத்து வீட்ல விவரம் சொன்னாங்க. நம்ம கோபதாபத்தை அப்புறம் வெச்சிக்கலாம். ஸ்ரீராமுக்கு எப்படி இருக்கு, சொல்லு. வசந்தி எங்கே..?"

கடுப்பேறின முகத்துடன் எழுந்த வெங்கடேஷ், "உனக்கென்னடா அக்கறை? யார் வாழ்ந்தா உனக்கென்ன? யார் செத்தா உனக்கென்ன?" என்றான்.

“ஐயோ! நானே ரொம்ப நொந்துப் போய் வந்திருக்கேன் வெங்கடேஷ். என் வேலையை விட்டுட்டேன். எல்லாத்தையும் விட்டுட்டேன். விவரமா சொல்ல இது சந்தர்ப்பம் இல்லை. எங்கே வசந்தி..?” என்று உள்ளே போக முயன்றவனை...

குறுக்கே கை நீட்டித் தடுத்தான் வெங்கடேஷ்.

“வசந்தி, வசந்தின்னு என்னமோ கட்டின பொண்டாட்டி மாதிரி கேக்கறியே... நீ வசந்தியைச் சந்திக்கிறதை நான் விரும்பலை... இப்போ வசந்தி இன்னொருத்தவனுக்கு மனைவி ஆகப்போகிற பொண்ணு. அவளைப் பார்க்கவோ பேசவோ உனக்கு உரிமையும் இல்லை. அருகதையும் இல்லை...”

“என்ன சொன்னே..?”

“வசந்தியும், ஸ்ரீராமும் கல்யாணம் பண்ணிக்கப் போறாங்க. நானே முன்னாடி நின்னு நடத்தி வைக்கப்போறேன். நீ எந்த நோக்கத்திலே வந்திருக்கேன்னு தெரியலை. ஆனா, எதுக்காக வந்திருந்தாலும் இனிமே உரிமை கொண்டாட விடமாட்டேன். போடா ராஸ்கல்!”

“வெங்கடேஷ் நீ யார் அதைச் சொல்றதுக்கு? நான் வசந்திகிட்டே பேசிக்கிறேன். அவ சொல்லட்டும்...” என்று அவனை மீறி... வராந்தாவில் நுழைந்து, ஆபரேஷன் தியேட்டர் வாசலுக்கு வர... பின்னாலேயே வந்தான் வெங்கடேஷ்.

கண்மூடி நின்று கொண்டிருந்த வசந்தி, காலடி ஓசைகள் கேட்டுக் கண்திறந்து, பாஸ்கரைப் பார்த்துத் திடுக்கிட்டாள்.

பாஸ்கர் வெறி பிடித்தவன்போல அவளை அணுகி, “விவரமா எல்லாம் பேசிக்கலாம். எல்லாத்தையும் உதறிட்டுப் பழைய பாஸ்கரா வந்திருக்கேன் வசந்தி. முதல்ல இதை மட்டும் சொல்லு. நீயும், ஸ்ரீராமும் கல்யாணம் செஞ்சுக்கப் போறதா வெங்கடேஷ் சொல்றது பொய்தானே... சொல்லு வசந்தி?”

உதட்டைக் கடித்துக்கொண்டு மௌனமாக அவனைப் பார்த்தாள். ஆபரேஷன் தியேட்டரின் கதவு திறக்க... மூவரின்

கவனமும் திரும்பின. ஒரு நர்ஸ் கையில் காகிதத்துடன் வெளிப்பட்டு, "பேஷண்ட்டுக்கு வேண்டியவங்க யாரு..? நீங்க கையெழுத்து போடறீங்களா..?" என்று வசந்தியைக் கேட்டாள்.

"எதுக்கு?"

"பயப்படறதுக்கு ஒண்ணும் இல்லை. ஆனா, மேஜர் ஆபரேஷனா நடக்குது. அதான் டாக்டர் கையெழுத்து வாங்கச் சொன்னாங்க. இங்கே போடுங்க."

வசந்தி, நர்ஸ் காட்டின இடத்தில் கையெழுத்துப் போட்டாள்.

வாங்கிக்கொண்டு "நீங்கள் அவருக்கு என்ன உறவு வேணும்?" என்றாள் நர்ஸ்.

வசந்தி, வெங்கடேஷைப் பார்த்தாள். பாஸ்கரைப் பார்த்தாள். நர்ஸைப் பார்த்தாள்.

அழுத்தம் திருத்தமாகச் சொன்னாள்.

"நான் அவரோட மனைவி!"

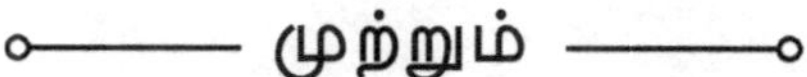

முற்றும்

www.ingramcontent.com/pod-product-compliance
Lightning Source LLC
LaVergne TN
LVHW091255150826
845673LV00006B/1424

* 9 7 8 9 3 9 5 1 6 6 0 7 2 *